दलित ब्राह्मण

(कथासंग्रह)

शरणकुमार लिंबाळे

दिलीपराज प्रकाशन प्रा. लि.
२५१ क, शनिवार पेठ, पुणे - ४११ ०३०.

ISBN : 81 - 7294 - 144 - 7

प्रकाशक । राजीव दत्तात्रय बर्वे । मॅनेजिंग डायरेक्टर ।
दिलीपराज प्रकाशन प्रा. लि. । २५१ क, शनिवार पेठ । पुणे ४११०३०.
दूरध्वनी क्रमांक (फॅक्ससहित)
२४४७१७२३ । २४४८३९९५ । २४४९५३१४
Email- diliprajprakashan@yahoo.in
Web - www.diliprajprakashan.in

लेखक
शरणकुमार लिंबाळे
सुयोगकुंज । समर्थनगर,
नवी सांगवी, पुणे ४११०२७.
sharankumarlimbale@yahoo.com

मुद्रक । Repro India Ltd, Mumbai.

चतुर्थावृत्ती । ६ डिसेंबर २०१४

प्रकाशन क्रमांक । ७६३

अक्षरजुळणी । सौ. मधुमिता राजीव बर्वे
पितृछाया मुद्रणालय । ९०९, रविवार पेठ । पुणे ४११००२.

मुखपृष्ठ । सुहास चांडक

मा. सुशीलकुमार शिंदे साहेब
यांना श्रद्धापूर्वक

प्रस्तावना

- १ -

माझे मित्र, शरणकुमार लिंबाळे यांचे नाव एक महत्त्वाचे साहित्यिक म्हणून आज स्थिर झालेले आहे. कविता, कथा आणि कादंबरी या ललित वाङ्मयप्रकारांबरोबरच आत्मकथा आणि वैचारिक लेखन याही स्वरूपाचं त्यांचं लेखन लक्षणीय ठरलेलं आहे.

सुमारे पंचवीस वर्षांपूर्वी 'उत्पात' हा त्यांचा पहिला कवितासंग्रह प्रसिद्ध झाला; पुस्तकरुपात प्रसिद्ध झालेलं हे त्यांचं पहिलं लेखन (१९८२). सामाजिक अन्यायाविरुद्धची चीड आणि या अन्यायाचं समर्थन करणाऱ्या धर्मावर, परंपरेवर आणि रुढींवर केला जाणारा हल्ला त्यावेळच्या दलित कवितेचा मध्यवर्ती विषय होता. दया पवारांची अभिव्यक्ती संयत होती. पण नामदेव ढसाळांच्या आक्रमक अभिव्यक्तीनं मध्यमवर्गीय अभिरुचीस हादरवून सोडलं. त्यामुळं अनावर संतापानं अस्वस्थ झालेल्या शरणकुमार लिंबाळे यांच्यासारख्या अनेक तरुण कवींच्या मनावरलं संयत अभिव्यक्तीपद्धतीचं दडपण नाहीसं झालं. दलित कवितेच्या निमित्तानं मनातल्या भावनांचे अनावर कढ झेलणाऱ्या शब्दांचं वादळ जन्मास आलं. अशा काळातल्या महत्त्वाच्या तरुण कवींपैकी शरणकुमार लिंबाळे हे एक कवी होते. आपल्या समकालीन कवींशी अनेक वैशिष्ट्यांमुळे साम्य असणाऱ्या शरणकुमार लिंबाळे यांच्या कवितेचं एक लक्षणीय वेगळेपणही अधोरेखित झालेलं होतं ते

त्यांच्या प्रेमभावनेच्या अभिव्यक्तीमुळे. दलित जाणीव असणारी प्रेमकविता अगदी अत्यल्प प्रमाणात का होईना पण शरणकुमार लिंबाळे ह्यांनी लिहिली. पण हळूहळू कविता या वाङ्मयप्रकाराकडेच त्यांनी दुर्लक्ष केलं म्हणा अथवा त्या वाङ्मयप्रकारापेक्षा अन्य वाङ्मयप्रकार त्यांना महत्त्वाचे वाटत असावेत म्हणून म्हणा त्यांची ही प्रेमकविता पुढे विकसित झाली नाही.

पुढे शरणकुमार लिंबाळे ह्यांचे आत्मकथन प्रसिद्ध झाले. त्यांचे 'अक्करमाशी' हे आत्मकथन दलित आत्मकथनाची कक्षा रुंदावणारे ठरले. (१९८४) ज्या वेदनेचा कधी कुणी कल्पनेच्या पातळीवरूनही अनुभव घेतलेला नव्हता अशा दाहक अनुभवांचे चित्रण त्यांच्या या आत्मकथेत आहे. दलित आत्मकथनांकडे मराठी वाचक आकर्षित झाला. त्याची दोन कारणे होती. एक तर या आत्मकथनातील भावविश्व अतिशय अपरिचित होते. मराठी साहित्याचा प्रमुख वाचक मध्यमवर्गीय होता. त्यामुळे या मध्यमवर्गीय वाचकास दलित आत्मकथनांच्या निमित्ताने आपलाच समाज नव्याने कळत होता आणि या आत्मकथनांतील दलित जीवनातील भीषण भयावह स्थिती त्याला अस्वस्थ करीत होती. आपण सुसंस्कृत आहोत, प्रगत आहोत याची अनेकांच्या मनात असणारी सगळी अहंता या आत्मकथनांमुळे गळून गेली. या आत्मकथनांचे हे यश काहींना खुपणारे वाटले. एका लेखक महाशयाने तर अगदी निलाजरेपणाने या आत्मकथनाचे विडंबन करणारी कथा लिहिली आणि विनोदी चित्रपटांची चलती सुरू झाली हे पाहून एका वेडपट निर्मात्याने त्यावर सिनेमा काढला. तो चालला नाही हे उघडच आहे. ग्रामीण भागात दलितांना कोणता जाच होतो याचा प्रत्यक्ष अनुभव घेण्यासाठी कोणत्याही मी मी म्हणणाऱ्या लेखकाने एखाद्या खेड्यात - जिथे त्याला कुणी ओळखत नाही, - दलितांच्या वस्तीत दलित म्हणून राहून पहावे म्हणजे दलित आत्मकथनांतला अस्सलपणा किती आणि काल्पनिकता किती हे त्याला कळू शकेल. दारिद्र्य आणि जन्मजातीने लादलेली गुलामगिरी याची भीषणता आजही भयावह आहे. प्रत्यक्ष राहणे तर सोडा पण असे राहून अनुभव घेणारा काल्पनिक नायकसुद्धा मराठी लेखकास निर्माण करता आला नाही. अशी कल्पना करून कथा लिहिली तीही बंधुमाधव ह्या दलित कथाकाराने, पण ह्याची फारशी कल्पना नसणाऱ्या तथाकथित समीक्षकांनी दलित आत्मकथनांच्या प्रामाणिकतेबद्दल संशय घ्यायला सुरवात केली. आणि त्याचवेळी हळूहळू मध्यमवर्गीय सुखाला चटावलेल्या दलित अधिकाऱ्यांना या आत्मकथनांच्या निमित्तानं प्रातिनिधीक स्वरूपात आपलाच भयाण भीषण भूतकाळ प्रकट होतो आहे हे स्वीकारण्याची लाज वाटू लागली. आपण 'अक्करमाशी' आहोत हे उघडपणे आणि जाहीरपणे सांगण्याची अथवा ऐकण्याची हिम्मत ज्या समाजात नाही त्या समाजाच्या छातीवर पाय रोवून शरणकुमार लिंबाळे यांनी आपले हे दुखरे अक्करमाशीपण

शब्दबद्ध केले. परिणामी मराठी आत्मकथनांच्या अनुभवविश्वात मौलिक भर पडली.

वि. वा. शिरवाडकर यांचे 'कौंतेय' हे नाटक कोणे एके काळी खूप गाजले. आपल्या जन्मदात्या आईचा आयुष्यभर शोध घेणाऱ्या कर्णाला त्याची आई भेटते. पण ती कोणत्या प्रसंगी ? आपल्या शत्रूशी प्रत्यक्ष लढण्यासाठी कर्ण रणांगणात उतरला आहे अशा वेळी. त्याच्या पराक्रमाचे, सामर्थ्याचे प्रकटीकरण करता येईल असा क्षण आलेला आहे आणि कुंती कर्णाची भेट घेऊन आपणच त्याची आई असल्याचे रहस्य उघड करते, असा हा प्रसंग. मूळ महाभारतातला कर्ण आईची निर्भत्सना करतो अशी ही व्यासाची प्रतिभा. तर शिरवाडकरांचा कर्ण आपला सगळा कोंडमारा व्यक्त करतो ही शिरवाडकरांची प्रतिभा. पण जे घडते त्याला आपली आई जबाबदार नाही, असलीच तर समाजव्यवस्था जबाबदार आहे म्हणून समाजास दुषणं देत आपल्या मातेच्या मनाचा कोंडमारा शब्दात पकडणारे नारायण सुर्वे आणि शरणकुमार लिंबाळे मला अधिक मोठे कवी वाटतात. 'अक्करमाशी'त प्रकट झालेला हा शरणकुमार लिंबाळे यांच्या मनाचा उदात्तपणा मला अधिक मौलिक वाटतो. कारण नारायण सुर्वे अथवा शरणकुमार लिंबाळे यांचे मन स्वत:च्या प्रतिष्ठेपेक्षाही आईवर झालेल्या अन्यायाने अधिक व्यथित झालेले दिसते. 'अक्करमाशी' ही कादंबरी नव्हे. पण जगणे पुष्कळवेळा कल्पनेपेक्षाही भयाण असते असे आपण म्हणत असतो त्याचा साक्षात्कार ह्या लेखनामुळे आपणास होऊ शकतो असे मला वाटते. या अर्थाने 'अक्करमाशी'ने मराठी आत्मकथनेला समृद्ध केले आहे.

- २ -

शरणकुमार लिंबाळे ह्यांनी कथा आणि कादंबरी या वाङ्मयप्रकारांत लेखन केले तसंच काही वैचारिक लेखनही केले आहे. दलित साहित्याच्या निर्मितीनंतर सदर साहित्याचं योग्य मूल्यमापन केलं जात नाही असं दलित साहित्यिकांना वाटू लागलं. त्यातूनच दलित साहित्याचं स्वतंत्र सौंदर्यशास्त्र असावं ही मागणी पुढे आली. दलित साहित्याच्या सौंदर्यशास्त्रावर स्वतंत्र ग्रंथ नव्हता त्या काळात शरणकुमार लिंबाळे ह्यांनी हाच विषय प्रबंध लेखनासाठी निवडला. त्यातून 'दलित साहित्याचे सौंदर्यशास्त्र' हा त्यांचा ग्रंथ सिद्ध झाला. या ग्रंथातील मांडणीशी माझे अनेक ठिकाणी मतभेद आहेत. पण चळवळीतून पुढे आलेल्या मागणीसाठी स्वतंत्र अभ्यास करणे, पुरेशी साधनसामग्री नसताना लेखकांच्या प्रत्यक्ष भेटीगाठी घेऊन लेखन करणे ह्यातून मला शरणकुमार यांचे व्यक्तिमत्त्व एका जबाबदार कार्यकर्त्याचे आहे हे जाणवते. १९६० ते ७० या दशकात मराठी साहित्य आवर्तात सापडले होते. अत्यंत व्यक्तिकेंद्री अनुभवांची दुर्बोध अभिव्यक्ती ह्याला मराठी साहित्यात नको तितके महत्त्व निर्माण झाले होते. अशा या

साहित्याची भलावण करणारी कलावादाच्या नावाखाली तितकीच दुर्बोध अशी समीक्षाही मराठी वाचकांना दडपून टाकत होती. त्या काळात मराठी साहित्यास जीवनसन्मुख करण्याचे कार्य जसे दलित साहित्याने केले तसेच मराठी समीक्षेला सामाजिक दृष्टिकोनाधारे वाटचाल करावयास भाग पाडले, तेही दलित समीक्षेनेच. अशा वाटचालीतला 'दलित साहित्याचे सौंदर्यशास्त्र' हा ग्रंथ या विषयावरील लेखन सामग्रीचा एक आधारभूत ग्रंथ मानता येईल. म्हणून कविता आणि आत्मकथन या दोन वाङ्मयप्रकारांइतकंच शरणकुमार लिंबाळे ह्यांचं हे समीक्षा लेखन देखील ऐतिहासिकदृष्ट्या महत्त्वाचे आहे.

शरणकुमार लिंबाळे ह्यांनी अगदी अलीकडे 'शतकातील दलित विचार' या नावाचा एक ग्रंथ संपादित केला आहे. दलित साहित्य आणि दलितांची चळवळ गेल्या शतकभरात कशी निर्माण झाली, ती क्रमाने कशी वळणे घेत गेली आणि दलितांच्या सांस्कृतिक चळवळीचा विकास कसा झाला याचा अभ्यास करू इच्छिणाऱ्या वाचकांसाठी आधारभूत ठरावा असा हा ग्रंथ आहे. सदर ग्रंथात या चळवळीतील अनेक चिंतकांनी वेळोवेळी केलेली भाषणे कालानुक्रमे देण्यात आली आहेत. त्यामुळे त्या त्या भाषणातील प्रासंगिकताही अभ्यासकांसाठी उपलब्ध होते. त्याशिवाय त्यांनी या ग्रंथाच्या अगदी सुरुवातीला डॉ. बाबासाहेब आंबेडकरांचे १९३२ चे भाषण दिले आहे. जणू शतकभरातील दलित विचाराच्या चर्चासत्राचे ते बीजभाषण असावे. ह्याशिवाय त्यांनी या ग्रंथास सविस्तर प्रस्तावनाही लिहिली आहे.

दलितांनी लिहिलेल्या साहित्यास कोणत्या संज्ञेने ओळखावे इथपासून तर 'दलित साहित्य' ही पारिभाषिक संज्ञा नाकारण्यापर्यंत दलित चळवळ का व कशी पोचली याचाही आलेख या लेखनातून शोधता येतो. अमेरिकेतील निग्रो साहित्यिकांनी जसा 'ब्लॅक लिटरेचर' हा शब्द निःसंदिग्धपणे नाकारला तसा दलितांनीही आज 'दलित साहित्य' हा शब्द नाकारला आहे. पण अमेरिकेतल्या निग्रो साहित्यिकांनी ज्याप्रमाणे 'आफ्रिकन अमेरिकन साहित्य' हा पर्यायी शब्द स्वीकारला तसा दलित साहित्यिकांनी मात्र निर्विवादपणे एकचएक शब्द सर्वसंमत केला असे मानता येत नाही. पण हा केवळ शब्दबदल नव्हे. दलितांच्या चळवळीचे ते स्थित्यंतर आहे याचा अभ्यास सदर ग्रंथाच्या आधारे करता येतो. तेव्हा एक गंभीर चिंतक, जबाबदार कार्यकर्ता आणि सर्जनशील कलावंत या तिन्ही नात्याने आज शरणकुमार लिंबाळे हे नाव मराठी साहित्यात आज स्थिर झाले आहे.

- ३ -

स्वतःचे नाव एवढे स्थिर झाल्यानंतर आपली प्रतिष्ठा जपली जाईल असा एक सावधपणा कळत नकळतपणे लेखकांच्या ठिकाणी निर्माण होतो. या परिवर्तनात

लेखकाचे वाढते वयसुद्धा भर घालत असते. शिवाय काही प्रलोभनेही आजुबाजूला खुणावत असतात. त्यामुळे लेखकाच्या ठिकाणी असणारी सोलीव आक्रमकता कानसली जाते. हे चांगले किंवा वाईट या अर्थाने हे विशेषण लक्षात घेऊ नये. सामान्यपणे बव्हंशी अनेक लेखकात हे परिवर्तन घडू लागते, ही एक वस्तुस्थिती आहे. एवढेच मला सांगावयाचे आहे. शरणकुमार लिंबाळे हे या वस्तुस्थितीपासून पुरेसे दूर आहेत. आपल्या भाषणातून जे जाणवेल ते बिनधास्तपणे ते मांडतात असा अनेकांचा अनुभव आहे. त्यांच्या लेखनातही हे घडते. त्यांच्या कथांचे वैशिष्ट्य सांगताना हे महत्त्वाचे वैशिष्ट्य म्हणून त्यांचा हा गुण आपणाला अधोरेखित करता येतो. त्यांच्या या वैशिष्ट्यामुळे त्यांच्या कथेत अनुभवांचा ताजेपणा सतत जाणवत राहतो. काही कथांची उदाहरणे देऊन हे मी पुढे सांगणारच आहे. इथे मला एवढेच म्हणावयाचे आहे की कुठल्याही वाङ्मयप्रकारातले लेखन असो, कुठल्याही श्रोत्यांसमोर द्यायचे भाषण असो अगर वैचारिक विश्लेषण करणे असो, शरणकुमार लिंबाळे यांच्या व्यक्तिमत्त्वाचा हा विशेष मला सर्वत्र आढळून येतो. आपणास जाणवते ते निर्भयपणे, बिनधास्तपणे व्यक्त करणे या वैशिष्ट्याची दुसरी बाजू दंभापासून अलिप्त असणे ही असते. लिंबाळे यांच्या व्यक्तिमत्त्वातला हा प्रामाणिकपणा मला नेहमीच आवडला आहे.

- ४ -

ह्या बिनधास्त अभिव्यक्तीचे काही अनुषंगिक परिणाम होत असतात. उदाहरणार्थ, काही शब्दप्रयोग सार्वत्रिकपणे वापरू नयेत असे आपला शिष्टाचार मानतो. पण हा शिष्टाचार वरील प्रकारच्या बिनधास्त अभिव्यक्तीत बसत नाही. काही शिष्ट संमत संकेत असतात ज्यांचा उच्चार जाहिरपणे करू नये असे आपण मानतो. पण असे संकेतही इथे धुडकावले जातात. परिणामी लिंबाळे यांचे लेखन काही वेळेला आपल्या रुढ अभिरुचीलाही ओरबाडून काढते. अशा वेळी त्यांच्या लेखनाची संभावना विकृत लेखन, अभिरुचीहीन लेखन अशीही होऊ शकते. त्यांच्या 'राणीमाशी'वरील काही प्रतिक्रिया मी याच स्वरूपाच्या ऐकल्या आहेत.

मराठीत काही काळ अत्यंत व्यक्तिकेंद्रीत अनुभव अतिवास्तवादाच्या आहारी गेलेल्या लेखक कवींनी जेव्हा प्रकट केला तेव्हा त्या अनुभवाचा धिक्कार करण्याऐवजी मराठी समीक्षकांनी त्या अनुभवाची संगती सुप्त मनाच्या संदर्भात उलगडून दाखवली. सुप्त मनातल्या अनुभवाचे पदर फक्त व्यक्तिकेंद्री अनुभवातूनच प्रकट होतात असे नाही. कधीकधी ते अजाणतेपणाने सामाजिक अनुभवाच्या चित्रणातूनही प्रकट होऊ शकतात. ही शक्यता आपण गृहित धरली तर शरणकुमार लिंबाळे यांच्या लेखनातील रुढ अभिरुचीला धक्का देणाऱ्या जागांचीही संगती लावता येऊ शकते.

आंतरजातीय प्रेमविवाह झाल्यानंतर काही विदारक अनुभव आपल्याकडच्या पती-पत्नीस येणार हे आपले सामाजिक वास्तव आहे. म्हणून आपल्या मुलीने - शशीने आंतरजातीय विवाह करू नये (रजनी) या निर्णयास एखादं जोडपं येतं तेव्हा हे त्याचं वैचारिक परिवर्तन नसतं. सुरक्षितपणे जगण्याची ओढ असणाऱ्या सामान्य माणसाचं ते एक व्यावहारिक शहाणपण असतं. पण जणू काही ते वैचारिक परिवर्तनच आहे असं गृहित धरलं जातं. कथानायकाबरोबर बियरचे पेग घेणारी रजनी त्याही अवस्थेत कथानायकाशी विवाह करण्याचे नाकारते. पण तिचे प्रेम एवढे उत्कट की ती मित्र म्हणून कथानायकाचा आयुष्यभर स्वीकार करू इच्छिते. यात वरवर एक विसंगती जाणवते. प्रेमापेक्षाही जात जपणारी रजनी रुढ अभिरुचीशी सुसंगत वाटत नाही. 'जातीच्या द्वेषाची वल्ली एवढी खोलवर असू शकते' हेच मुळी आपण गृहित धरत नाही. पण सुप्तमनापर्यंत जातीचे विष पोचणे अशीही मनाची एक अवस्था असू शकते हे गृहित धरले तर लिंबाळे यांच्या कथेचा हा शेवट अभिरुचीहीनही वाटणार नाही किंवा कृत्रिमही वाटणार नाही. एखाद्या वेश्येच्या आईचे आणि वेश्येचे नातेसंबंध कसे असू शकतात ? म्हणजे हे नातेसंबंध आपण कोणत्या शब्दात व कसे सांगावेत ? सोनी ही वेश्या आहे. (सोनी) गिरजा तिची आई. या दोघींच्या नातेसंबंधाचे चित्रण लिंबाळे एका वाक्यात करतात 'गिरजाचे म्हातारपण सोनीच्या शरीरावर पालीगत खेळत असायचे' (पृष्ठ ९१) जागृत आणि सुप्त मनाच्या परस्पर संबंधाची अनेकविध रुपं शरणकुमार लिंबाळे बिनधास्तपणे प्रकट करतात. या निमित्ताने जीवनानुभवाचे नवनवे दर्शन घडते म्हणून रुढ अभिरुचीस धक्का देणारे चित्र जरी लिंबाळे प्रकट करीत असले तरी ते जीवनास थेट भिडण्याच्या उर्मीतून येत असल्यामुळे पुरेसे स्वागतार्ह वाटते. हे दर्शन केवळ वासना चिवडण्यासाठी येत असेल अगर आपला जातीय अहंकार दुखावला गेला म्हणून आसूरी आनंद घेण्यासाठी येत असेल तर शरणकुमार लिंबाळे दोषी ठरले असते. शरणकुमार यांच्या कथेतल्या अशा जागा आस्थेने समजून घ्यायला हव्यात असे मला वाटते. शरणकुमार यांच्या कथेतला बोचरा बिनधास्तपणा हे त्यांच्या कथेचं पहिलं वैशिष्ट्य आहे.

- ५ -

दलित चळवळीसमोर काही पेच आहेत. डॉ. बाबासाहेब आंबेडकरांसारखे प्रखर बुद्धिप्रामाण्यवादी नेतृत्व लाभल्यामुळे बुद्धिप्रामाण्यवादाचा एक स्वाभाविक आदर प्रत्येक संवेदनक्षम दलितात आढळून येतो. पण अवतीभवती बुद्धिप्रामाण्यविरोधी जीवनशैली जगणारे लोक आहेत. हा एवढाच अंतर्विरोध असता तर पेच निर्माण झाला नसता. केवळ बुद्धिप्रामाण्यवादी लोकांचा आधार निवडून येण्यासाठी पुरेसा नसतो.

त्यासाठी ज्यांच्या जीवनशैलीत अंधश्रद्धा आहे त्यांचे सहाय्य घेतल्याशिवाय निवडून येणेच अशक्य आहे. 'मिरवणूक' या कथेतील नायक दिवाकर याच्या समोर हा पेच आहे. त्याचा पराभव होतो. तो विचार करू लागतो. 'या देशाचं राजकारण एका जातीच्या आधारावर करता येणार नाही. हा देश अनेक जातीत विभागला आहे. निवडणुकीतल्या विजयासाठी एका जातीला दुसऱ्या जातीवर अवलंबून राहावे लागते. त्यामुळे व्यापक ऐक्याशिवाय पर्याय नाही.' (पृष्ठ १५१) एकदा पराभूत झालेला दिवाकर त्याच्या या बदललेल्या भूमिकेमुळं निवडून येतो. त्याच्या विजयाची मिरवणूक आपल्या वस्तीत येते. पण त्या विजयी मिरवणुकीतल्या पाठिंबा देणाऱ्या भगव्या पताका पाहून दिवाकरची आई भीतीने आणि क्लेशाने बेशुद्ध पडते. निवडणुकीतील विजय मिळवण्यासाठी अशा तडजोडी करणाऱ्या दलित नेत्यांबद्दलची चीड त्यांच्या ढोंगाबद्दलचा राग वाचकांपर्यंत लेखक पोचवतो.

शरणकुमार लिंबाळे यांनी लेखक म्हणून पोचवलेला संदेश सत्यच आहे. पण हे सत्य अत्यंत स्थूल आहे. लेखकाने एवढ्या एकपदरी सत्याशी बांधून घेणे बरोबर नाही. प्रत्यक्षच नेता केवळ - महत्त्वाकांक्षा आणि तीही स्वत: मोठे होण्यापुरती - महत्त्वाकांक्षेनेच प्रेरीत होऊन निवडणूक लढवत असतो हे गृहित धरणे बरोबर नाही. महत्त्वाकांक्षेइतकेच आणखीही काही पदर महत्त्वाचे असतात. नेत्याने केवळ ध्येयवादी राहून सतत पराभव पत्करावा असे वाटत राहणे हा भाबडेपणा आहे. ध्येयवादाला मूर्त स्वरूप देण्यासाठीसुद्धा सत्ता किती महत्त्वाची असते हे सत्ता मिळवू पाहणाऱ्या, निवडून येण्यासाठी अनेक तडजोडी करणाऱ्या एखाद्या नेत्याकडे आस्थेने पाहिल्याशिवाय हे कळणे शक्य नाही. राजकारणाकडे कमालीचे अनास्थेने व केवळ तुच्छतेने पहाणे हे एकूणच मराठी मध्यमवर्गिय लेखकाचे वैशिष्ट्य आहे. मला शरणकुमार ह्यांनी अशा स्वरूपाच्या लेखनास छेद देईल, मध्यमवर्गीय लेखकांच्या सीमेला पार करून पुढे जाईल असे लेखन करावे असे वाटते. शरणकुमार ह्यांना हे शक्यही आहे. कारण अनेक ठिकाणी त्यांची लेखणी असा भाबडेपणा ओलांडून थेट जीवनाशी भिडताना दिसते. 'नागफणा' या कथेतील महार बाबासाहेबांची जयंतीही करतात आणि गावकीचीही कामे करतात. यातील अंतर्विरोधाबाबत निवेदकाने कोंड्या महाराला प्रश्न विचारला तेव्हा तो म्हणाला, 'आमाला बाबासाब बी पायजे. गावबी पायजे. घरात बुद्ध आला म्हणून काय वडिलानं चालत आलेली परडी टाकून द्यायची ? आमी दोघालाबी भजणार. शेवटी परडी आणि काठीवर महाराचं जगणं हाय न्हवं ?' (पृष्ठ १४५) त्यांची आणखी एक कथा आहे. 'गणपती बाप्पा मोरया' असं त्या कथेचं नाव. सर्व महारांची मैत्री तोडून बामणवाड्यात राहायला आलेल्या नायकाची होणारी कुचंबणा हा प्रस्तुत कथेचा विषय आहे. प्रस्तुत कथेत एक चिंतन आलं आहे. त्यामुळं ही कथा

गहिरी होते. प्रस्तुत कथेचा नायक जणू स्वत:शीच बोलतो : 'मला कळत नव्हतं. आमच्या सर्वांच्याच अडचणीच्या प्रसंगी एकमेकांची जात आठवते आणि आपण जातीचा उद्धार करतो. खरं काय ? आंबेडकर जयंतीला येणारा समीर जोशी. जोशीवहिनींबरोबर हळदी-कुंकवाला जाणारी माझी पत्नी, आमच्या घरी येऊन मटण खाणारी जोश्याची मुलं, जोश्याच्या मुलीबरोबर मंदिरात जाणारा माझा मुलगा, हे सगळं वातावरण क्षणात कसं नासून जातं ? सकाळी आंबेडकर जयंतीत भाषण करून संध्याकाळी पूजा सांगणारा जोशी मग ढोंगी वाटू लागतो. एरवी जोशी जिवाभावाचा मित्र वाटतो, शरणकुमार लिंबाळे यांच्या या निवेदनात कथानायकाची तगमग आहे. जीवनाशी लेखक प्रत्यक्ष भिडला की अशी अस्वस्थ करणारी तगमग तो लिहू शकतो. याच परिच्छेदात पुढची वाक्ये येतात; 'लाईफ स्मूथ आणि सॉफ्ट असावं; कधीच माणसाची परीक्षा घेणारा प्रसंग येऊ नये, म्हणजे सर्व कशी देवमाणसं वाटतात.' (पृष्ठ ६४) कथानायकाच्या मनातली तगमग अखेर अशा ठिकाणी येऊन थांबली की त्याचा भाबडेपणा उघडा पडतो. 'कधीच माणसाची परीक्षा घेणारा प्रसंग येऊ नये' असे मनाला गुदगुल्या करणारे स्वप्न माणूस पहात असला तरी त्याचे प्रत्यक्ष जीवन अशाच अग्निपरीक्षेने भरलेले असते. अशाही अवस्थेत माणसे जगतात, कधी हौतात्म्य पत्करून, कधी तडजोडी स्वीकारून, कधी पळवाटा हेरून तर कधी पराभूत होऊन. लेखकाची बांधिलकी कशाशी असते ? ती एखाद्या वैचारिक वादाशी नसते तर माणसाचे इतक्या विविध पातळ्यांवरील त्याचे जगणे शब्दबद्ध करण्याशी असते असे मी मानतो. शिवाय काळाच्या एकेका लहान तुकड्यात मला माणसाचे अनेक पराभव दिसत असले तरी मानवी समाजाच्या गेल्या दोन-तीन हजार वर्षांच्या वाटचालीचा इतिहास काळजीपूर्वक पहिला तर त्याच्या सांस्कृतिक प्रगतीचाच मला तो इतिहास वाटतो. शंबूक ऋषी हे पहिल्या टप्प्यावरचे प्रतिनिधी आहेत. केवळ तप करतो एवढ्याच कारणासाठी बळी गेलेले शंबूक पण आज त्याचे वारस न्यायालयात दाद मागण्यापर्यंत पोचत आहेत आणि त्याला तसा न्याय मागण्याचा अधिकार आहे या भूमिकेपर्यंत निदान समाजातला एक वर्ग येऊन पोचला आहे हेही आमचे एक वास्तव आहे. त्यामुळे कधीच माणसाची परीक्षा घेणारे प्रसंग येऊ नयेत असे वाटत असले तरी आपले जगणे 'रात्रंदिन आम्हा युद्धाचा प्रसंग' असेच असते. त्यातून मार्ग काढत माणसे वाटचाल करतीच असतात आणि अशा जगण्याचे दर्शन घडवून लेखक समाजास डोळस करीत असतात असे मला वाटते. शरणकुमार लिंबाळे यांची कक्षा या अर्थाने वाचकांना डोळस करीत निघालेली कथा आहे असे मला वाटते. 'गणपती बाप्पा मोरया' या कथेत येणारं अखेरचं भाष्य चिंतन नसून त्या कथेच्या नायकाचा. तो भाबडेपणा आहे असे मला वाटते.

शरणकुमार लिंबाळे यांच्या कथेततली ही वाटचाल कधी कधी चकित करण्याइतकी वैशिष्ट्यपूर्ण जाणवते. त्यांच्या 'सूर्यफूल' या कथेचा नायक त्रिमुख आईची हाडे विसर्जित करण्यासाठी अनवाणी पायाने काशीला निघाला आहे. या कथेतला भूकेचा आगडोंब आणि कधीच न पाहिलेल्या काशीला आईची हाडे विसर्जित करण्याची अनावर भावनिक ओढ याच्या कचाट्यात सापडलेल्या त्रिमुखचे जिवघेणे चित्रण प्रस्तूत कथेत आले आहे. या कथेतला संघर्ष एवढा एकपदरी नाही. शरणकुमार लिंबाळे यांच्या मी वाचलेल्या कथेतील ही एक अतिशय चांगली कथा आहे. एखादा लेखक वास्तववादी जीवनचित्रणातून वाचकाला किती आणि कोणत्या प्रकारे डोळस करू शकतो याचे एक चांगले उदाहरण म्हणून या कथेकडे पहाता येईल. 'दंगलखोर जातीधर्माच्या सीमेवर लढताहेत. सुमन, सलमा, विमल याही सीमाच आहेत. सुमन सुरक्षित राहिली पाहिजे, सलमा सुरक्षित राहिली पाहिजे. विमल सुरक्षित राहिली पाहिजे. मग आपल्याला सीमा बदलाव्या लागतील' (सीमा पृष्ठ २०८) यासारखी कथेची अखेर असणाऱ्या काव्यात्म ओळीतून लेखक म्हणून शरणकुमार लिंबाळे यांची बांधिलकी स्पष्ट होते.

- ६ -

शरणकुमार लिंबाळे यांनी प्रस्तुत संग्रहाला 'दलित ब्राह्मण' असे नाव दिले आहे. ब्राह्मणी जीवनशैलीचे अनुकरण करणाऱ्या दलितास 'दलित ब्राह्मण' म्हटले जाते. दलित चळवळीत हा शब्द तिरस्काराने वापरला जातो. प्रस्तुत संग्रहात याच नावाची एक कथा आहे. त्यामुळे वाचकांची थोडीशी फसगत होण्याची शक्यता आहे. वरील नाव हे प्रातिनिधिक स्वरूपाचे नाव आहे असे गृहित धरून वाचू लागलो तर क्रमाने ब्राह्मणीकरण झालेल्या दलितांचे विश्व या कथासंग्रहातील सर्वच कथात केंद्रस्थानी आहे असेच वाचकांना वाटेल. पण प्रत्यक्ष कथा मात्र वेगवेगळ्या भावविश्वाचे चित्रण करणाऱ्या आहेत.

'काळोख गर्भ' या कथेचा नायक अशिक्षित जन्मदलित आहे. रोज मजूरी करणाऱ्या या दलिताला एके दिवशी एक धक्कादायक माहिती मिळते आणि त्याच्या शांत जगण्याचे वणव्यात रुपांतर होते. त्याच्या आईचा वाडा बांधण्यासाठी म्हणून गावच्या पाटलाने नरबळी दिलेला होता आणि तोही ती गरोदर असताना. त्यामुळे त्याच नारायणराव पाटलाची गरोदर मुलगी जेव्हा माहेरी येते तेव्हा सुडाने पेटलेला बळी तिला ठार करण्याचा निर्णय घेतो. पण त्याच्या बेभान मनासही आवर घालणारा त्याच्यातला माणूस जागा होतो. कुऱ्हाडीचे घाव वर्षाच्या शरीरावर पडत नाहीत. तो फक्त चिरेबंद वाड्याच्या घरंदाज दरवाज्यावर एकामागून एक घाव घालतो. अशा

काळोखातून बळीसारखा सुसंस्कृत माणूस जन्माला येणं हे या कथेचं मध्यवर्ती सूत्र आहे.

दलितांच्या धर्मांतरानंतर प्रत्यक्ष जीवनशैलीतील श्रद्धांतर व्हायला काही काळ जावा लागला. 'धडका' या कथेतील नायकाचे एका भावनिक आघातामुळे श्रद्धांतर होते हे या कथेचे सूत्र आहे. या कथेचा नायक परशा दहा वर्षांनंतर कुटुंबासह मुंबईहून परतलेला आहे. दरिद्री परशाचे मुंबईत दिवस पालटतात. त्याच्या अंगमेहनतीचा योग्य मोबदला मिळाल्यामुळे त्याची आर्थिक परिस्थितीही सुधारते. तो आपल्या गावी परततो तो मेसूबाईच्या जत्रेच्या वेळी. ही देवी गावातले एक जागरुक दैवत. या देवीच्या भिंतीवर 'धडका' देऊन नवस फेडणे हा इथला रिवाज. परशाचा मुलगा म्हशा या प्रकारात जागीच गतप्राण होतो, परशाची पत्नी आपला एक मुलगा मरण पावला हा आघात सहन न झाल्यामुळे जागीच मृत्यू पावते, आणि या आघाताने बेभान झालेला परशा देवळात घुसून देवीच्या मस्तकावर नाचतो, तिला शिव्या घालू लागतो. परशाचे हे श्रद्धांतर एका प्रचंड भावनिक आघातामुळे होते. भावनिक आघात वैचारिक परिवर्तनाला चालना देत असतात. आपले वैचारिक परिवर्तनाचे सूत्र वाचकांच्या मनावर प्रभावीपणे रुजावे या उर्मितून ही कथा जन्म घेते.

ग्रामीण जगातल्या सवर्णांना अडाणी राहणे परवडते पण ते 'हरिजन मास्तर'च्या हाताखाली शिकायला तयार नसतात. परंपरेनं चप्पल चोरीचा व्यवसाय करणारा कथानायक विठ्ठलाच्या दाराशी चप्पल सांभाळून दोन पैसे कमवू इच्छितो. पण त्याचं हे व्यवसायांतर आणि परिवर्तन गुलालबुक्क्यानं गहिवरलेल्या गर्दीला नको असतं. त्यांना हवा असतो पारंपारिक 'जोहार', आणि हे पाहतो कोण तर बडव्यांच्या काळजात आडोशाआड दडलेला विठ्ठल. 'देवमानूस' या कथेतला सावकार खरे तर गावातल्या महारांचा छळ करणारा. म्हणून त्याच्या हुकूमशाहीला छुप्या पद्धतीनं उत्तर देणारे गावातले महार या दोघांमधील संघर्षाचे चित्रण या कथेत येते - रोगग्रस्त शरीरातील वासनांचे तांडव 'चट्टा' या कथेत येते. युनियन आणि ठेकेदार यांच्या कचाट्यात सापडलेल्या आदिवासी वेठबिगारांचे चित्रण 'मालकाचा पावणा' या कथेत येते. सारांश, प्रस्तुत संग्रहातील सर्वच कथा ब्राह्मणी मनोवृत्ती धारण करणाऱ्या जन्मदलितांच्या नाहीत. या संग्रहातल्या अनेक कथा जन्मदलित आणि त्यांच्यावर लादलेली भयाण अशी सामाजिक आणि आर्थिक गुलामगिरी याचेही चित्रण करणाऱ्या कथा आहेत. 'सीमा' या कथेचा अपवाद सोडला तर बव्हंशी सर्व कथा आकारमानाने लहान आहेत. परिणामी उत्कट चित्रण करताना एकपदरी संघर्षाने त्या सीमित झालेल्या आहेत.

'दलित ब्राह्मण' या नावाची सार्थकता ठरवेल अशाही बऱ्याच कथा या संग्रहात आलेल्या आहेत. एकूण कथासंग्रह वाचून झाला म्हणजे लक्षात येते ती गोष्ट अशी, की

शरणकुमार लिंबाळे ह्यांनी आतापर्यंत जेवढ्या कथा लिहिल्या त्यातील निवडक कथांचा हा संग्रह आहे. त्यामुळे एक कथाकार म्हणून शरणकुमार लिंबाळे यांचाही विकास या कथासंग्रहाच्या आधारे शोधता येतो. 'काळोख गर्भ' या कथेतले चित्रण करणारे लेखकाचे मन काहीसे भाबडे आणि आशावादी आहे. जीवनातल्या परिवर्तनावर आणि मूल्यव्यवस्थेवर विश्वास ठेवणारे आहे. पण 'जात' या कथेत आणि 'हरिजन मास्तर' या कथेत लेखकाच्या मनातला परिवर्तनावरचा विश्वास डळमळीत झाला असल्याचे जाणवते. ज्या दलितांचे परिवर्तन व्हायचे तेच आता प्रस्थापित होऊ लागले, या जाणिवेने पुढे लेखक अस्वस्थ होतो तर आता सगळ्यांनीच आपापल्या जातीच्या सीमा अलिखितपणे स्वत:भोवती आखून घेतलेल्या आहेत या वास्तवाने तो हतबुद्ध होतो. शरणकुमार लिंबाळे यांच्या आकलन अवलोकनाचाही असा विकास त्यांच्या कथेत आढळून येतो. त्यातील अखेरच्या दोन टप्प्यांवरील कथांचे प्रतिनिधित्व करणारी कथा 'दलित ब्राह्मण' आहे.

इथेच 'दलित ब्राह्मण' या शब्दाचे थोडे खोलात जाऊन स्पष्टीकरण करायला हवे ! ब्राह्मणीकरण हा सामाजिक चळवळीत नेहमीच वापरला जाणारा शब्द आहे. स्वातंत्र्यपूर्व काळात पांढरपेशा, मध्यमवर्गीय, सदाशिवपेठी इत्यादी शब्द वापरले जात त्याचाच हा पर्यायी म्हणून आज वापरला जाणारा शब्द आहे. वरील सर्व शब्द काहीसे कुत्सित अर्थाने वापरले जात. स्वातंत्र्य चळवळीपासून दूर राहणाऱ्या, सुरक्षित जीवन जगू इच्छिणाऱ्या नोकरदार वर्गासाठी हे शब्द वापरले जात. या नोकरदार वर्गात मोठ्या प्रमाणात जन्मब्राह्मण आहेत. स्वातंत्र्यपूर्वकाळात तर ही जन्मब्राह्मण्यांची संख्या अधिकच होती. विशेष म्हणजे हा शब्द जन्मब्राह्मणांनीच जन्माने ब्राह्मण असणाऱ्या नोकरदारांबद्दल वापरला हेही आपण लक्षात घ्यायला हवे. हरिभाऊंच्या सर्व वाङ्मयास सदाशिवपेठी म्हणून हिणवणारे केतकर आणि हरिभाऊ दोघेही ब्राह्मणच होते. तेव्हा 'सदाशिवपेठी' 'मध्यमवर्गीय' अथवा 'पांढरपेशा' या शब्दाला पुढे पर्याय म्हणून रुढ झालेला 'ब्राह्मणी' हा शब्द प्रवृत्तीवाचक आहे. जी प्रवृत्ती जन्मजात उच्चनीचता मानते, या विषमतेला प्रमाण मानणाऱ्या ग्रंथांना प्रमाण मानते, परिवर्तनवादी चळवळीला अडसर निर्माण करते आणि स्वार्थकेंद्रीवृत्तीने वागते अशा गुणसमुच्चयाच्या मनोवृत्तीला ब्राह्मणी ह्या शब्दाने डॉ. बाबासाहेबांनी संबोधले. पण आपल्या शब्दयोजनेचा विपर्यास होऊ नये म्हणून ब्राह्मण आणि ब्राह्मण्य असा भेद त्यांनी कल्पिला. आपण ब्राह्मणांच्या विरोधी आहोत, ब्राह्मण्याच्या नाही हेही त्यांनी वेळप्रसंगी सांगितले. आज बाबासाहेबांचे अनुयायी बाबासाहेबांची ही मांडणी स्वीकारतात - म्हणजे त्यांचे शब्दप्रयोग उच्चारतात, पण ब्राह्मण आणि ब्राह्मण्य ह्यातील भेद मात्र प्रत्यक्षात ते करीत नाहीत. आज व्यवहारत: ब्राह्मण्य याचा अर्थ जन्माने ब्राह्मण असणाऱ्याची मनोवृत्ती असाच घेतला

जातो. शरणकुमार लिंबाळेही याला अपवाद नाहीत. प्रमाण भाषा बोलता येणं, ती आवश्यक त्या ठिकाणी वापरणं म्हणजे ब्राह्मण्याचा स्वीकार करणं असा अर्थ घेतला जातो. पृष्ठ क्र. १०३ वरील 'दलित ब्राह्मण' या कथेतील मजकूर जिज्ञासूनी वाचावा. डॉ. बाबासाहेब आंबेडकरांचे सर्व मराठी लेखन प्रमाण मराठी भाषेत आहे. मग त्यांना 'दलित ब्राह्मण' म्हणायचं का ? घर नीटनेटकं असणं, स्वच्छ राहणं, या सर्व गोष्टी भौतिक स्वरूपाच्या आहेत. भौतिक समृद्धीला कोणतीही जात नसते अथवा धर्म नसतो. टी. व्ही., टेप रेकॉर्डर, टेबल-खुर्ची, डायनिंग टेबल, गॅस, स्कूटर, कार, पेन, टाय, कोट, फ्लॅट, प्लॉट, इमारत, रेल्वेची प्रथम श्रेणी आसनव्यवस्था, ताट, वाटी, तांब्या, पेला यापैकी कशालाही जात नसते. या सर्व गोष्टींचा संबंध आपली आर्थिक कुवत आणि नव्या व्यापारी जीवनशैलीत असणारी रुची ह्यांशी हा संबंध असतो. त्यामुळे आर्थिक स्तराशी समांतर राहून जीवनशैलीत बदल झाला तर हा बदल ब्राह्मणी बदल नसतो. आपल्या समाजात होणारे हे बदल कोणत्या गतीने आणि कसे होत आहेत याचं निकोपमनानं निरीक्षण करणाऱ्यांना हे बदल ब्राह्मणी वाटत नसतात. तेली, आगरी, माळी, परीट, न्हावी, वंजारी, धनगर, बुरूड असा असंख्य जातींच्या तरुणांनाही ब्राह्मण्य मान्यच नाही. पण जीवनशैलीतील वरील बदल स्वीकारताना मात्र त्यांच्या मनात कुठेही अपराधीपणाची जाणीव नाही की खंत नाही. पण आंबेडकर अनुयायी म्हणवून घेणाऱ्या दलितात मात्र हा बदल स्वीकारताना त्याची कोंडी झालेली आढळून येते. अशा या भौतिक बदलाबदल जे खंत व्यक्त करतात त्यांना आपणच खरे आंबेडकरवादी आहोत याचा खोटा आव तरी आणायचा असतो किंवा त्याला ब्राह्मण्य आणि ब्राह्मण यातला भेद तरी नीट कळलेला नसतो. खरे तर हा भेद बाबासाहेबांनी सांगितला आहे. तो समजावून सांगण्याची जबाबदारी दलित कलावंत आणि विचारवंतांवर आहे. पण संख्येने अत्यल्प असणारा हा कलावंत आणि विचारवंत हे धाडसाने अथवा स्पष्टपणे सांगत नाही. तो आजच्या दलित नेत्याचा अंधश्रद्ध अनुयायी नाही. राजकीय डावपेचाचा भाग म्हणून वरील भौतिक संस्कृतीचा स्वीकार म्हणजे ब्राह्मणी मनोवृत्तीचा स्वीकार असा अपप्रचार दलित नेते करू लागले तर तो गप्प बसतो. त्यातून दलितात हा मनोगंड निर्माण होतो. म्हणून प्रमाण भाषा बोलणे हाही ब्राह्मणीपणा आहे असे शरणकुमार लिंबाळे ह्यांचा नायक बोलू लागतो.

जन्मामुळे माणसे उच्चनीच असतात, ही भावना जतन करणारे धर्मग्रंथ ज्याला प्रमाण वाटतात ती मनोवृत्ती म्हणजे ब्राह्मणी मनोवृत्ती. आजचा कायदा उघडपणे हे व्यक्त करण्याचं स्वातंत्र्य देत नाही. म्हणून आपला सगळा दंभ, दुटप्पीपणा शिष्टाचाराने झाकून टाकणारी मनोवृत्ती म्हणजे ब्राह्मणी मनोवृत्ती. आपल्या देशात मोठ्या प्रमाणात सत्ता ब्राह्मणांच्या हाती होती. त्यामुळे सत्तेचे हे केंद्र निखळले जाताना ब्राह्मण अधिकच

दांभिक झाला, शिष्टाचाराने आपली जातीय अहंता झाकून ठेवण्याचा तो प्रयत्न करू लागला. म्हणून ब्राह्मण आणि ब्राह्मण्य यातील सीमारेषा बरीचशी पुसट झाली आहे. पण ब्राह्मण्याचा अर्थ नीट लक्षात घेतला तर ती फक्त ब्राह्मणातच असते असे नाही. मिळालेली सत्ता मग ती कितीही किरकोळ असो ती टिकवून ठेवताना सगळ्याच जातीतल्या अनेक व्यक्तीत हा दंभ थोड्याफार फरकाने आढळून येतो. पण समाजाचे एवढे बारकाईने केलेले अवलोकन दलित कथेत येत नाही. शरणकुमार लिंबाळे हेही याला अपवाद नाहीत.

ललित वाङ्मयाशी संबंधीत नसलेला आणखी एक मुद्दा या ठिकाणी नोंदवावासा वाटतो. जन्म ब्राह्मणांचे जेवढे म्हणून दोष आपणास सांगता येतील ते सांगायलाच हवेत. पण याच ब्राह्मणांच्या जगण्याचा आधार ग्रंथ पठण, ग्रंथाचे संकलन, संपादन आणि ज्ञानाचे जतन हा होता. आपले सगळे पारंपारिक ज्ञान आजच्या जीवनशैलीत निरुपयोगी आहे हे १९ व्या शतकात लोकहितवादींनी ब्राह्मणांना सांगितले. लोकहितवादींना शिव्या देत का होईना सर्व ब्राह्मणांनी आजच्या भौतिक ज्ञानाचे महत्त्व ओळखले. अवघ्या शंभर वर्षात या ज्ञानातले कौशल्य आणि प्राविण्य मिळवून ब्राह्मण टिकला, स्पर्धेत पुढे गेला. पण लोकसंख्येत ब्राह्मणांपेक्षा दुप्पट असणारा अस्पृश्य, बाबासाहेबांएवढे शिक्षण कुणीच मिळवले नाही अशी अहंता वारंवार बोलून दाखवणारा जन्मदलित मात्र या स्पर्धेत आरक्षणाशिवाय उभं राहू शकू अशी मानसिक हिंमत दाखवू शकत नाही. हेही एक न रुचणारे वास्तव आहेत. अर्थात इथे सन्माननीय अपवाद आहेत ते विचारात घेता कामा नयेत. पण अशी वेदना संवेदना ललित वाङ्मयाच्या पातळीवर सुद्धा व्यक्त होत नाही ही चिंतेची बाब आहे असे मला वाटते.

- ७ -

निवेदन तंत्राचा विचार केला तर दलित कथेतील निवेदन प्रथमपुरुषी असो की तृतीय पुरुषी, सामान्यपणे निवेदक हा जन्मदलितच असतो. दलित कथेला लेखकाच्या स्वानुभवाचा आधार असतो आणि सगळे लेखक जन्मदलित असल्यामुळे दलित कथेचे निवेदन तंत्र वरीलप्रमाणे आढळून आले, तर नवल वाटण्याचे कारण नाही. पण शरणकुमार लिंबाळे याच्या कथेत मात्र अनेक वेळेला निवेदक सवर्णही आढळून येतो. विशेषत: कथा प्रथमपुरुषी निवेदन पद्धतीची असेल आणि निवेदक जन्मदलिताऐवजी सवर्ण असेल तर चित्रणाला एक वेगळी पातळी लाभते. 'धडका', 'काळोख गर्भ', 'संबोधी', 'दलित ब्राह्मण' या सर्व कथांतील निवेदक जन्मदलित आहे. पण 'जात', 'गोहत्या', 'नागफणा' या कथांचे निवेदक सवर्ण आहेत. दलितांवर होणाऱ्या अन्यायाकडे सवर्णांच्या नजरेनं पहाणं यात लेखकाची निरिक्षणशक्ती आणि कल्पनाशक्ती या दोन्हींचे

निवेदक जन्मदलित असला तर ती संशयाने पाहील. पण निवेदक बदलल्याबरोबर हा अंतर्विरोध अधिक वास्तववादी होऊन अवतरतो. या अंतर्विरोधाबाबत निवेदक कोंड्या महाराला विचारतो त्यावर त्याचं उत्तर असतं, 'आमाला बाबासायबबी पायजे, गावकी पायजे' घरात बुद्ध आला म्हणून काय वडिलांच्या डोईनं चालत आलेली परडी टाकून द्यायची ? आमी दोघालाबी भजणार. शेवटी परडी आन काठीवर महाराचं जगणं हाय न्हवं ?' हा परिस्थितीशरण समजुतदारपणा दलित चळवळीला घातक आहे. पण ही तडजोड जीवनाचे एक वास्तववादी असे रुपही आहे. हा उघडा नागडा वास्तववाद लिंबाळे यांनी निवेदन पद्धतीच्या तंत्रात थोडासा बदल केला, त्यामुळं येऊ शकला.

- ८ -

गेल्या पंचवीस तीस वर्षांत जन्मदलितांच्या भौतिक परिस्थितीत, विचार करण्याच्या पद्धतीत जी स्थित्यंतरं झाली त्याचाही एक आलेख या कथांमधून आढळून येतो.

नामा मांग अतिशय प्रामाणिकपणे काम करून कष्टाची 'येसकराची भाकर' खाणारा. पण याच्यावरच चोरीचा आळ येतो. आपण निर्दोष आहोत हे सिद्ध करण्याची पात्रता नसणारा नामा मांग अखेर अगतिक होऊन फाशी घेऊन आत्महत्या करतो. पण परंपरागत चोरीचा व्यवसाय सोडून दिल्यानंतरही विठ्ठलाच्या मंदिरासमोरची गर्दी जेव्हा कथा निवेदकाच्या बापालाच चोर गृहित धरून मारू लागते तेव्हा हा निवेदक नामा मांगाप्रमाणे हतबल होत नाही. तोही बेभान होऊन गर्दीवर तुटून पडतो. दलितांच्या दोन पिढ्यांतले हे मानसिक स्थित्यंतर आहे. अगतिक आत्महत्या करणाऱ्या दलितापासून तो प्रतिकार सज्ज झालेल्या दलिताचं हे स्थित्यंतर आहे.

वरील स्थित्यंतरात एक टप्पा समजुतदारपणे सहजीवन जगू इच्छिणाऱ्या दलितांचाही आहे. हळूहळू बदल होत जाणारा दलित सवर्णांच्या वस्त्यात राहू इच्छितो. त्यांची भाषा आत्मसात करून समरस होऊ इच्छितो. पण त्यानंतरची अवस्था मात्र भयावह आहे. सवर्ण समाजात एकजीव होण्याचे कितीही प्रयत्न करा, त्याची जन्मजात अखेर त्याला समाजाशी एकजीव होऊ देत नाही. 'युद्ध' या कथेतल्या नायकाची तगमग जीवघेणी आहे.

स्वातंत्र्यानंतरच्या पन्नास वर्षांत अखेर आपला समाज येऊन कुठे पोचला ? तर प्रत्येकानेच आपापल्या जातींची सीमा ओळखून वागायला हवे या ठिकाणी तो पोचला.

जातीविहिन समाजरचना हा केवळ काल्पनिक मानदंड आहे. याचे भान अजून पुरतेपणाने आपल्या परिवर्तनवादी चळवळींना आलेले नाही. त्यामुळे कथेत निराशावाद येतो. शरणकुमार लिंबाळे यांचे हे भोवऱ्यात सापडलेले चिंतन आहे. मला स्वत:ला ही शरणकुमार लिंबाळे यांची मर्यादा आहे असे मानत नाही. मूळात ही भारतातल्या दलित

चळवळीची मर्यादा आहे असे मला वाटते. ध्येयवाद जातीविहिन समाजरचना निर्माण करण्याचा आणि कार्यक्रम मात्र फक्त अस्पृश्यता निवारणाचा अशी मर्यादा दलित चळवळीतच असेल तर लेखकांचे चिंतन तरी पुढे कसे जाईल ? त्यासाठी कठोरपणे आपण आपल्या चळवळीचेही आत्मपरिक्षण करायलाच हवे. कार्यक्रम एक पाणवठ्याचा असो, एक मसणवट्याचा असो की मंदिर प्रवेशाचा असो हे सगळेच कार्यक्रम फक्त अस्पृश्यता निवारणाचे आहेत. मूळात अस्पृश्यता निवारणच मनापासून झालेले नाही तिथे जातीविहिन समाजरचना निर्माण होईल ही अपेक्षा तरी कशी शक्य आहे ? त्यामुळे येणारे स्वप्नभंगाचे दु:ख कधी आक्रोशाच्या स्वरूपात तर कधी हिंसक प्रतिक्रियेच्या स्वरूपात तर कधी कल्पनारम्य वेदनांना शब्दात पकडून व्यक्त होते; ही केवळ शरणकुमार ह्यांची मर्यादा नसून एकूणच दलित कथेचीही मर्यादा आहे.

शरणकुमार लिंबाळे ह्यांच्या कथेला आणखी एक मर्यादा आहे. ती जशी त्यांची मर्यादा आहे, तशी एकूणच दलित कथेचीही ती मर्यादा आहे. बाबूराव बागूल ह्यांचा मात्र अपवाद आहे.

शरणकुमार लिंबाळे यांच्या कथेचे भावविश्व प्रामुख्याने जन्म दलिताचे भावविश्व आहे. अगदी सुरुवातीच्या काळातल्या दलित लेखकांचे भावविश्व प्रामुख्याने ग्रामीण भागातल्या दलितांपुरते सीमित होते. एखादा नामा मांग जो चोरीचा आळ आल्यानंतर आत्महत्या करतो, वेठबिगार असणारी दलित आदिवासी मुलं त्यांना सोडवायला आलेल्या नेत्यांऐवजी गुलामीचं जगणं पत्करतात. एखाद्या साबणे कोतवालाचा केवळ पावसापासून बचाव व्हावा म्हणून मंदिरात गेल्यानंतर निर्घृण खून होतो ही शरणकुमार लिंबाळे यांच्या कथेत येणारी पहिल्या टप्प्यावरची दलित पात्रं आहेत. पण त्याबरोबरच शिकून सवरून पांढरपेशा होऊ पाहणारे दलित, जात लपवून जगू इच्छिणारे दलित हे शरणकुमार लिंबाळे यांच्या कथेत येणारे दुसऱ्या टप्प्यांवरचे दलित आहेत. या दुसऱ्या टप्प्यावरच्या दलितात आता दलितांची भावनिक लुबाडणूक करणारेही दलित निर्माण झाले आहेत. शरणकुमार लिंबाळे यांच्या 'आत्मकथा' या कथेत अशीही पात्रे भेटतात. साहित्य व्यवहारातले बेगडीपण या निमित्ताने शरणकुमार लिंबाळे यांनी चित्रीत केले आहे. पण जन्मदलितांच्या भावविश्वाबाहेर ते जात नाहीत. जन्मदलितांचे चित्रण करताना अनुषंगाने सवर्णांचे चित्रण येते. उदाहरणार्थ, 'आत्मकथा' या कथेतले प्रा. खानोलकर, आंतरजातीय विवाहातून जन्माला आलेल्या एका स्कॉलरची प्रेयसी 'रजनी', क्रमिक पुस्तकात आलेली एखादी दलित कथा किंवा दलित कविता शिकवण्याची टाळाटाळ करणारी मॅडम कुलकर्णी अथवा प्रा. अविनाश स्वामी अशी काही सवर्ण पात्रे येतात पण ती अनुषंगाने. ही पात्रे दलितांना अपमानास्पद वागणूक देणारी, त्यांच्याशी धूर्तपणे वागणारी अथवा दलितांची भावनिक लुबाडणूक करणारी आहेत. पण या वर्तुळाबाहेरही

सवर्ण समाज आहे. त्यातल्या एका वर्गाला या सर्व विषमवादी गोष्टी मनापासून हास्यास्पद वाटतात. त्याने जागतिक पातळीवर चालू असणाऱ्या संघर्षात स्वत:ला ओतून घेतले आहे. तरीपण अत्यंत हास्यास्पद वाटणाऱ्या अशा गोष्टी त्याच्यावर येऊन आदळतच असतात. त्यांच्या चित्रणाचे काय ? नोकरीच्या बाहेर असणारा दलितांचा व दलितेतरांचा एक फार मोठा वर्ग आहे. त्याने जगण्याच्या उर्मीतून अनेक तडजोडी केलेल्या आहेत. श्राद्धविधी करणारा ब्राह्मण, दारुची दुकाने चालवणारा दुकानदार, भाजीपाला विकणारा बहुजन समाजातला तरुण, दारुच्या गुत्त्याच्या बाहेर शेवचिवडा विकणारे हातगाडीवाले असा सामाजिक प्रतिष्ठा नसणारा पण संख्येने खूप मोठा असणारा एक वर्ग आहे. ह्या वर्गाच्या भावविश्वाचे काय ? भाषा महाराष्ट्राच्या राजकारणाची आणि सत्ता केंद्रे मात्र बहुसंख्य असणाऱ्या एकाच जातीची; त्यातून निर्माण होणारे जातीय ताणतणाव आज भाषा हिंदुत्त्वाची बोलतात आणि राजकारण मात्र जातींचे करतात. त्यांच्या भावविश्वाचे काय ? समाजातला सर्वच वर्ग, सर्वच घटक आपल्याला कथेच्या कवेत घेता आला पाहिजे. मी अन्य कुणाकडून ही अपेक्षा केलीही नसती. पण हे सामर्थ्य ज्या कथाकारांमध्ये आहे त्यात शरणकुमार आहेत. त्यांनी मनात आणले तर ते आपली कथा एवढी व्यापक करू शकतात.

जन्मदलिताच्या बाहेर जाऊन शरणकुमार लिंबाळे ह्यांनी अशा काही कथा लिहिल्या आहेत. त्या त्यांच्या अन्य कथांइतकांच किंबहुना काकणभर सरस आहेत. त्यांची 'चट्टा' नावाची कथा कुष्ठरोगी नायकाची आहे. तो जन्मदलित आहे. पण बाप मेल्यावर चार वर्षानं जन्माला आलेला जन्मदलित आहे. अवघ्या एका वाक्यात अतिशय भेदक असे त्याच्या जन्माचे वास्तव लेखकाने चित्रीत केले आहे. खरे तर रोगग्रस्त माणसाच्या शरीरातले वासनाचे तांडव या कथेत आलेले आहे. 'सूर्यफूल' या कथेचा नायक जन्मदलित आहे. पण भूकेचा आगडोंब उसळलेल्या एका पशूची ही अशी कथा आहे जो आपले माणूसपण जपण्यासाठी काशीला आईची हाडे समर्पित करण्याऐवजी ती हाडे तो पशुंच्या हाडांसोबत विकून मोकळा होतो. 'सोनी' ही वेश्या आहे. या कथेतल्या सोनीच्या आईची अखेर वाचकांना सुन्न करणारी आहे.

'माधवी', 'सुजाता', 'निलू', 'सुनिता', 'रजनी', 'सोनी', 'रत्ना' अशा काही नायिकाप्रधान कथा या संग्रहात येतात. या सर्वच नायिका जन्मदलित नाहीत. पण या नायिकांचे चित्रण मात्र एका दलित कथाकाराने केले आहे. हे सतत जाणवत राहते ते या कथेत व्यक्त होणाऱ्या सामाजिक जाणिवेच्या स्वरूपावरून, पण सर्व नायिका आणि त्यांचे नायक यांच्या प्रणयाचे चित्रण करताना शरणकुमार क्षणभरासाठी का होईना आपली सामाजिक जाणिवेची वस्त्रे दूर ठेवतात. शरीर आणि मनाचे प्रचंड आकर्षण शब्दात पकडताना त्यांच्या लेखणीला बहर येतो. त्यामुळे या कथा मुळातूनच वाचायला

हव्यात.

दलित लेखकांनी स्वत:च्या अनुभवविश्वाच्या शक्यतो बाहेर जायचे नाही असा मनातल्या मनात निर्णय घेतलेला असतो. अर्थात त्याचा स्वत:चाच अनुभव एवढा तीव्र आणि उत्कट असतो की असे घडणेही स्वाभाविक आहे. पण आपण आपल्या अनुभवविश्वाच्या बाहेर जायचेच नाही यात वाङ्मयाचीही हानी होते आणि स्वत: लेखकाचीही हानी होते. हा संकेत केशव मेश्राम, बाबूराव बागूल, वामन होवाळ ह्यांनी स्वत:वर लादून घेतला नाही. शरणकुमारनंतरच्या पिढीतले आहेत. 'जावे त्याच्या वंशा तेव्हा कळे' याचे आग्रह साहित्य निर्मितीत सुरू झाले त्या काळात शरणकुमार यांचे लेखन सुरू झाले. भोगलेल्या अनुभवाइतकाच अनुभूतीचाही वाटा साहित्य निर्मितीत असतो हे नव्या पिढीने लक्षात घेणे आवश्यक आहे. शरणकुमार ह्यांच्याजवळ हेही सामर्थ्य आहे. म्हणून पुढील प्रवासात त्यांच्या हातून अशाही स्वरूपाची कथा लिहिली जावो अशी अपेक्षा मी व्यक्त करतो.

शरणकुमार लिंबाळे यांच्या प्रेमासाठी मी ही प्रस्तावना लिहिली असली तरी हे त्यांच्या कथेचे मूल्यमापन नव्हे. त्यांच्या कथेचे आणि ललित वाङ्मयाचे मोल वाचकांनी आधीच ठरवलेले आहे. प्रस्तावनेचे निमित्त साधून मी शरणकुमार लिंबाळे यांच्या कथेच्या निमित्ताने मलाच जाणवणारे काही प्रश्न इथे मांडले आहेत. त्यात दलित साहित्याविषयीच मी अधिक काही प्रश्न विचारले आहेत. शरणकुमार लिंबाळे यांची कथा वाचक वाचतील याची मला खात्री आहेच, पण या निमित्ताने दलित साहित्याच्या संदर्भातही थोडीफार चर्चा व्हावी एवढाच एक उद्देश ही प्रस्तावना लिहिण्यामागे आहे.

दत्ता भगत

❑ शरणकुमार लिंबाळे यांचे प्रकाशित साहित्य

कविता : उत्पात (१९८२), श्वेतपत्रिका (१९८९), उद्रेक (२००८)

कथा : बारामाशी (१९८८), हरिजन (१९८८), रथयात्रा (१९९३), दलित ब्राह्मण (२००४).

कादंबरी : भिन्नलिंगी (१९९१), उपल्या (१९९८), हिंदू (२००३), बहुजन (२००६), झुंड (२००९)

आत्मनिवेदने : अक्करमाशी (१९८४), राणीमाशी (१९९२), पुन्हा अक्करमाशी (१९९९).

संपादने : दलित प्रेम कविता (१९८६), दलित पँथर: भूमिका आणि चळवळ (१९८९), दलित चळवळ (१९९१), दलित साहित्य (१९९१), प्रज्ञासूर्य (१९९१), भारतीय रिपब्लिकन पक्ष: वास्तव आणि वाटचाल (१९९२), विवाहबाह्य संबंध: नवीन दृष्टिकोन (१९९४), गावकुसाबाहेरील कथा (१९९७), ज्ञानगंगा घरोघरी (२०००), शतकातील दलित विचार (२००१), साठोत्तरी मराठी वाङ्मय प्रवाह (२००६), सांस्कृतिक संघर्ष (२००९), भारतीय दलित साहित्य (२०१३).

समीक्षा : दलित साहित्याचे सौंदर्यशास्त्र (१९९६), साहित्याचे निकष बदलावे लागतील (२००५), ब्राह्मण्य (२००६), दलित आत्मकथा- एक आकलन (२००९), वादंग (२०१०)

❑ शरणकुमार लिंबाळे यांच्या साहित्याचे भाषांतर

इंग्रजी : द आऊटकास्ट (२००३), टुवर्डस् अॅन अॅस्थिटिक्स ऑफ दलित लिटरेचर (२००४), हिंदू (२०१०)

हिंदी : अक्करमाशी (१९९१), देवता आदमी (१९९४), दलित साहित्य का सौंदर्यशास्त्र (२०००), नरवानर (२००३), हिंदू (२००४), दलित ब्राह्मण (२००४), छुआछूत (२००८), बहूजन (२००९), दलित साहित्य : वेदना और विद्रोह (२०१०), झूंड (२०१२), प्रज्ञासूर्य (२०१३)

कन्नड : आक्रम संतान (१९९२), दलित ब्राह्मण (२०१३), हिंदू (२०१४)

पंजाबी : अक्करमाशी (१९९६).

मल्याळम : अक्कमाशी (२००५), हिंदू (२००५), बहुजन (२०१२)

तमिळ : अक्करमाशी (२००३), दलित साहित्याचे सौंदर्यशास्त्र (२००८)

गुजराती : अक्करमाशी (२०००), दलित साहित्याचे सौंदर्यशास्त्र (२००९)

अनुक्रम

दलित ब्राह्मण
दलित ब्राह्मण
दलित ब्राह्मण

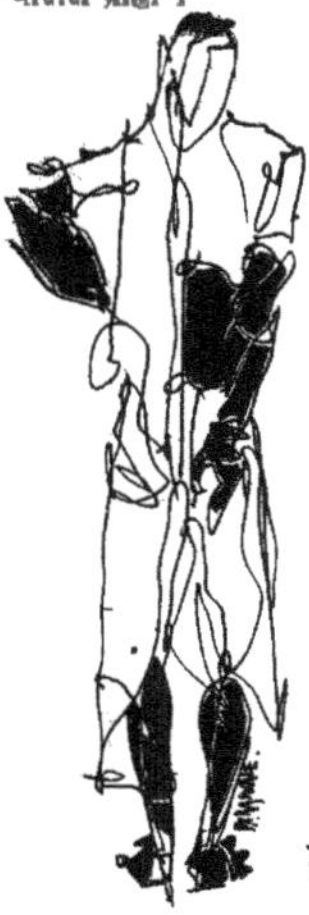

१

पांढरी माशी

प्रा. डॉ. खानोलकरांच्या घरी जाण्याचा पायंडा पडत होता. खानोलकर सर आम्हांला मराठी शिकवायचे. ते शिकवत असताना सारा वर्ग तल्लीन व्हायचा. खानोलकरांचा मी विद्यार्थी असलो, तरी त्यांची माझी इतकी ओळख नव्हती. सहा डिसेंबर रोजी सरांचं होस्टेलवर भाषण ठेवलं होतं. कार्यक्रमाचा संयोजक मीच होतो. होस्टेलच्या विद्यार्थी संघटनेचा मी अध्यक्ष होतो. बाबासाहेब आंबेडकरांच्या स्मृतीदिनानिमित्त प्रमुख पाहुणे म्हणुन खानोलकर सर आले होते. कार्यक्रम छान झाला होता. सरांना घरून आणण्यासाठी आणि घरी सोडवण्यासाठी मीच रिक्षा घेऊन गेलो होतो. दोन्ही वेळेला सरांच्या घरी चहा मिळाला होता. सरांची मुलगी अपर्णा माझ्याच वर्गात होती. तिनेच मला चहा दिला होता.

होस्टेलच्या विद्यार्थ्यांचा कॉलेजमध्ये एक दरारा होता. सर्वजण आम्हांला टरकून असायचे. होस्टेलचे विद्यार्थी गुंड म्हणून ओळखले जायचे. प्राध्यापकाला उलट बोलायला कमी करायचे नाहीत. खरं तर, होस्टेलचे विद्यार्थी खेड्यापाड्यातून आलेले, गरीब. पण ते इतके बेदरकार कसे ? मी विचार करायचो.

आमच्या उद्धटपणाचं शास्त्र काय ?

आमचं बालपण अनेक अर्थांनी चुरगाळलेलं. गावाबाहेरची वस्ती... दोन वेळेच्या जेवणाला मोताद असलेले घर.... शाळेतही ठरलेला वेगळा कोपरा.... गावात गाववाल्यांची जरब.... मान ताठ करून चालण्याची सोय नाही. कडेकोट जाती व्यवस्था. एखादे

जनावरदेखील गावातून चौखूर धावू शकेल. पण आम्ही ? रस्त्याच्या कडेने. सावली सांभाळत. आमचं बालपण गावाच्या धाकाखाली कधी संपले हे कळलेच नाही.

आज आम्ही तरुण झालोय. अनेक खेड्यापाड्यांतून शहरात आलोय. शाळा, महाविद्यालयाच्या वसतीगृहात स्थिरावलोय. आभाळ हलविणारी वादळं वसतीगृहाच्या खोल्यांमध्ये शिवशिवत आहेत.

एक खोली. खोलीत आमच्या पेट्या. पेट्यात दडलेलं आमचं बालपण झुरळासारखं. मी पेटीवर बसतो. दुसरा ओरडतो. 'पेटीवर बसू नको रे' मी बुड खाली टेकवतो. ओठी भीमगीत येतं. मी चढ्या आवाजात गाऊ लागतो. सर्व रुम पार्टनर कोरस धरतात. कोणी टेबलावर वाद्यांची साथसंगत सुरू करतो, तर कोणी पेटीवर ठेका धरतो. खोलीच्या भिंतीत गाणं दुमदुमू लागतं. खिडकीतल्या केशवला बाहेर पोरगी चाललेली दिसते. तो शिट्टी मारतो आणि गाण्याचा बेरंग होतो.

आम्ही सर्वजण खिडकीत येतो. चढाओढीनं पोरगी पाहातो. पोरगी म्हणजे ईदचा चाँद. कोजागिरीची पौर्णिमा.

आमच्या नजरा रोखलेल्या, तिच्या सर्वांगावर, संगिनीगत. ती हसली असती, तर आमच्या नजरांची फुले झाली असती. तिने तिरस्कार केला असता, तर आमची खिडकी नाराज झाली असती. पण तिने काहीच केले नाही. ती शांत प्रवाहासारखी वाहत निघून गेली. ती नजरेआड होईपर्यंत आम्ही तिच्याकडे पाहात होतो.

चिरडलेलं बालपण असं तरारून येतं. हात शिवशिवतात. मस्तक बेभान होतं. शरीर ताठरतं. आम्ही माणसं नाही. माणसाशिवाय सर्वकाही आहोत. पशू, पाषाण, पालापाचोळा वगैरे. शरीरात एकामागून एक वादळे धडकतात. अरेरावीच्या विजा कडाडतात. आम्ही मरण ओलांडून जगू लागतो. भीती बुटासारखी काढून ठेवलेली आहे, आयुष्याच्या दरवाजाबाहेर.

एकदा खानोलकर सरांच्या मुलीला आमच्या होस्टेलच्या मुलांनी छेडलं होतं. सर होस्टेलच्या मुलांची मर्जी राखतात. त्यांच्या सभ्यपणाला होस्टेलची भीती वाटत असावी. ह्या भितीतून मुक्त होण्यासाठी ते मला वारंवार घरी बोलवित असावेत. मीही त्यांच्या घरी जातो. त्यांच्याकडून वाचायला पुस्तके आणतो.

मी बोलताना सरांची समाधी लागते. माझ्या आयुष्यातील आठवणी वटवाघुळासारख्या सरांच्या बैठकीत बागडतात. त्यातली एक देवघरात घुसते. एक किचनमध्ये. सरांच्या बायकोभोवती. पन्नाशी ओलांडलेली सरांची पत्नी ह्या वयातही किती टवटवीत वाटते. सरांची मुलगी अपर्णा चहा आणून देते. तिचे मोकळे केस माझ्या शरीरभर उतरतात, परदेशी पाखरांसारखे.

माझा दाहक आवाज सर रसिकतेने टिपतात. मी माझे अनुभव सांगतो. सर मला प्रोत्साहन देतात. मी बोलू लागतो. सर म्हणायचे, 'अरे, आमच्या पांढरपेशा

लोकांच्या अनुभवाला आज किंमत राहिली नाही. एक काळ असा होता, लोक काल्पनिक साहित्यावर उड्या मारायचे. आज लोकांना वास्तव हवं आहे. दलितांच्या अनुभवांना खूप किंमत आहे. दलित साहित्य लिहायला लेखक असण्याची गरज नाही. फक्त तू तुझे सर्व अनुभव जसेच्या तसे लिहून काढ. खूप मजा येईल. तुझं पुस्तक गाजलं तर तुला मोठे पुरस्कार मिळतील, प्रसिद्धी मिळेल, पैसा मिळेल. तुझ्यात ती धमक आहे.' सर मला घडवत होते आणि मी घडत होतो.

सरांच्या शिफारशीमुळे दै. केसरीच्या रविवार आवृत्तीमध्ये माझ्या दोन कथा छापून आल्या. मी लिहू लागलो. विविध कथा स्पर्धेत भाग घेऊ लागलो. दैनिकांना, मासिकांना कथा पाठवू लागलो. कथा छापायच्या नाहीत. त्या साभार परत यायच्या. सवर्ण संपादक दलित लेखकाचे साहित्य छापत नाहीत म्हणून मी व्यवस्थेवर चिडायचो.

सर माझं ऐकायचे. वाचायचे. काही सुचवायचे. त्यामुळे मी सरांकडे सतत जायचो. सरांची बायको मला भाजी आणायला पाठवी. सर मला पोस्टात पत्रे टाकायला पाठवत. अपर्णा मला लाँड्रीला पाठवी. मी त्यांचे घरकाम आनंदाने करायचो. सरांच्या ओळखीमुळे आपले पुस्तक निघेल ही भावना माझ्यात सतत वावरायची. आपलं पहिलं पुस्तक सरांनाच अर्पण करायचं. हे मी मनोमन ठरवलं होतं.

सर ऐकायचे.

मी बोलायचो.

पड सोलल्यागत मी माझं आयुष्य सोलायचो.

'सर, मी एका वेश्येचा मुलगा आहे. तिने देह विक्रय करून मला शिकवलेय. सर, आईचं गिऱ्हाईक आला की आम्हांला आनंद व्हायचा कारण आम्हांला खायला मिळायचं. दलित स्त्रियाच का वेश्या होतात सर ?'

मी गहिवरून अडखळायचो. सर म्हणायचे 'बोल, मोकळा हो' मी स्वत:ला सावरायचो. पाणावलेले डोळे पुन्हा निरभ्र व्हायचे.

'सर, पुरुषाचं शिश्न म्हणजे एक महापाप आहे. स्त्रीची योनी म्हणजे एक पुण्य आहे. सर, मी तुमच्या घरात अश्लील बोलतोय. माफ करा. आमच्या वस्तीत असेच शब्द चालतात. भिक्षुकाला सत्यनारायणाची पोथी पाठ असावी तसे हे शब्द आम्हांला पाठ आहेत. त्याला कोण तरी काय करणार ?' सर ऐकत ऐकत पसायदानातल्या ओंकारासारखे उद्गारायचे.

'अगं ऐकलंस का, दोन कप चहा टाक.'

मला धन्य वाटायचं. रुमवर गेलं तर संध्याकाळचं जेवण नाही. हा चहा तेवढा आधार आहे. सर म्हणायचे, 'तू येत जा अधून मधून. मला बरं वाटतं. तू छान बोलतोस. आमची काही अडचण नाही. संध्याकाळी चार-पाच नंतर सोयीचा वेळ असतो. मी बाहेर कुठेही जात नाही.' सरांचा आवाज एकाकी होत जातो, मंदिराच्या

गाभाऱ्यासारखा. सर धीरगंभीर होतात. मध्येच त्यांचा कृत्रिम दात निखळून पडतो. 'अरे माझा दात पडला' म्हणून हिरमुसतात. पडलेला दात उचलून खिशात घालतात. दात नसल्यामुळे सरांचं तोंड खूपच वृद्ध वाटू लागतं. मी सरांचा निरोप घेतो.

सर पुढच्या महिन्यात रिटायर होणार आहेत.

सर चांगले होते. चांगले शिकवायचे. मी होस्टेल जवळ करतो.

माझे रुमपार्टनर शेवटच्या शो ला गेलेत. ते रात्री उशिरा येतील. मी कॉलेज रोडला लागतो. नाईट कॉलेजची मुलंमुली भटकत आहेत. रोड लाईट्सच्या पोलला टेकून एक पोरगी एका पोराबरोबर बिलगून गप्पा मारतेय. मी चेकाळतो. या साल्याला लाथेनं उडवून द्यावं आणि या पोरीबरोबर आपण गप्पा माराव्यात. पण जमत नाही. आपल्या दारिद्र्यामुळं आपल्यावर कोणी प्रेम करत नाही. मला माझ्या दारिद्र्याची प्रचंड चीड येते. मला माझ्या झोपडीला आग लावावी असं वाटतं. मला माझ्या आई-वडिलांची लाज वाटते. अंगावरचे कपडे फाडून फेकून द्यावे वाटतात. मला माझ्या आई-वडिलांचे रूप, संस्कार आणि दारिद्र्य ह्यांचा वारसा हक्कानं मिळाला आहे.

मी रुमवर येतो.

रात्री मी आणि रुमपार्टनर एकत्र बसून चर्चा करतो. 'सिनेमा चांगला होता. तू यायला हवा होतास' केशव मला चाचपत बोलतो. 'सर पुढच्या महिन्यात रिटायर होणार आहेत. त्यांना काहीतरी प्रेझेंट दिले पाहिजे' मी प्रस्ताव मांडतो. 'सरांना बाबासाहेब आंबेडकरांची प्रतिमा भेट देऊ या' राहूलची तात्काळ सूचना. 'बाबासाहेबांची प्रतिमा दिल्यावर त्यांनी ती घरात लावली पाहिजे नाही तर बाबासाहेबांचा अवमान होईल. त्यापेक्षा दुसरं काहीतरी द्या,' केशव तडजोडीच्या सुरात बोलतो. आमच्यात खूप वाद होतो. राहूल आपल्या मुद्यावर आडून राहातो. शेवटी बाबासाहेबांची प्रतिमा देण्याचं सर्वजण मान्य करतात आणि आम्ही झोपी जातो.

सर रिटायर होतात.

आम्ही समारंभपूर्वक सरांना बाबासाहेबांची प्रतिमा भेट देतो.

सर बाबासाहेबांच्या प्रतिमेचं काय करतात कुणास ठाऊक ? त्यांच्या घरात बाबासाहेबांची प्रतिमा दिसत नाही. आम्ही एकदोनदा मुद्दाम भेटायला जातो. सर प्रेमाने वागतात. चहा देतात. पण बाबासाहेबांची प्रतिमा कोठेच दिसत नाही. माझ्या ओठावर हजारो हलकट शिव्या येतात पण मी हसून सरांचा निरोप घेतो. 'पुन्हा कधी ही पायरी चढायची नाही' असा निश्चय करून आम्ही सरांचं घर सोडतो.

सवर्ण माणूस कितीही पुरोगामी असला तरी तो घरात जातीवादीच असतो. त्याचे दाखवायचे दात वेगळे असतात आणि खायचे वेगळे असतात. हे विषारी दात उपटून काढले पाहिजेत. हा दंश खूप विषारी असतो. तो संपूर्ण पिढी बरबाद करतो.

दिवस जातात. एकामागून एक.

माझे हे शेवटचे वर्ष. पुढच्या वर्षी आपल्याला होस्टेल सोडावं लागेल. होस्टेल सोडण्याच्या कल्पनेनं मी हादरतो. मला जगात काहीच नको आहे. आई किंवा प्रेयसीही. मला फक्त होस्टेलमधील माझी रुम हवी आहे. रुमपार्टनर हवे आहेत. मी होस्टेल विसरू शकत नाही.

मला रेक्टरची आठवण येते. होस्टेलमधून राजकुमारीगत निघून जाणारी रेक्टरची जीन पँटमधली मुलगी आठवते. या खिडकीत बसून कितीतरीवेळा मी तिला न्याहाळलंय. ह्या आठवणींना कसं सोडून जायचं? रुमच्या भिंतीवर आवडत्या नट्यांची कोरीकरकरीत चित्रे. कपाटावर, खिडक्यांवर, दारावर, भिंतीवर मात्र जयभीम लिहिलेलं. ही रुम माझ्या संवेदनांचाच एक भाग आहे. वासना आणि विचार ही माझी दोन जननेंद्रियं आहेत.

मी खानोलकर सरांची कादंबरी वाचायला घेतो. सरांनी मला पहिल्याच भेटीत भेट दिली होती. होस्टेलच्या विद्यार्थ्यांचा नेता म्हणून. मी ही कादंबरी अनेकवेळा वाचली आहे. सर, तरुणांच्या प्रेमभावनेवर कित्ती सहजपण लिहितात. सर म्हणायचे. 'मला दलितांच्या जीवनावर एक कादंबरी लिहायचीय.' मी सरांच्या एका पुस्तकावर परिक्षण लिहिलं होतं. सरांनी ते छापून आणलं होतं. ते नेहमी म्हणायचे. 'आजच्या तरुण पिढीला माझं साहित्य आवडतं. ह्यातंच सर्व काही आलं.'

मधल्या काळात सरांच्या भाषणाच्या एकदोन बातम्या वाचल्या होत्या. वर्तमानपत्रातले त्यांचे एकदोन लेख वाचले होते. अपर्णानं कॉलेज बदललं होतं. तिचीही भेट होत नव्हती. सरांनी एकदोघांकडे माझी आठवण काढली होती 'तो मुलगा आमच्याकडे नेहमी यायचा. आम्ही त्याला कधीच हीन लेखलं नाही.'

सकाळी केशवनं सांगितलं 'आज संध्याकाळी खानोलकर सरांच्या कांदबरीचे प्रकाशन आहे. त्यांनी दलितांच्या जीवनावर कादंबरी लिहिली आहे.' खूप दिवस झाले सरांना भेटलो नाही. त्यांच्या घरी गेलो नाही. प्रकाशन समारंभाला गेलं पाहिजे.

मी आणि रुमपार्टनर प्रकाशन समारंभाला हजर झालो. कॉलेजची बरीच मुलंमुली समारंभाला आली होती. कादंबरीचं प्रकाशन आम्ही जाण्याआगोदरच झालं होतं. प्रा. देशपांडे, खानोलकर सरांच्या नव्या कादंबरीवर बोलत होते. भाषण रंगत होतं. 'खानोलकरांची नवी कादबंरी ही दलित साहित्याचा उत्कृष्ट नमुना आहे. केवळ दलितांनांच दलित साहित्य लिहिता येतं; हे खोटं ठरवणारी ही कलाकृती आहे.' प्रा. देशपांडे जोशात येऊन बोलत होते.

'सर, मी एका वेश्येचा मुलगा आहे. तिने देहविक्रय करून मला शिकवलंय. सर, आईचा गिऱ्हाईक आला की आम्हांला आनंद व्हायचा कारण आम्हांला खायला मिळायचं. दलित स्त्रियाच का वेश्या होतात सर ?' प्रा. खानोलकरांच्या कादंबरीतील ही वाक्ये वाचताना माणूस हादरुन जातो. एका दलितालाही इतकं प्रत्ययकारी लिहिता येणार नाही.

मी सुन्न झालो होतो.

सरांच्या कांदबरीतली वाक्ये माझी आहेत. सरांना माझी कथा वाचायला दिली होती. ती त्यांना आवडली होती. 'ही कथा आपण चांगल्या ठिकाणी छापू. यंदाच्या दिवाळी अंकात देता येईल. माझ्याकडे राहू दे. मी संपादकाकडे पाठवेन.' मीही सरांना होकार दिला होता. माझी कथा छापली नाही. सरांनी माझ्या कथेचं कादंबरीत रुपांतर केलं होतं. पात्रांची नावे बदलली होती.

सर बोलायला उठतात. अनेकजण सरांना चिठ्ठ्या देतात. मीही चिठ्ठी दिली. 'ही कादंबरी कशी सुचली ?' सरांनी सर्वांच्या चिठ्ठ्या चाळल्या आणि बोलायला सुरू केलं. 'माझे वडील फार पुरोगामी होते. ते धार्मिक असले तरी कर्मठ नव्हते. त्या काळात आमच्या घरात धुणंभांड्याला हरिजन स्त्री होती. पुढे मी प्राध्यापक झाल्यावर अनेक दलित विद्यार्थ्यांचा संपर्क आला. माझं भावनाविश्व विस्तारलं. घरातल्या पुरोगामी वातावरणामुळे मी हे लेखन करू शकलो' सर बोलत होते. पत्रकार लिहून घेत होते. कॅमेरामन फोटो टिपत होता. सर आपल्या भाषणात माझा उल्लेख करतील असं वाटलं होतं. पण माझा उल्लेख झाला नाही. कार्यक्रम संपला. मी सरांना गाठलं. त्यांचं अभिनंदन केलं. त्यांनी आस्थेनं माझी चौकशी केली. 'मला तुमचं पुस्तक पाहिजे. मला त्यावर लिहायचंय' मी आग्रहानं बोललो. 'उद्या घरी ये. पुस्तक घेऊन जा. खूप दिवस झाले घरी आला नाहीस' त्यांनी माझा हात दाबला. सरांच्या भोवती रसिकांची गर्दी वाढू लागली. मी गर्दीतून बाहेर पडलो.

कार्यक्रमाच्या ठिकाणी सवलतीच्या दरात पुस्तकाची विक्री सुरू होती. स्टॉलवर गर्दी झाली होती. मी माझ्या पार्टनरसह तिथे गेलो. आमच्याकडे पैसे नव्हते. मी केशवला ठणकावून सांगितलं, 'काही होवो, हे पुस्तक चोरायचंच' केशवने पुस्तक उचलले, पोटात खोचले आणि मला चिमटा घेतला. काम फत्ते झालं होतं.

आम्ही बाहेर पडलो. उडप्याच्या हॉटेलमध्ये घुसलो. अर्धा अर्धा चहा घेतला. केशवला पूर्ण कप दिला. मी पुस्तक चाळलं. डोळ्याचा विस्तव होऊ लागला. कानशिलं तापू लागली. 'केशव ही कथा माझी आहे. खानोलकरांनी माझी कथा चोरून कादंबरी लिहिलीय.' प्रथमच माझ्या तोंडी सरांऐवजी खानोलकर असा उच्चार येत होता. मी संतापाने तप्त लोखंडासारखा लालबुंद झालो होतो.

'त्याने तुझी कथा पळवली तर तू त्याची पोरगी पळव' केशव गडगडून हसला. मला हसू आलं नाही. मी गंभीर झालो होतो. केशवने सिगारेट पेटवली, 'तरी मी म्हणालोच, या बामनाला दलिताच्या जीवनावर काय लिहिता येणार ? साल्यानं चोरी केली आणि महान लेखक झाला. माझं तर स्पष्ट मत आहे, प्रत्येक लेखक चोर असतो. तो लोकांचे अनुभव चोरून लिहितो.' केशवने सिगारेटचे झुरके कलात्मक पद्धतीने हवेत सोडले.

'अरे, तुझं तत्त्वज्ञान बाजूला ठेव. माझ्याबाबतीत काय ?' माझा प्रश्न.

'रात्री हे पुस्तक वाचून काढ. सकाळी ठरवू' केशवनं हातातली सिगारेट विझवत उत्तर दिलं. आम्ही सर्वजण उठलो. आम्ही होस्टेलवर आलो, रात्र चढली होती. सर्व होस्टेल अभ्यासात, गाण्याच्या भेंड्यात गढून गेलं होतं. मंदिरात शांतपणे तेवणाऱ्या समईसारखा प्रत्येक रूममधला प्रकाश. खिडक्याखिडक्यातून शांतता तेवत होती. होस्टेलच्या गच्चीवर काही मुले वाचत बसली होती. केशवचा गेस्ट आला होता. तो मिलमध्ये कामाला होता. आमच्या रूमवर गेस्ट म्हणून फुकट राहायचा. मोबदल्यात आम्ही त्याच्याकडून सिनेमा पाहायचो. चहा प्यायचो. गेस्टने वडापाव आणला होता. मला बरं वाटलं.

पहाटेचे चार वाजले आहेत. कादंबरीची शेवटची पानं शिल्लक आहेत. 'सर, पुरुषाचं शिश्न म्हणजे एक महापाप आहे. स्त्रीची योनी म्हणजे एक पुण्य आहे. सर, मी तुमच्या घरात अश्लिल बोलतोय. माफ करा. एखाद्या भिक्षुकाला सत्यनारायणाची पोथी पाठ असावी तसे आम्हांला हे शब्द पाठ आहेत. आमची वस्तीच अशी. त्याला कोण काय करणार ?' मी कांदबरी वाचत होतो. अस्वस्थ होत होतो.

ही कादंबरी नव्हे माझं आयुष्य आहे. मी बोललेला शब्द न् शब्द या पुस्तकात आहे. भडव्यानं एवढं सगळं कसं लक्षात ठेवलं ? कदाचित त्याच्याकडे पॉकेट टेपरेकॉर्डर असावा. आपणच बावळट आहोत. अशा पुरोगाम्याच्या घरी गेलो की त्याच्या बायका-पोरी पाहण्यात दंग होण्यापेक्षा सर्वप्रथम टेपरेकॉर्डर पाहायला पाहिजे. मी कादंबरी संपवतो. माझ्या अंगात ताप चढला आहे. मी माझा चेहरा कादंबरीनं झाकून झोपी जातो.

मला स्वप्न पडतं.

मी खूप पिलोय. प्रचंड नशा झालीय आणि मी खानोलकर सरांच्या घरात घुसलोय. मी जोरजोरात ओरडतोय 'ही अपर्णा माझी आहे. तुम्ही चोर आहात.' सर आणि सरांची पत्नी प्रचंड बेचैन झालेत. अपर्णा हवालदिल होऊन उभी आहे. मी खूप प्रयत्न करतो. मला अपर्णा म्हणायचं नसतं 'ही कादंबरी माझी आहे. तुम्ही चोर आहात' म्हणून मला ओरडायचं असत. पण प्रयत्न करुनही जमत नाही. मी ओरडतो. 'ही अपर्णा माझी आहेऽ' तसे सर येऊन मला पकडतात आणि खेचून घराबाहेर काढू लागतात. माझं स्वप्न भंगतं. केशवनं माझा हात खेचून मला झोपेतून जागं केलं होतं.

आम्ही सकाळीच खानोलकरांचं घर गाठलं. मी, केशव आणि आमचा गेस्ट असे तिघेजण होतो. अपर्णाने दार उघडले. आमचं सकाळीचं येणं पाहून तिचा चेहरा बदलला. 'सरांना भेटायचंय' मी म्हणालो.

अपर्णा दारातंच उभी होती. 'सर पहाटेच धारवाडला गेलेत. रात्री फोन आला होता. आमच्या काकांना हार्टअॅटॅक आलाय.' 'दार तर उघडा' केशव धीटपणे बोलला.

‘सर नाहीत’ पुन्हा अपर्णा. आम्ही बैठकीत प्रवेश करतो.

कदाचित मॅडमनी आम्हांला दुरून येताना पाहिलं असणार आणि अपर्णाला दार बंद करायला सांगितलं असणार.

‘केशव माझ्यामागून ये’ मी आणि केशव बेडरूमकडे धावलो. आमच्या मागे मॅडम. ‘अरे, असे काय करताय ?’ आम्ही काहीच ऐकलं नाही. बेडरूममध्ये घुसलो. सर वर्तमानपत्रातील प्रकाशन समारंभाच्या बातम्या वाचत पहुडले होते. आम्हांला पाहून त्यांनी स्मित केलं. उठून बसले. आम्ही अवघडलो. ‘अरे, बसा असे. आमच्या घरात स्पर्शास्पर्श नाही. बसा.’ आम्ही उभेच राहिलो.

‘बैठकीत बसू या. आमच्या बरोबर गेस्ट आहे’ सरांनी आमचं म्हणणं मान्य केलं. आम्ही बैठकीत आलो. अपर्णा ओशाळली होती. ‘पप्पांना रात्री बी. पी. चा त्रास झाला. रात्री ते बेशुद्ध झाले होते. डॉक्टरांनी पूर्ण विश्रांतीचा सल्ला दिला आहे. त्यांना खूप बोलू देऊ नका’ मी बेभान झालो होतो. कधी एकदा मनातला संताप ओकावा असं झालं होतं. ‘डॉ. खानोलकर ही कादंबरी तुम्ही माझ्या कथेवरून लिहिली आहे. यातला नायक मी आहे. यातली सर्व वाक्ये माझ्या तोंडची आहेत’ सर धीरगंभीर. अपर्णा रागाने थरथरते आहे. ‘अरे, सर महाराष्ट्रातले थोर लेखक आहेत. त्यांनी मराठीची आयुष्यभर सेवा केली आहे. त्यांना अनेक मान सन्मान मिळाले आहेत. त्यांच्यावर तुम्ही आरोप करताय ? तुम्हांला घरात घेतले हीच चूक झाली आमची. तुमची जागा घराबाहेर, पायरीजवळ आहे. समजलं ?’ मीही बेभान झालो. ‘सरांनी माझी कथा चोरलीय. त्यांना आमच्या जीवनावर काय लिहिता येतं ?’ ‘अरे, कल्पनाशक्तीच्या जोरावर कुणालाही दलितांचं चित्रण करता येईल. प्रतिभाशाली लेखकाला हे अवघड नाही’ सर गंभीरपणे आम्हांला समजावत होते.

‘प्रतिभाशालीऽ ?’ केशव खवचटपणे हसला. गेस्ट शांतपणे बसून होता. माझा मात्र तोल सुटला होता.

‘ही कादंबरी काल्पनिक नाही. ही कादंबरी वास्तव आहे. तुम्ही मला गोड बोलून, चहा पाजून माझ्याकडून अनेक वाक्ये काढून घेतली. माझ्या कथेची कादंबरी केली. यातला नायक मी आहे. मी.’ मी बेभानपणे बोलत असताना फोनची रिंग वाजते. वातावरणात तणावपूर्ण शांतता पसरलेली. अपर्णा फोन उचलते. दैनिकाच्या संपादकाचा फोन असतो. घरात काहीच घडलं नाही अशा आवाजात सर फोनवर बोलू लागतात. ‘अहो पहिल्याच दिवशी घरावर दलितांचा मोर्चा आलाय. हे माझ्या लेखनाचं यश आहे. होस्टेलवरील दलित तरुण आहेत. त्यांना ही कादंबरी काल्पनिक वाटत नाही. एक तर म्हणतोय या कादंबरीतला नायक मीच आहे. वाचकांना असं वाटणं यातच कलाकृतीचे खरे सामर्थ्य असते. अजून ती मंडळी ठाण मांडून बसली आहेत. तुमचा कॅमेरामन आणि प्रतिनिधी पाठवा. चांगली न्यूज होईल. वेळ असेल तर तुम्हीच या.

दुपारचं जेवणही घेता येईल. तुम्ही खूप दिवसात आला नाहीत. हो. हो.' सर फोन ठेवतात.

'निघू या' मी.

'अरे थांबा. चहा घेऊन जा. घाई कसली ?' सर

'आता प्रेसचा कॅमेरामन येईल. आमचे फोटो घेईल. उद्या फ्रंट पेजवर बातमी येईल. तुमचं पुस्तक दुपटीने खपेल. चला रेऽ याचा चहा परवडणार नाही.' 'आम्ही सर्वजण उठतो. सर थांबण्याचा आग्रह करतात. आम्ही घराबाहेर पडतो. सर दारापर्यंत येतात.

'असेच लेखन करा. तुमचे पुतळे उभारतील.'

केशव निघता निघता उद्वेगाने बोलतो. सर दारात हात जोडून उभे आहेत. अगदी पुतळ्यासारखे. मॅडम त्यांना घरात ओढत आहेत आणि अपर्णा दार बंद करण्याच्या पावित्र्यात उभी आहे.

आम्ही घराबाहेर पडतो आणि कॅमेरामन घरात घुसतो. केशव जोरजोरात हसतोय. मी मात्र स्मशानातून परतल्यासारखा सुन्नपणे परततोय.

दलित ब्राह्मण
दलित ब्राह्मण
दलित ब्राह्मण
दलित ब्राह्मण

२

आत्मकथा

दलित साहित्याची बेहद्द चर्चा होत होती. दलित लेखकांच्या आत्मचरित्रांना खूप प्रसिद्धी मिळत होती. एखादे आत्मचरित्र प्रकाशित व्हायचे आणि दिवसातून तो लेखक मोठा व्हायचा. त्याला पुरस्कार मिळायचे. त्याचे सत्कार सुरू व्हायचे. त्याची प्रशंसा करणारे लेखन सतत छापलं जायचं. मग त्याची शासनाच्या समित्यांवर वर्णी लागायची. त्याचे कपडे बदलायचे. त्याची भाषा बदलायची. त्याचे राहणीमान बदलायचे. तो बदलायचा.

माझ्यासारख्या नवोदित दलित लेखकाला हे वातावरण पाहून फुलून यावं वाटायचं. 'आपणही आत्मचरित्र लिहिले पाहिजे, ते गाजलं पाहिजे, आपल्यालाही पुरस्कार मिळाला पाहिजे.' मी झपाटून दलित साहित्य वाचायचो. दलित साहित्य म्हणजे एक आंदोलन आहे. दलित साहित्याने प्रस्थापित साहित्याला हादरा दिला आहे. ह्या साहित्याची जातकुळीच मुळी वेगळी आहे. जो लिहितो तो लेखक होतो. त्याचे अनुभव आजवर साहित्यात व्यक्त न झालेले आहेत. त्याचा ओबडधोबड अनुभवही वाचकाच्या काळजाचा ठाव घेणारा आहे. दलित लेखकाच्या पुस्तकातील वास्तव अनुभव वाचकांना अंतर्मुख करणारे आहेत. दलित साहित्याविषयी होणारी विपुल चर्चा ऐकून माझ्या अंगात बळ संचारायचं. माझे अनुभव इतरांपेक्षा वेगळे आहेत. मीही खूप भोगलेय. पाहिलेय. माझ्याइतकं कोणी सोसलं नसणार. मी आत्मचरित्र लिहिले तर नक्कीच गाजणार. इतरांपेक्षा ते वेगळे ठरेल. दलित साहित्यातील मी एक वादळी नाव होईन. मला

लिहिलेच पाहिजे. मी दलित लेखकांची सर्व आत्मचरित्रे वाचली. त्यांच्यापेक्षा माझ्या अनुभवात ताकद आहे. मी विचार करायचो.

पण माझे पुस्तक कोण छापेल ? आपल्या ओळखी नाहीत. काही दलित लेखकांना पत्रे लिहून पहावीत. मी दलित लेखकांचे पत्ते मिळवतो आणि प्रत्येकाला पत्र पाठवतो. पत्रात प्रत्येकाची स्तुती करतो. त्यांच्या लेखनाची प्रशंसा करतो. शेवटी 'मी ही आत्मचरित्र लिहीत आहे. आपले मार्गदर्शन हवे' म्हणून पत्र संपवतो.

आठवड्याने काही दलित लेखकांची पत्रे येतात. प्रत्येकजण मला आत्मचरित्र लिहिण्यास प्रेरणा देतो. त्यांची पत्रे मी पुन:पुन्हा वाचतो. त्यांना पुन्हा पत्रे लिहितो. मी लेखक होण्याच्या वेडाने झपाटतो. रोज लेखन करू लागतो. मला लवकरात लवकर आत्मचरित्र लिहिले पाहिजे. माझ्या अगोदर आणखी कोणाचे आत्मचरित्र प्रकाशित होऊ नये. कारण माझ्या जातीतला मी पहिला लेखक ठरेन. विलंब झाला तर दुसरा कोणी लिहील. त्याची चर्चा होईल आणि मी मागे पडेन.

अनुसूचित जातींमध्ये माझी जात वेगळी आहे. माझ्या जातीचे वैशिष्ट्य वेगळे आहे. माझ्या जातीचे दु:ख अजून दलित साहित्यात व्यक्त झाले नाही. दलित साहित्यात 'महार' ह्या जातीचेच अनुभव व्यक्त झाले आहेत. दलितांमध्ये अनेक जाती आहेत. त्यांच्यापर्यंत अजून शिक्षणाचे लोण पोहचले नाही. त्यांना अजून सवलतींचा लाभ घेता आलेला नाही. बाबासाहेब आंबेडकरांमुळे महार जात लवकर शिक्षित झाली. संघटित झाली. ह्या जातीकडे संघटना आहे. त्यामुळे त्यांना सवलतींचा लाभ मिळाला. परंतु, दलितांमधल्या अन्य जाती अजूनही अंधारातच चाचपडत आहेत. आता त्यांना बाबासाहेबांच्या विचारांचे महत्त्व कळत आहे. आंबेडकरी विचार हा सर्वहारांचा विचार आहे. आमच्या सर्वांच्या मुक्तीचा विचार आहे. ह्याची जाणीव होत आहे.

दलितांमधल्या सर्व जाती संघटित होत आहेत. आपणही ह्या लढाईत उतरले पाहिजे. दलित साहित्य ही एक चळवळ आहे. ह्या चळवळीत सक्रीय झाले पाहिजे. दलित साहित्यात आपल्या जातीचे दु:ख व्यक्त झाले पाहिजे. आपले दु:ख व्यक्त करण्यासाठी आत्मचरित्र हा अत्यंत जिव्हाळ्याचा वाङ्मयप्रकार आहे.

मी आत्मचरित्र लिहून पूर्ण करतो. हस्तलिखित घेऊन काही दलित लेखकांच्या भेटी घेतो. त्यांना माझ्या आत्मचरित्रातील काही प्रसंग वाचून दाखवतो. प्रत्येकजण आपुलकीने ऐकतो. हादरतो. म्हणतो. 'तू चांगले लिहिले आहेस. तुझे आत्मचरित्र गाजेल' मलाही बरे वाटते. आपल्याला पुरस्कार मिळतील. आपण परदेशात जाऊन येऊ. मी पतंगासारखा हवेत तरंगू लागतो. आता आपण लेखक होणार. आपले पुस्तक गाजणार. ह्या भावनेने मला वेडावून टाकले आहे.

मी, प्रा. बाळासाहेब कांबळे ह्यांची भेट घेतो. घरात गेल्या गेल्या त्यांचे दर्शन घेतो. तेही सुखावतात. माझी पाठ थोपटतात. मी त्यांना माझे हस्तलिखित दाखवतो.

ते हस्तलिखित घेतात. चाळतात. मला चहा मिळतो. मी चहाचे घोट घेऊ लागतो. प्रा. कांबळे बोलू लागतात. 'इतके मोठे आत्मचरित्र कोणी छापत नाही. यात काटछाट करावी लागेल. तोचतोपणा काढून टाकू. आत्मचरित्र अगदी वाचनीय झाले पाहिजे. कागदाच्या किंमती वाढल्या आहेत. पुस्तक मोठे झाले की त्याची किंमत वाढते. मग वाचक विकत घेऊन वाचत नाही. मी हस्तलिखित वाचून पाहातो. माझ्याकडे राहू दे. पुढल्या रविवारी ये' मी होकार देतो.

माझे हस्तलिखित प्रा. कांबळेंकडे ठेवून मी त्यांचा निरोप घेतो. आठवड्यात हस्तलिखित वाचून काढतील. काही मौलिक सूचना करतील. पण हस्तलिखित गहाळ तर होणार नाही ? मी अस्वस्थ होतो. तरीही मनावर दगड ठेवतो. कारण मला मार्गदर्शन हवे आहे. प्रा. कांबळे मला प्रकाशक मिळवून देणार आहेत. त्यांच्या प्रकाशकांशी ओळखी आहेत. मी एकेक दिवस जपमाळेसारखा मोजू लागतो. कधी एकदा रविवार उजाडेल असे होते.

रविवार येतो.

मी प्रा. कांबळेंचं घर गाठतो. दारावरची बेल दाबतो. दार उघडले जाते. मी कांबळे सरांची चौकशी करतो. उत्तर मिळते, 'सर रात्री उशिरापर्यंत काम करतात. ते झोपलेले आहेत. तुम्ही दुपारी या' मी हिरमुसला होतो. आता दुपारपर्यंत काय करायचे ? तोपर्यन्त प्रा. कांबळे ह्यांचे दारही बंद झालेले असते.

मी पुन्हा दुपारी जातो. दार उघडते. मी घरात प्रवेश करतो. बैठकीत आगंतुकासारखा बसतो. रविवार वर्तमानपत्राच्या पुरवण्या टेबलावर पडलेल्या असतात. मी वर्तमानपत्र चाळतो. त्यात प्रा. कांबळे यांच्या पुस्तकावर परिक्षण छापले आहे. मी परीक्षण वाचू लागतो. सर उठलेले असतात. त्यांच्या खोकण्याचा आवाज ऐकू येतो. त्यांना त्यांच्या खोलीत चहा पाठवला जातो. मला बैठकीत चहा मिळतो. सरांची हालचाल ऐकू येते. पण ते मात्र अजूनही येत नाहीत. मी आलेलं त्यांना कळवलेलं असतं.

मी माझ्या डायरीत नोंद करतो. आपल्याला पुरस्कार मिळेल. आपण असा बंगला बांधू. आपणाकडे नवोदित लेखक मार्गदर्शनाला येईल तेव्हा आपण कांबळेंसारखे खोकणार. गुणगुणणार. आपली बायको नवोदिताला सांगेल 'नंतर या. सर कामात आहेत. वगैरे'. मी स्वप्नात रंगलेलो असतानाच प्रा. कांबळे येतात. मी त्यांना पाहून हसू आणतो. ते आपल्या खुर्चीत बसतात. मी हस्तलिखिताविषयी विचारण्याअगोदरच ते हस्तलिखिताविषयी बोलू लागतात, 'तुझं हस्तलिखित वाचलं. चांगलं आहे. छापता येईल. पण त्यात अजून काही भर घातली पाहिजे. त्याशिवाय ते गाजणार नाही' मी शिष्यासारखा आज्ञाधारकपणे ऐकू लागतो. प्रा. कांबळे सर सांगू लागतात, 'तुला आणखी लिहावं लागेल. तुझे अनुभव संपले असतील, तर विचार कर. तू तुझा अनुभव लिहिला असशील, आणखीन आठव. टीपणं काढ. एवढे अनुभव पुरेसे

नाहीत. आत्मचरित्रातील सर्व अनुभव आपलेच असले पाहिजेत असा काही कायदा नाही. त्यात काही काल्पनिक अनुभव घाल. तुझ्या मित्रांचे, लोकांचे अनुभव स्वत:चे म्हणून लिही. त्यामुळे अनुभव वाढतील. तुझे अनुभव खरे आहेत का खोटे आहेत ह्याची पोलीस चौकशी होत नाही. मधमाशी जसे सगळीकडून मध गोळा करते तसे तुला अनुभव जमा केले पाहिजेत. मग या अनुभवांचं पोळं बनेल. तुझ्या एकट्याच्या अनुभवाचे मोहोळ होईल. आपल्याला आग्यामोहोळ हवे आहे. समजलं ? तुला ह्यात भर घातली पाहिजे.' प्रा. कांबळे सरांचे मार्गदर्शन मला अत्यंत मोलाचे वाटते. आतापर्यंत असा गुरू भेटला नाही. मी सुखावतो. 'सर, तुम्ही म्हणताय त्याप्रमाणे लिहीन. तसे खूप अनुभव आहेत. माझं आत्मचरित्र तुम्हांलाच अर्पण करणार आहे. तुमच्याहस्तेच माझ्या पुस्तकाचं प्रकाशन होईल. तुम्ही माझे गॉडफादर आहात' कांबळे सर शांतपणे म्हणतात, 'तू अगोदर लिही तर' त्यांचा आवाज खूपच अनुभवी वाटतो. कदाचित ते नवोदित असताना त्यांनी खूप उमेदवारी केली असावी. मला माझं भाबडंपण उमगतं. मी गप्प बसतो. 'मी सांगितल्याप्रमाणे पुन्हा एकदा लिहून काढ. मग वाचूयात. नंतर कुठल्या प्रकाशकाला द्यायचे ते ठरवता येईल.'

'सर, मला साहित्य अकादमीचा पुरस्कार मिळेल ?'

'अरे, लिहिण्याअगोदरच पुरस्कारचे स्वप्न पाहू नकोस. तुझे आत्मचरित्र चांगले आहे. त्याला पुरस्कार मिळेल. ते व्यवस्थित लिहून पूर्ण कर.'

'सर, तुम्ही मला प्रेरणा दिलीत.'

'हे बघ, तुझ्या आत्मचरित्राचे नाव खूप चांगले आहे. ते कुणाला सांगू नकोस. नाही तर कुणीतरी नाव चोरेल.'

मी गंभीर होतो. मला डॉ. खानोलकरांची आठवण होते.

प्रा. कांबळे खानोलकरांचं नाव ऐकून चिडतात. 'आपण सवर्ण लेखकांकडे जाऊ नये. दलित लेखकांकडे जावे. त्यांचे मार्गदर्शन घ्यावे. त्यांच्या प्रस्तावना घ्याव्या. त्यांना पुस्तक अर्पण करावे. सवर्ण लेखक आपल्या दलित लेखकांच्या प्रस्तावना घेतो का ? तो आपले पुस्तक दलित लेखकाला अर्पण करतो का ? मग आपणच हे का करायचे ?' मला प्रा. कांबळे सरांचा विचार आवडतो.

मी रूमवर येतो. हस्तलिखित चाळतो. प्रा. कांबळेंनी मनापासून माझं हस्तलिखित वाचलेलं असतं. त्यांनी प्रत्येक पानावर खुणा केलेल्या आहेत. सूचना लिहिल्या आहेत. मला प्रा. कांबळेंबद्दल आदर वाटतो. मी माझ्या आत्मचरित्रातील पहिल्या पानावरच दुसऱ्याचा ऐकलेला अनुभव माझा म्हणून लिहितो. आता खऱ्या अर्थाने माझे आत्मचरित्र अधिक चांगले होईल.

मला वाटतं, आपण एकट्या कांबळे सरांचेच मार्गदर्शन घेऊ नये. आणखी एक दोघा जाणकारांना भेटले पाहिजे. त्यामुळे आपले पुस्तक अधिक चांगले निघेल.

मी ॲड. बंदसोडे साहेबांच्या घरी गेलो. त्यांनी दलित साहित्यावर पीएच्. डी. केली आहे. मी त्यांना माझे हस्तलिखित वाचायला दिले. प्रा. कांबळे सरांच्या मार्गदर्शनाविषयी सांगितले. तसे ॲड. बंदसोडे चिडले. त्यांनी माझं तोंडसुख घेतलं. 'प्रा. कांबळे हिंदुत्त्ववादी आहेत. ते हिंदुत्त्ववाद्यांच्या व्यासपीठावर जातात. त्यांना बाबासाहेबांचे नाव घेण्याचा अधिकार नाही. हिंदुत्त्ववाद्यांना आपण उघड्यावर पाडले पाहिजे. हे आपल्या चळवळीतील छुपे शत्रू आहेत.' ॲड. बंदसोडे साहेबांचे डोळे संतापाने लाल झाले होते.

ॲड. बंदसोडे साहेबांकडे माझे हस्तलिखित खूप दिवस पडून होते. त्यांची भेट व्हायची नाही. शेवटी मी कोर्टात गेलो. त्यांना गाठले. त्यांनी माझे हस्तलिखित अजूनही वाचले नव्हते. त्यांच्याबरोबर त्यांच्या घरी गेलो. हस्तलिखित परत मागितले. ते चिडले. 'माझ्याकडे अनेक हस्तलिखिते येऊन पडली आहेत. मला वेळ नाही. मी सवडीने वाचेन. तू हस्तलिखित घेऊन जा' मी निमूटपणे हस्तलिखित घेतले आणि त्यांचे ऑफिस कम घर सोडले.

मी ॲड. बंदसोडेकडे गेल्याचे प्रा. कांबळे सरांना कळाले होते. तेही माझ्यावर चिडले होते.

खूप दिवसातून प्रा. काळे यांचे पत्र आले. ते एका मासिकाचे संपादक होते. त्यांनाही मी पत्र लिहायचो. ते माझ्या लेखनाची अधूनमधून चौकशी करायचे. मी एकदा त्यांना भेटायला गेलो. त्यांना खूप आनंद झाला. त्यांनी माझं हस्तलिखित कुतुहलानं वाचलं. आमच्या चर्चेत ॲड. बंदसोडे ह्यांचे नाव निघाले. तसे प्रा. काळे खवळले. 'ॲड. बंदसोडे हे मार्क्सवादी आहेत. बाबासाहेबांचा मार्क्सवादाला विरोध होता. म्हणून तर त्यांनी बौद्ध धर्माचा स्वीकार केला. आपण कम्युनिस्टांपासून चार हात दूर राहिले पाहिजे' मी गडबडलो. प्रा. काळे स्वत:ला आंबेडकरवादी म्हणवित. मी निमूटपणे ऐकत होतो. ते मला ऐकवत होते, 'आपले मासिक आहे. त्यात तुझे आत्मचरित्र क्रमश: प्रकाशित करू. सर्व दलित लेखकांचे पहिले लेखन आपल्या मासिकात प्रसिद्ध झाले आहे. आपले मासिक असताना आपण आपले साहित्य दुसरीकडे का पाठवायचे ?' मी मनातल्या मनात गणित करू लागलो. आपले आत्मचरित्र मासिकामधून क्रमश: वर्षभर छापले जाणार. मग त्याचे पुस्तक निघणार. त्यापूर्वी दुसऱ्या कोणाचे पुस्तक आले तर ? हा खूप मोठा काळ आहे. मी स्वत:ला सावरले. प्रा. काळेंचा निरोप घेतला. आत्मचरित्राचे पुनर्लेखन करून एकेक भाग प्रसिद्धीसाठी पाठवेन म्हणून त्यांच्या घराबाहेर पडलो.

आपले आत्मचरित्र दलित मासिकात छापण्यापेक्षा एखाद्या चांगल्या दैनिकात का छापू नये ? दैनिकाचा मोठा खप असतो. आपण अनेक वाचकांपर्यंत पोहचू. मी निश्चय करतो आणि आत्मचरित्राचा एक भाग दै. केसरीकडे पाठवतो. आता प्रा. कांबळे,

ॲड. बंदसोडे आणि प्रा. काळे ह्यांना माझे आत्मचरित्र वर्तमानपत्रातूनच वाचायला मिळेल. त्यांच्या मार्गदर्शनाशिवाय आपले काही अडणार नाही. आपल्या लेखनात दम आहे.

सायंकाळचा वेळ. सार्वजनिक वाचनालयात गेलेलो. तिथे ओळखीचे मित्र भेटायचे. चहा व्हायचा. चर्चा व्हायच्या. वाचनालयाच्या दारातंच अपर्णा खानोलकर भेटली. आकस्मित. अगदी हसून. माझ्या गालावर हसू जमा होतं. दवासारखं. ती जवळ येते. 'अरे, तुझे आत्मचरित्र खूपच चांगले झालेय. मला खूप आवडले.' मी गोंधळलो. अपर्णाला माझे आत्मचरित्र कसे मिळाले ? मला काही कळेना. तिनेच खुलासा केला. 'सर सेवानिवृत्त झाल्यापासून दै. केसरीच्या रविवार आवृत्तीचं काम पाहातात. वर्तमानपत्राकडे जमलेलं साहित्य सरांना वाचण्यासाठी घरी आणून दिलं जातं. सर सध्या एका इंग्रजी कादंबरीचा अनुवाद करत आहेत. त्यामुळे वर्तमानपत्राकडे आलेले साहित्य मीच वाचून पाहाते. तुझ्या आत्मचरित्राचा भाग या रविवारी घेतला आहे. तू तुझा फोटो आणून दे ना. म्हणजे फोटोसह छापता येईल' अपर्णा मला खूपच मोठी वाटली.

माझे आत्मचरित्र रविवार अंकात प्रकाशित झाले. भेटणाऱ्यांनी खूप प्रशंसा केली. मला खूप बरे वाटले. एक भाग प्रकाशित झाला तर एवढी चर्चा होतेय, पूर्ण पुस्तक प्रकाशित झाले तर आपण निश्चित गाजणार. आपले हस्तलिखित खानोलकर सरांकडे दिले पाहिजे. ते वर्तमानपत्रातून क्रमशः छापून येईल. मी हस्तलिखित घेतो आणि खानोलकर सरांचं घर गाठतो. सर प्रशस्त बसलेले. सरांच्या पुढे प्रा. कांबळे, प्रा. काळे व ॲड. बंदसोडे नवोदितासारखे बसलेले. त्यांच्यात कसली तरी चर्चा चालू होती. मी गेलो. माझं सर्वांनीच अभिनंदन केलं. माझ्या लेखनाची स्तुती केली. माझ्या हातातल्या हस्तलिखिताकडे सर्वांचे डोळे लागले होते. मी स्थितप्रज्ञासारखा बसून राहिलो.

थोड्या वेळाने प्रा. कांबळे, प्रा. काळे आणि ॲड. बंदसोडे निघून गेले.

मी माझी खुर्ची बदलली. सरांच्या जवळ जाऊन बसलो. त्यांना माझं हस्तलिखित दिलं. ते त्यांनी चाळलं. मधयेच काहातरी आठवल्यासारखे करून त्यांनी माझ्याकडे सूक्ष्मपणे पाहिले. 'बरं झालं तू आलास, सकाळीच कुलकर्णींचा फोन होता. त्यांनी वर्तमानपत्रातले तुझे लेखन वाचले आहे. तुझे अनुभव वाचून त्यांना रडू आले. ते येणारच आहेत. आपण त्यांना हस्तलिखित देऊन टाकू. चांगलं पुस्तक काढतात' मी सुखावलो.

'सर तुम्ही प्रस्तावना लिहाल का ?' मी. 'जरूर, मला आवडेल. सध्या मी एका इंग्रजी कादंबरीचा अनुवाद करतोय. मला हस्तलिखित वाचायला वेळ नाही. तीनशे शब्दांत तुझ्या आत्मचरित्राचा सारांश लिहून काढ. काही पॉइंट्स काढ. दलित

आत्मचरित्राविषयी काही छापून आलं असेल तर आणून दे. प्रस्तावना लिहिताना त्याचा उपयोग होईल' सरांचं म्हणणं मी तात्काळ मान्य केलं. सरांना समाधान वाटलं. ते बोलू लागले, 'प्रा. कांबळे माझ्याकडेच पीएच्. डी करतात. प्रा. काळेंनाही माझ्याकडे पीएच्. डी. करायची आहे. दलितांना गाईड मिळत नाही. माझ्याकडे आता जागा नाही. मी रिटायर झालोय. माझीच कामे पडली आहेत. मी दलित साहित्यावर खूप पूर्वी एक लेख लिहिला होता. त्याची खूप चर्चा झाली होती. पण दलित लेखक माझा उल्लेख करत नाहीत.' सरांचा आवाज जड झाला होता. मी अपराध्यासारखा अस्वस्थ झालो होतो.

३

संबोधी

प्रा. डॉ. खानोलकर सरांनी मला भेटण्यासाठी चारची वेळ दिली होती. मी खानोलकर सरांचा विद्यार्थी. गेल्या महिन्यात 'सूर्य' नावाचा माझा कवितासंग्रह प्रकाशित झालाय. मला 'सूर्य' सरांना भेट द्यावयाचा आहे. मी दारावरची बेल दाबतो आणि सरांच्या बंगल्यात 'डिंग डाँग' चे स्वर निनादू लागतात. मी आल्याची कोमलपणे सूचना देणारे ते स्वर ऐकून मला त्या दारावरच्या बेलची आपुलकी वाटू लागते. थोड्या वेळाने पावलांचा आवाज ऐकू येतो. दार उघडले जाते. सरांची पत्नी असावी.

'मी अमर बनसोडे, सर आहेत ?'

'हं. आहेत, या.'

मी सरांच्या बैठकीत प्रवेश करतो.

सरांचा हा प्रशस्त बंगला. बैठकीतील आलिशान वातावरण. समृद्ध ग्रंथालय. भिंतीवर टांगलेले ज्ञानेश्वराचे विलोभनीय तैलचित्र. आकर्षक वॉल क्लॉक. अवती भवती फुलांच्या कुंड्या. खिडक्यांना लगडलेले हिरवेगार मखमली पडदे. बैठकीच्या डाव्या बाजूला टीव्ही., शेजारीच फोन. पलीकडे नटराजाची उंच मूर्ती. व्यवस्थित रचून ठेवलेल्या तक्क्या व गाद्या.

सर येतात. मी उठून नमस्कार करतो.

सर एखाद्या संस्थानिकासारखे आपल्या आसनावर विराजमान होतात.

मी माझ्या संग्रहाची एक प्रत सरांना भेट देतो. सर हसत

पुस्तक हाती घेतात.

'पुस्तक खूप देखणं काढलं आहे. मी वाचून लिहीन. खूप लिहा. खूप वाचा. प्रसिद्धीने हुरळून जाऊ नका. तुम्ही लोकांनी खूप भोगलं आहे. तुम्ही विषमतेविरुद्ध प्रखरपणे बोलले पाहिजे. पण तुमच्या साहित्यात इतरांचा द्वेष सूडबुद्धी असू नये. रक्तपाताने आपण काय साधणार आहोत ? मराठीतील पहिला दलित लेखक हे ज्ञानेश्वर आहेत. त्यांनाही कर्मठांनी खूप छळलं आहे.' सर बोलत होते. मी 'हो हो' म्हणत होतो.

इतक्यात सरांची मुलगी सुपर्णा येते. सर माझी तिला ओळख करून देतात.

'हा अमर बनसोडे. दलित कवी आहे. सध्या पुण्याला बँकेत क्लार्क म्हणून काम करतोय. चार वर्षांपूर्वी आपल्या कॉलेजला होता.'

'ही माझी मुलगी सुपर्णा. एम.बी.बी.एस. च्या दुसऱ्या वर्षाला आहे.'

सुपर्णा मला सुंदर पुस्तकाच्या कव्हरसारखी सुंदर दिसतेय. फॅनच्या वाऱ्याने तिचे केस साळीच्या शिवारासारखे डोलत आहेत. सुपर्णा आतल्या खोलीत जाते, पण तिचं क्षणभराचं अस्तित्व माझ्या अंत:करणात सुगंधासारखं दरवळत राहतं. मी सरांचा निरोप घेतो.

सरांची एकदा एका कार्यक्रमात भेट होते. सर, सरांची पत्नी, अपर्णा आणि सुपर्णा कार्यक्रमाला आलेले असतात. कार्यक्रमाचे पाहुणे हे सरांचे स्नेही असतात. सर म्हणजे मराठी साहित्यातील एक बडं प्रस्थच. मी सरांच्याकडे जातो. सर हसून स्वागत करतात. अपर्णाच्या चेहऱ्यावरही हसू दाटतं. सर माझी पाहुण्यांना ओळख करून देतात.

'हा अमर बनसोडे. दलित कवी आहे.' कार्यक्रमानंतर आम्ही सर्वजण चहा घेतो.

मी घरी आलो. टेबलावर खानोलकर सरांना भेट दिलेले पुस्तक पडले होते. मला काहीच कळेना. हे पुस्तक येथे कसे ? मी पुस्तक चाळले. अनेक ठिकाणी रेषा ओढल्या होत्या, अश्लील शब्दांवर फुल्या मारल्या होत्या. मी आईला विचारले, 'पुस्तक कोणी आणून दिले ?' आईने भोसले गुरुजींच्या मुलाचे नाव सांगितले.

मी भोसले गुरुजींच्या घरी गेलो. गुरुजी भगवद्गीता वाचत बसले होते. त्यांची माझी ओळख नव्हती. त्यांचा मुलगा औषध आणण्यासाठी गेला होता. मी त्याची वाट पाहात तिथेच थांबलो.

थोड्या वेळाने भोसले गुरुजींचा मुलगा आला. मी त्याला माझ्या पुस्तकाबद्दल विचारले. त्यालाही ते पुस्तक त्याच्या मित्राने दिले होते. त्याचे मित्र सदाफुले हे रेल्वेत नोकरीला होते. प्रवासात माझे पुस्तक चाळले होते आणि म्हणूनच त्यांनी भोसले गुरुजींच्या मुलाच्या हातून ते पुस्तक माझ्याकडे पाठवले होते. पुस्तक वाचून त्यांना

माझी जात कळली होती. पुस्तकातील अश्लील शब्द वाचून त्यांच्या लहान मुलाने त्यांना त्या शब्दाचे अर्थ विचारले होते. म्हणूनच घरात भांडणही झाले होते. 'हे पुस्तक मुलाच्या हाती लागू का दिलेस ?' म्हणून त्यांनी आपल्या बायकोची कानउघाडणीही केली होती.

प्रवासात माझी व सदाफुले यांची खूपच मैत्री जमली होती, म्हणून माझा पत्ता त्यांना दिला होता. माझ्याकडेही सदाफुले यांचा पत्ता होता, मी त्यांच्या घरी निघालो.

सदाफुले रेल्वेत कामाला असले तरी त्यांना साहित्यात खूप रस होता. त्यांनी नाईट ड्युटी करता करता अनेक पुस्तके वाचली होती आणि त्यांच्या वाचण्याच्या अफाट वेडामुळेच मी त्यांची ओळख करून घेतली होती. त्यांनी उपरा, बलुतं, तराळ अंतराळ ही पुस्तके वाचली होती.

मी सदाफुलेंच्या घरी गेलो. त्यांच्या घरी सत्यनारायणाची पूजा घातली होती. मीही सत्यनारायणापुढे पंचवीस पैसे ठेवले, दर्शन घेतले, प्रसाद घेतला. सदाफुलेंनी माझ्या येण्याबद्दल विचारपूस केली. मी पुस्तकाचा विषय काढला. त्यांना ते पुस्तक रद्दी डेपोत मिळाले होते.

मला काहीच कळत नव्हते. खानोलकर सरांना भेट दिलेले पुस्तक शहीद रद्दी डेपोत कसे आले ? मी शहीद रद्दी डेपोवाल्याकडे गेलो. रद्दीवाल्यानेच सदाफुलेंना पुस्तक वाचण्यासाठी दिले होते. अगदी नवे कोरे पुस्तक रद्दीत आलेले. सदाफुलेंना वाचण्याचा प्रचंड व्यासंग. सदाफुले या रद्दी डेपोतून काही चांगली पुस्तके विकत घेत असे. रद्दीवाल्याने माझे पुस्तक सदाफुलेंना फुकट देऊन टाकले होते. सदाफुलेंनी मोबदल्यात चहा पाजला होता.

मी त्या रद्दीवाल्याजवळ बसलो. त्याला चहा पाजला. मी सदाफुलेंचा मित्र आहे म्हणून सांगितले. थोड्या गप्पा झाल्या. भगवद्‌गीता, तुकाराम, कुसुमाग्रज, मर्ढेकर यांची पुस्तके रद्दीत पडली होती. दिवाळी अंक, मासिकं, गाईड, जाडजूड इंग्रजी पुस्तके रद्दीत मांडून ठेवली होती. येथे वजनावर शेक्सपिअर विकला जात होता. माझ्या पुस्तकाचे वजन केवळ नव्वद ग्रॅम होते. ते पंधरा पैशाच्या तिकिटाने पोस्टाने भारतात कुठेही पाठवतात येत होते.

शहीद रद्दीवाल्याने विनोद शहाचे नाव सांगितले. विनोद शहा हा नवोदित कवी. सत्यकथेच्या प्रवाहातला. त्याच्याही कवितासंग्रहाला यावर्षी अनुदान मिळाले आहे. तो यावेळी साहित्य संघात असतो. त्याची माझी ओळख खानोलकर सरांच्या घरीच झाली होती. विनोद शहा अधून-मधून दैनिकांतून पुस्तक परिक्षणेही लिहितो.

विनोद शहा माझ्या कवितेवर बेहद्द खूष होता. बोलतांना तो बऱ्याच वेळा कवितेच्या ओळी उद्‌धृत करायचा. कवितेतल्या एकेक शब्दावर चर्चा करायचा. काही न कळलेल्या शब्दांचा अर्थ विचारायचा. माझ्या कवितेवर त्याचं ते रोमँटिक बोलणं

खूपच अविट वाटत होतं. विनोद शहा म्हणजे गर्दच. त्याचे ते अलंकारिक शब्द. त्याचा तो मोहक हावभाव, डोळ्यात तरळणारे पाणी, अधून-मधून सिगारेटच्या धुराचे उठणारे वलय. बोलता बोलता क्षणभर थांबण्याची लकब. यामुळे मी माझा वैताग विसरून गेलो होतो.

विनोद शहाला माझ्या कविता आवडल्या होता. तर त्यांनी कवितासंग्रह रद्दीत का घालावा ?

'तुझ्याकडे जादा प्रत असेल तर दे. माझ्याकडे तुझ्या पुस्तकाची प्रत नाही. मी त्यावर लिहीन. मी पुस्तकाची किंमत देईन. तुझ्या कविता म्हणजे प्रबोधनाचे आखाडे आहेत' विनोद शहाचे बोलणे संपताच मी शबनममधून कवितासंग्रह काढला. 'तुझ्याकडे जादा प्रत नसेल तर नंतर दे. तसा मी संग्रह वाचलेलाच आहे'. मी विनोद शहाचे बोलणे मध्येच थांबवत कवितासंग्रह पुढे केला. 'हा संग्रह मला रद्दी डेपोत मिळाला' विनोद शहाचा चेहरा पांढरा पडला, कफनासारखा.

'थोडे अश्लील शब्द आहेत त्यात आणि त्यातली बोली भाषा अवघड आहे. घरी सर्वजण पुस्तके वाचतात. त्यांच्या हाती पुस्तक लागले तर उगीच ओरडतील.' विनोद ओशाळला होता. 'दलित साहित्य अश्लील म्हणून, नव्या विचाराला पायबंद घालण्याचा कट आहे. मराठी साहित्यात तर वासनेचा थैमान आहे. ते चालतं. चवीने वाचता. दलित साहित्यातला विद्रोह तुम्हांला आवडत नाही, असे स्पष्ट का सांगत नाही ?' विनोद शहाने मला खूप समजावले. माफी मागितली.

मी प्रा. मधुसुदन जोशींकडे निघालो, त्यांनीच माझा संग्रह शहाला दिला होता.

सरस्वती कॉलनी. आंनदवन बंगला. याच रांगेला शेवटी खानोलकर सरांचा बंगला आहे. मी दारावरची बेल दाबली. कोणीच दार उघडत नाही म्हणून दारावर थाप मारली. बेलचे कनेक्शन काढून सर्व मंडळी टिव्ही पुढे बसली होती. प्रा. जोशी, प्रा. डॉ. खानोलकर सरांकडे पीएच्. डी. करीत होते. जोशी सरांनी त्रासिकपणे दार उघडले. त्यांची पत्नी, मुले टी.व्ही.त गढून गेली होती. माझ्यामुळे त्यांचा मूड डिस्टर्ब झाला होता.

'काय काम काढलं ?' प्रा. जोशी.

'इतकंच, हे पुस्तक तुम्ही विनोद शहाला दिलं ते कोठून मिळवलंत ? मी.

'खानोलकर सरांकडून. ते कवितासंग्रह वाचत नसतात. त्यांनी मला घेऊन जायला सांगितलं, का ?' प्रा. जोशी.

'मी या कवितासंग्रहाचा कवी आहे म्हणून चौकशी केली.' मी.

'ओ हो, एकदा आपली भेट सरांकडे झाली होती. सॉरी, विसरलो बरं का ? या, या. चहा घेऊन जा' प्रा. जोशी.

'नको, मला वेळ नाही, परत कधी येईन.' मी ताडकन् परत फिरलो.

मी दारावरची बेल दाबतो. संगीताचे स्वर अंगावर कडे कोसळल्यागत कोसळताहेत.

अपर्णा दार उघडतेय.

मी आत प्रवेश करतो. सर टी.व्ही. पुढून येतात. सरांचा प्रशस्त दिवाणखाना. त्यांची प्रशस्त पर्सनॅलिटी. भव्य कपाळ, डोक्यावरील केस झडून गेलेले. चेहऱ्यावर ग्रीष्मासारखा गंभीर भाव. डोळे उन्हाळ्यातील भर दुपारच्या आभाळासारखे. सर आसनस्थ होतात.

'कसा काय आलास ?'

'उद्या निघातोय, निरोप घ्यावा म्हणलं.'

'परत कधी येणार ?'

'अजून काही विचार केला नाही.'

'अच्छा.'

'सर माझं पुस्तक वाचलं का ?'

'हो, या आठवड्यात वाचतो. सध्या खूप कामं आहेत. तुझं पुस्तक मला वाचायचं आहे.'

'पण ते पुस्तक मला रद्दी डेपोत मिळालं.'

'कसे काय ?'

मी शबनममधील पुस्तक काढून त्यांच्यापुढे ठेवतो. सरांना काहीच कळत नाही. सर बेचैन होतात. मी मात्र टिपकागदासारखे त्यांचे हावभाव टिपून घेत असतो. अनेक पांढरे ढग सरांच्या चेहऱ्यावर गर्दी करू लागतात. इतक्यात सरांची पत्नी येते. तिला परत माझं पुस्तक दिसतं. ती खवळते. मला तिने पाहिलेलं नसतं.

'हे पुस्तक परत येथे कोणी आणलं ? अपर्णाच्या हाती पुस्तक लागलं तर ? रव्याने वाचून काय तारे तोडले ? काय घाणेरडे लिहितायत ही मंडळी. ही असली पुस्तके वाचणार कोण ?'

मला संबोधी प्राप्त होत होती !

दलित ब्राह्मण
दलित ब्राह्मण
दलित ब्राह्मण
दलित ब्राह्मण

४

सुधा डिअर

बेल पडली. स्टाफ-रूममधून कुलकर्णी मॅडम बाहेर पडल्या. मी कपाटातून नोटस् घेतल्या आणि बारावीच्या वर्गाकडे निघालो. व्हरांड्यात विद्यार्थी रेंगाळत होते. त्यांचं गप्पा मारणं, हसणं, टाँटिंग करणं कानांवर आदळत होतं. मी वर्ग जवळ करीत होतो. इतरही प्राध्यापक मंडळी आपापल्या वर्गावर जात होती. काही वर्गात बदलत होती. मुलीही आपापल्या ग्रुपसह वर्गात जात होत्या. मी इकडं तिकडं नजर टाकत निघालेला. मध्येच हॉस्टेलची दोन-तीन मुलं 'जयभीम' करतात. 'मधल्या सुट्टीत भेटा' म्हणून मी क्लासवर जातो.

मुलं उभी राहतात, मुलं बसतात.

मी टी.व्ही. वरच्या निवेदकासारखं हसून घेतो.

वर्गात एक सळसळ होते, नंतर स्तब्धता.

मी टेबलावर पुस्तक ठेवतो. डस्टरनं फळा पुसतो. वर्गावर एक नजर टाकतो. मुलांच्या रांगा ठरलेल्या. त्यांच्या बसण्याच्या जागा ठरलेल्या. मी डेस्कच्या ओळीतून एक चक्कर टाकतो. डाव्या बाजूला हॉस्टेलची मुलं, त्यांचे विटलेले कपडे, ओळखीचं हसू, भडक ड्रेस. तिथून मधल्या रांगेत येतो. ही शहरातली मुलं, चांगल्या कपड्यांतली, लठ्ठ शरीराची. एकाच वर्गात दोन वर्षे काढणारी. पलीकडं मुलींची ओळ.

मुलींच्या डेस्कजवळून पुढे निघतो. गजऱ्यातील फुलांचा गंध, सेंटचा सुवास नाकपुड्यांना उत्तेजित करतो. ओले केस, ओलं कुंकू, सळसळणाऱ्या नजरा मनाला वेडावतात. शेवटच्या बेंचवर फ्लर्ट

पोरी बसल्यात. पोरांना फिरवणं, हॉटेलात तासन्तास बसणं, रोज एक नवा बकरा गाठणं हा त्यांचा छंद. केवळ लग्नापूर्वीचा टाईमपास म्हणून त्या कॉलेज करतात. मित्र जमवणं, पार्ट्या करणं, ट्रिप्स अॅरेंज करणं, वर्गापेक्षा वर्गाबाहेर जास्त रमणं हा या पोरींचा अभ्यास.

मधल्या बेंचवर दोन-तीन दलित मुली बसल्या आहेत. रंगा-रुपावरून त्यांची जात कळण्याइतक्या त्या आपल्या व्यक्तिमत्त्वाशी प्रामाणिक आहेत. आपल्या गरिबीतही नीटनेटके राहण्याचा त्यांनी प्रयत्न केलाय. पुढल्या बेंचवर काही करिअर असलेल्या मुली आहेत. अगदी समोरच्या बेंचवर कविता गद्रे बसलीय.

कविता म्हणजे माझ्या शिकवण्यामागची प्रेरणा आहे. ती नसली की शिकवण्याचा मूडच जातो. ती असली की पीरिअड खूप रंगतो. तिचं तल्लीन होऊन ऐकणं, मध्येच टाळीला टाळी दिल्यागत नजरेला नजर देणं, लाजाळू हसणं यामुळं शिकवताना धुंदी चढते. बेल कधी पडली कळत नाही. याच वर्गावर आपला नेहमी पीरिअड असावा असे वाटते. कविता माझा पीरिअड कधी चुकवत नाही. कविता गद्रेच्या मागे सुधा थत्ते बसते. मी कविताकडं पाहतो; पण शैलाला वाटतं मी तिच्याकडंच पाहतोय. तीही नजरेचं जाळं टाकून बसली आहे.

आमचा धंदा मास्तरकीचा. वय उफाड्याचं. नुकतंच एम. ए. करून वर्गात आलोय. वय चाळवणारं; पण आम्ही प्राध्यापक. अवतीभवती उभ्यानं पेटलेलं नाना रंगांच्या फुलांचं रान. कुणाला पाहू, कुणाला नाही इतक्या सुंदर पोरी. 'सर सर' म्हणून जवळीक साधणारा त्यांचा लाडिक सहवास मनात अनेक वादळं रचून जातो.

अदबीनं हसून रस्ता देणाऱ्या पोरी, लाजून वाटेत उभ्या राहणाऱ्या पोरी, उगीच डिफिकल्टी घेऊन येणाऱ्या पोरी, 'आम्हांला मार्गदर्शन करा' म्हणणाऱ्या धीट पोरी, 'सर, नोटस् कधी देणार ?' म्हणणाऱ्या आगाऊ पोरी, पोरींचा प्राध्यापक, प्राध्यापकांच्या पोरी.

प्रा. अविनाश स्वामी यांची मैत्रीण नेहमीच स्टाफ-रुममध्ये येते. वर्गात बसते की नाही कुणास ठाऊक. प्रा. स्वामी मुली पटवण्यात पटाईत. एखादी लास्ट इयरची पोरगी लायब्ररीत घेऊन गप्पा टाकणे हा त्यांचा 'शौक.' उतारवयातही रंगीत बुशशर्ट घालून, मेकअप करून तारुण्यप्रदर्शन करणारा हा प्राणी. प्रा. स्वामींची मैत्रीण बी. ए. ची वर्गप्रतिनिधी मिस सुधा थत्ते आठवते.

प्रा. स्वामी आणि सुधा, खरे तर वडील आणि मुलीच्या वयाचे शोभावेत असे. मला भूतकाळातला जरठकुमारी विवाह आठवतो. कुठलं बापाचं वय, कुठलं मुलीचं वय ? परवा प्रा. स्वामी आणि सुधा रडत बसलेले. दोघांचे डोळे लाल झालेले. आता माझे ते हेड ऑफ द डिपार्टमेंट; त्यामुळं मला काही बोलता आलं नाही. मी तसाच बाहेर पडलो; पण मनाशी एक संकल्प पक्का केला. आपणही एक दिवस इथं एखादी

पोरगी घेऊन बसू. कविता गद्रेला विचारुन घ्यावं का ?

या पोरी शिकायला येतात की रडायला ?

लेडीज कॉर्नर आठवतो. फॅशननं सजलेला तो कॉर्नर. अनेक नजरांना खिळवून ठेवणारा, नको नको म्हणतानाही इकडं नजर धाव घेते. नजरेला बांधता येत नाही. लेडीज कॉर्नर म्हणजे काजळ घातलेला अर्धामिटला डोळा. या लेडीज कॉर्नरमध्ये किती फुलपाखरं आहेत. या फुलपाखरांसाठी किती कळ्या फुलत आहेत.

कॉलेज कॅन्टीनमध्ये रेंगाळणाऱ्या दोन पोरी येतात. 'मे आय कम इन् सर ?' त्यांचा आवाज वर्गात शीळ घुमल्यागत निनादतो. मी 'येस' म्हणतो. वर्गात एक चुळबुळ. शेवटच्या बाकावर या पोरी जागा घेतात.

या पोरींनी कुण्या पोराच्या खिशाला फाळ लावला कुणास ठाऊक ! पोरं, बिच्चारे बकरे.

मी शिकवायला सुरुवात करतो.

पेज नंबर - १४५, कविता क्रमांक - २०,

'माझ्या शब्दांनो'

कवी : शरणकुमार लिंबाळे

दलित मुलांच्या गालावर हसू, सवर्ण मुलांच्या कपाळावर आठ्या.

'माझ्या प्रिय शब्दांनो
माझ्या काळजाचे घोष व्हा
माझ्या अश्रूंचे शिलालेख व्हा
माझ्या मुक्तीचे शिल्पकार व्हा'

मी बेभान होऊन या ओळी वाचू लागतो. रोज पाना-फुलांवर धुंदपणे बोलणारी माझी जीभ आज आसुडागत कडाडू लागते. ओठ तटतटू लागतात. कपाळावरच्या शिरा ताणतात. आवाजाला धार येते. डोळे आग ओकू लागतात. तोफांगत शब्द बाहेर पडू लागतात. मी वर्गात आहे हे विसरतो. बेफाटपणे बोलू लागतो. वर्ग चिडीचूप होतो.

'डॉ. बाबासाहेब आंबेडकरांच्या क्रांतिकारी चळवळीमुळे भारतीय समाजात एक प्रचंड चेतना निर्माण झाली आहे. विशेषत: दलित समाज, जो हजारो वर्षे निमूटपणे गुलामीत जगत होता, तो आज लिहू-बोलू लागला आहे. त्याच्या आशा-आकांक्षांचं प्रतिबिंब दलित साहित्यात व्यक्त होत आहे.' माझा आवाज चढत जातो. आभाळ भरून यावं, वादळवारा सुटावा, वीज कडकडावी अशीच माझी अवस्था झालेली. मला कविता गद्रे दिसत नाही. मी वेड्यागत वेदना शिकवत असतो. बेल पडते.

माझा चेहरा घामानं डवरलेला असतो.

पुढचा पीरिअड नाही.

मी वर्गावर शेवटची नजर टाकतो.

एक विद्यार्थी दुसऱ्या विद्यार्थ्याला माझी जात विचारून घेत असतो.

मी मनातल्या मनात कोसळतो.

मी दलित असल्यामुळंच इतकं बेभान होऊन शिकवतो. माझं भावनाप्रधान होणं सवर्णातल्या काही विद्यार्थ्यांना आवडलं नव्हतं. त्यांचे शेरे कानांवर येत होते, तरीही मी मुलांच्या गर्दीतून स्टाफ-रुमकडे निघालो. एक-दोन दलित मुलांनी पाठ आवडल्याचं सांगितलं; पण मी खूप दुखावलो होतो.

हा पाठ कुलकर्णी मॅडमनी शिकवला असता तर पोरांनी इतकं मनावर घेतलं नसतं.

पीरिअड नसल्यामुळं मी आणि प्रा. कांबळे चहाला निघालो. कॉलेज कँटीन पोरापोरींनी भरलेलं. एका कोपऱ्यात आम्ही दोघांनी खुर्च्यांवर बूड टेकवलं. माझा चेहरा पडला होता. प्रा. कांबळेंनी आपल्या सीनिअरपणाचा आव आणून मार्गदर्शन केलं. मीही ऐकून घेतलं. ज्युनिअर असल्यामुळे चहाचं बिलही दिलं.

'नवी जागा कधी भरणार आहेत कुणास ठाऊक ? नवा हॅण्ड आल्याशिवाय वर्कलोड कमी होणार नाही.'

'नवीन कोण येणार आहे माहीत आहे का ?'

'नाही.'

'अहो, ती स्वामी सरांची मैत्रीण आहे. सरांना आपली मैत्रीण जवळ असावी वाटते. ती मुलाखतीला आल्यावरच मला कळलं की हिलाच घेणार.'

'मग मुलाखतीचं नाटक कशाला करतात ?'

'ही सगळी प्रोसिजर असते. मिसेस राणे, स्वामी सरांची विद्यार्थिनी आहे. सरांचं तिचं खूप जमायचं. अजूनही दर रविवारी सरांना भेटत असते. त्यांच्याकडेच एम्. फिल्. करतेय.'

माझं डोकं गरगरू लागतं. तोंडाला कोरड पडते. नजर निस्तेज होऊ लागते. पुढून कविता गद्रे येते, पण तिच्याकडं पाहण्याचं टाळतो. तसाच निघून जातो. स्टाफ-रुममध्ये आल्यावर शिपाई प्रा. स्वामी सरांचा मेसेज देतो.

'स्वामी सरांनी तुम्हांला बोलावलंय.'

'कुठे ?'

'लायब्ररीत.'

प्रा. स्वामी सर ही एक डोकेदुखीच होती. मी स्वामी सरांपेक्षा खूप चांगला शिकवायचो; त्यामुळे मुलं माझ्यावर खूष होती. स्वामी सर ओळखीनं नोकरीला लागलेले. त्यांचं किराणा दुकान होतं. त्यांना साहित्य, संस्कृती यांविषयी काही देणंघेणं नव्हतं. नव्या पुस्तकाची चौकशी करण्यापेक्षा बाजार-भाव, बांधकाम, बँक लोन यांविषयीच ते नेहमी बोलायचे. माझी विद्यार्थीप्रियता त्यांना सहन व्हायची नाही. दुसरं म्हणजे सुधा

थत्ते आणि सर बोलताना मी एकदोनदा पाहिलं होतं. त्याचाही राग होताच. शिवाय मी राखीव जागेतला. पुढच्या वर्षी माझी मुदत संपतेय. मला कसं काढून टाकायचं हा एक विषय त्यांच्या डोक्यात घोळत असलेला. कुलकर्णी मॅडमही राखीव जागेवर नोकरी करत होत्या. योग्य उमेदवार मिळत नाही; म्हणून गेली चार वर्षे त्या नोकरी करत होत्या. माझ्यासारखा उमेदवार मिळाला तरी काढण्याचे, मानहानी करण्याचे प्रयत्न चालू असलेले. मी वरचेवर खचत होतो.

प्राध्यापकापेक्षा तलाठ्याची नोकरी परवडली.

मी स्वामी सरांची लायब्ररीत भेट घेतली. सुधा थत्ते पुढे बसलीच होती.

'तुम्ही बारावीला शरणकुमार लिंबाळेंची कविता शिकवली. तुमचं शिकवणं पोरांच्या जातीयवादी भावना भडकावणारं होतं. तुम्हांला शिकवता येत नाही. पोरांच्या तक्रारी आहेत. तुम्ही शिकवताना तुमची जात विसरुन शिकवा.'

'मी काही वावगं शिकवलं नाही.'

'वर्गात अनेक जातिजमातींची मुलं असतात. सर, तुम्ही दलित साहित्य शिकवू नका. कुलकर्णी मॅडम शिकवतील. तुम्ही इतर पोर्शन कव्हर करा.'

'मी का नको शिकवू ? हा माझ्यावर अन्याय आहे. कुलकर्णी मॅडम दलित कथा-कविता शिकवतच नाहीत. आज माझा मूड नाही. हा धडा ऑप्शनला टाका. यात शिकवण्यासारखं काही नाही. तुम्ही वाचून काढा.' असं विद्यार्थ्यांना सांगत असतात. दलित साहित्याचा माझा अभ्यास आहे, म्हणून मला शिकवण्यात गोडी वाटते.'

'तुम्ही नंतर भेटा. आपण याविषयी प्राचार्यांशी बोलू.'

'ठीक आहे.'

प्रा. अविनाश स्वामींनी माझा असा अपमान केला. कुत्सितपणे हसून ते सुधाकडे वळले.

'अलीकडची मराठी कविता खूप क्लिष्ट आणि दुर्बोध आहे, अगदी आजच्या मुलींसारखी.'

'सर, मी निघते.'

'सुधा डिअर, थांब ना. आपण एकदमच निघू.'

'सुधा डिअर' या शब्दाचा मला अर्थ उमगत नव्हता. एवढं मात्र खरं, ते माझं तारुण्य भडकावणारं बोलणं होतं.

दलित ब्राह्मण
दलित ब्राह्मण
दलित ब्राह्मण
दलित ब्राह्मण

५

दलित ब्राह्मण

अलीकडे माझ्या घरापुढं पांढऱ्या मित्रांच्या एक दोन स्कूटर थांबू लागल्या होत्या. ''काहीतरी केलं पाहिजे.'' टाईमकिलिंगसाठी आम्ही गप्पा-विनोदही करत असायचो. माझ्या शेजारी राहणारा हमाल, माझ्या मित्रांच्या स्कूटरसाठी जागा राहावी म्हणून आपली हातगाडी दूर लावत होता. माझ्या घरी पांढरे मित्र आले की, मैदानात जुगार खेळणाऱ्यांची थोडी गैरसोय व्हायची. मित्र यायचे, जायचे. वस्तीभर स्कूटरचा आवाज आणि हॉर्नऽऽ. मीही आता मित्रांच्या स्कूटरवरून घरी येत होतो, जात होतो. वस्तीत माझा वट्ट वाढत होता. चार पांढऱ्या लोकांच्या ओळखी आहेत म्हणून झोपडपट्टीतील सर्वजण मला लवून 'जयभीम' करायचे. लहानथोर मला ''भैय्या'' म्हणून हाक मारायचे. कुणी संजय गांधी निराधार योजनेचं काम घेऊन येई, कुणी बँकेचे कर्ज प्रकरण घेऊन येई. नवरा-बायकोचे भांडणतंटे मलाच सोडवावे लागत.

माझ्या घरी माझा मित्र जोशा येतो. त्या वेळी नळावर पाणी भरण्यावरून बायांची जुंपलेली असते. बीभत्स शिव्यांची लाखोली त्या एकमेकींना देत असतात. अश्लिल, हलकट शिव्या ऐकून माझा मित्र जोशा गांगरतो. त्यांचे अचकट हातवारे पाहून भेदरून जातो. जोशा म्हणतो, ''यार, ही वस्ती तू सोड. खूप घाणेरडे लोक आहेत हे. तुझ्या मुलांचा प्रश्न आहे. त्यांच्यावर असले वाईट संस्कार नकोत. तुझी मुले छान आहेत. अशा वातावरणात कसा राहतोस तू ? आता तू लेखक आहेस. तुझ्याकडे चांगली चार दोन माणसं

येणार. तुला चांगल्या घरात राहिले पाहिजे. आता तुझं स्टेटस वाढलं आहे. इथं कसा काय राहतोस ?''

जोशाचं म्हणणं मला पटत होतं. माझ्यावर पांढरा मुलामा चढत होता. माझ्या बायकोचा चेहरा मात्र पांढरा पडत होता.

मला कळत नाही, माझ्यात दूरवर मुरलेले हे अमिट संस्कार कसे नष्ट होतील ? जोशाचं खरं आहे; ह्या वस्तीतून निघाले पाहिजे. नाहीतर माझ्या मुलांचं पुढं काय होईल ?

आपण घर बदललं पाहिजे.
आपण भाषा बदलली पाहिजे.
आपण संस्कार बदलले पाहिजेत.
आपण ही वस्ती सोडली पाहिजे.
या लोकांचा सहवास सोडला पाहिजे.
या लोकांचे संस्कार घाणेरडे आहेत.
हे कधी सुधारणार नाहीत.
मी बगळ्यांची रांग होतो.

आपण ही वस्ती सोडणार. पांढऱ्या लोकांत जाणार. तिथे त्यांचे संस्कार घेतले पाहिजेत. त्यांच्यासारखं वागलं बोललं पाहिजे. आपली घाणेरडी भाषा सोडली पाहिजे. मध्यमवर्गीयांसारखं वागलं पाहिजे. पांढऱ्यात असा एकेक दलित मिसळून जाणे हीच खरी क्रांती, दलिताचा ब्राह्मण होणे हेच खरे प्रबोधन, परिवर्तन. ब्राह्मणागत वागायला शिका. ब्राह्मणागत बोलायला शिका. मला ब्राह्मण होणं आवडतं. आता आपणही जानवं घालायला हवं. मी घर बदलतो. पांढऱ्या वस्तीचा रहिवासी होतो. मला माझ्या वस्तीने दिलेला निरोप आठवतो. बगळ्याच्या गोष्टीसारखा.

एक होते तळे, आमच्या वस्तीसारखे.
तळ्यात होते मासे, आमच्या माणसासारखे.
एक होता पांढरा बगळा, पांढऱ्या माणसासारखा.
बगळा माशांना गोष्ट सांगायचा.
परिवर्तनाच्या-क्रांतीच्या गप्पा मारायचा.
मासे बिचारे ! त्याच्या प्रत्येक शब्दावर विश्वास ठेवायचे.
बगळा, एकदा खूप गलबलून आला
तळेही गहिवरून आले.
बगळा बोलू लागला.

''बंधूंनो, हे तळे आटणार आहे. रोज पाण्याची पातळी कमी होत आहे आणि ही अवस्था तशीच राहिली तर आपला समूळ नि:पात होईल. तेव्हा आपण काहीतरी

केलं पाहिजे. तुम्ही या चळवळीचे नेतृत्व माझ्याकडे देणार असाल तर मी तुम्हांला दुसऱ्या तळ्यात घेऊन जाईन. जिथे समता, स्वातंत्र्य, बंधुता असेल.''

माशांनी बगळ्याचा जयजयकार केला. बगळ्यांनी माशाचं नेतृत्व स्वीकारलं. रोज एक मासा चोचीत पकडायचा आणि आकाशात उंच झेप घ्यायचा. माशांला वाटायचं आपण दुसऱ्या तळ्यात जाऊ. बगळा मोठा धूर्त, तो मासा खाऊन टाकायचा. रोज या चळवळीमुळे त्याचा उदरनिर्वाह ठीक चालला होता. मासेही आनंदात होते. त्यांना पुढारी मिळाला होता. मी एक मासा. एका तळ्यातून दुसऱ्या तळ्याकडे निघालेला.

मी, माझी बायको, मुले, आजा, आजी खटाऱ्यात बसून निघालेलो. खटाऱ्यात खचाखच सामान भरलेले. आम्ही दाटीवाटीनं बसलेलो. शहाराच्या मुख्य रस्त्यानं खटारा चाललेला. मी अवघडलेला. झटकन खटाऱ्याखाली उतरलो आणि चालू लागलो. थोड्या वेळानं कॉलनी येईल.

तिथे आमचं घर.

पांढरे पांढरे शेजारी.

सामान खूपच कमी. एक खटाराभर. ट्रकभरून सामान हवं. कपाट, रेफ्रिजरेटर, टी. व्ही., गॅस, फॅन, टेबल, खुर्च्या, सोफासेट, कॉट, गादी वगैरे. आम्ही या यादीत शून्य होतो. लिव्हिंग स्टँडर्ड वाढवलं पाहिजे. कॉलनी-संस्कृतीशी स्पर्धा केली पाहिजे. झोपडपट्टीतल्या ओळखी टाळल्या पाहिजेत. परवा दिनेश कांबळे भेटला. त्याला चहा पाजून परस्पर कटवलं. दिसायला पिवर महार दिसतो. काहींची नावं, काहींचा अवतार त्या त्या जातीचे शिक्के वाटतात. तसा मी नाकाडोळ्यानं दलित वाटत नाही. उच्चार आणि भाषा अशुद्ध आहे, एवढंच.

पत्नी गाऊन घालू लागलीय. परवाला आम्ही सत्यनारायण घालणार आहोत, आमच्यासाठी नाही. आमचा या गोष्टीवर विश्वास नाही. पण कॉलनीसाठी. आम्हीही आमच्या मध्यमवर्गीयपणाचे प्रदर्शन करू. मीही सवर्णासारखा वागू शकतो. सर्व दलित सवर्णमय झाले पाहिजेत. हे वाक्य डॉ. आंबेडकरांच्या तोंडी अधिक शोभलं असतं. नाही का ?

दिनेश कांबळे येऊन गेला. मोर्चाचे पत्रक देऊन गेला. आता पत्रके वाचणं, जास्तच झालं तर पाच-दहा रुपयाची पावती फाडणं, एवढीच बांधिलकी शिल्लक राहिली होती. कार्यकर्त्याला चहा पाजून आपण चळवळीत आहोत यातच धन्यता मानू लागलो होतो. कोणी घरी आला तर बेभान होऊन क्रांतीविषयी बोलायचो, ''काहीतरी केलं पाहिजे.'' अगदी पेटून बोलायचो. क्रांतीविषयी बोलताना माझी आग व्हायची. डोळे पेटायचे. ऐकणारे भारावून जायचे. ''ही व्यवस्था बदलली पाहिजे'' मी ठणकावून बोलायचो. ही स्टाईल मी पांढऱ्या लोकांकडून उचलली होती. दिनेश कांबळे म्हणाला,

“उद्या मोर्च्यात येणार ?” मी म्हणालो - “कसं शक्य आहे ? मी चळवळीत नसलो तरी चळवळीविषयी लिहितो, बोलतो. ही एक प्रकारची बांधिलकी आहे. चळवळ एकांगी नसते. कार्यकर्त्यांनी लढायचं असतं. आम्ही विचारांची शिदोरी पोहचवू.”

दिनेश कांबळे मिस्कीलपणं हसला. “कॉलनीचा गंज चढतोय तुझ्या अंगावर. तू संपला आहेस. तू दलित ब्राह्मण आहेस.”

मी संतापलो होतो. याला कॉलनीत राहायला मिळत नाही म्हणून वैतागला आहे. फालतू कुठला !

दिनेश कांबळे गेला.

जाता जाता त्याने माझ्यातील बगळ्याला जखमी केले होते.

काही माणसं “आम्ही स्वातंत्र्य सैनिक आहोत” हे जसं सांगतात तसं आम्हीही ‘चळवळीतून आलो’ असं बोलत असतो. ‘चळवळ’, ‘समाज’, ‘क्रांती’ आणि ‘कार्यकर्ते’ हा आमच्या शब्दांचा परीघ. मोर्चा, आंदोलन, सत्याग्रह, शिबिर, लोकांच्या समस्या आणि संघटना यावर माझा पिंड पोसला आहे.

बरेचजण वक्ता म्हणून मलाच प्रिफर करतात. मी बॅलंसिंग बोलतो. इतर दलित लेखक एकांगी बोलतात. हिंदुंच्या देवदेवतांना शिव्या देतात. पण माझं लोकांना पटतं. मीही जातो. चार पैसे मिळतात. चार वर्तमानपत्रांत नाव छापून येतं. नाव छापून आल्यामुळं दुसरीकडं व्याख्यानाचं निमंत्रण मिळतं. चिकन मिळते. बिअर मिळते. रेस्टहाऊसचा पाहुणचार मिळतो. चार ओळखी होतात.

हे सर्व चळवळीचं श्रेय आहे. कार्यकर्त्यांच्या प्रचंड अनुभवावर मी जगत आहे. कार्यकर्त्यांशी चर्चा करतो आणि मी लिहितो. माझी पुस्तकं छापली जातात. पुस्तकांची चर्चा होते. माझ्या मुलाखती छापून येतात. भाषणाची निमंत्रणं मिळतात. मी सभा, सम्मेलनं आणि बंगल्यांतून वावरतो. ज्या हातांनी आम्ही मेलेली जनावरं ओढली, झाडू मारले, त्या हातानं एका कार्यक्रमाचा प्रमुख अतिथी म्हणून उद्‌घाटन करणार. काळ बदलत चालला आहे. वर्ग बदलत चालला आहे.

शहराशहरांतले रेस्ट हाऊस सवयीचे झाले आहेत. प्रत्येक सूट मैत्रिणीइतका ओळखीचा आहे. बिअर पिऊन गप्पा मारण्याचे दिवस अंगवळणी पडलेत. लोकांचे प्रश्नही तेच असतात. माझी उत्तरंही ठरलेली. फक्त शहर वेगळं. श्रोते वेगळे. प्रत्येक वर्षी एक विषय ठरवून घेतो. तोच विषय सर्वत्र फिरवतो. लोकही गर्दी करतात. बातमी, फोटो येण्याची सोय संयोजक करतात. बातमीचे कात्रण पाठवून देतात. माझं तसं व्यवस्थित चाललेलं असतं.

“तू आजचं निमंत्रण कसं स्वीकारलंस ?”

“का ?”

“ती मंडळी आर. एस. एस. वाली आहेत.”

“आपले विचार कुठल्याही व्यासपीठावरून मांडायला काय हरकत आहे ? आपण आपल्या विचारांशी प्रामाणिक असले म्हणजे झाले.”

“ही माणसं तुला पचवतील. तुमच्यातला तिखटपणा नष्ट होईल. अलीकडं तर तू खूपच शामळू बोलतो आहेस.”

“पूर्वी एका विशिष्ट वर्गासाठी बोलायचो. आता मला ऐकायला अनेक वर्गातली माणसं येतात. चाहतात.”

दिनेशने मला माझ्या मर्यादेची तीव्रतेने जाणीव करून दिली. मी अस्वस्थ झालो. चळवळ ही माझ्या चैनीची वस्तू झालीय.

मी संयोजकांना फोन करतो. मी आल्याचं कळवतो. थोड्याच वेळात कार येते. कारमधून मला एका अलिशान बंगल्यात नेतात. तिथले तमाम संस्कार माझ्या विरुद्ध असतात.

अलीकडे माझी भाषा सुधारत आहे. उच्चार ब्राह्मणी बनत आहेत. पोषाखही सभ्य होतो आहे. हे तर परिवर्तन आहे !

“प्रवास कसा झाला ?”

“थकला असाल ?”

“स्नान करून घ्या ?”

या प्रेमळ आदाकारीत मी किती गुदमरतोय ? राजेशाही थाटात माझा वेळ जातोय. खाणं, पिणं, बोलणं, उत्साह आणि आनंद. हे गृहस्थ खूपच दर्दी आहेत. या घरात संगीत आहे. कला आहे. क्रीडा आहे. अफाट माणूससंग्रह आहे. यांच्या ज्येष्ठ सुकन्येचं, मुग्धाचं रुप म्हणजे एक मनोहर अनुभव. हिच्या सहवासात ईश्वराचं अलौकिक अस्तित्व उमलत आहे. तिच्याकडे पाहताना मरणही विसरून जावं, इतकी मोहकता तिच्यात आहे. दया पवार, नारायण सुर्वे, लक्ष्मण माने आणि प्र. ई. सोनकांबळे आले की यांच्याकडे उतरतात. अमृता प्रीतम, पु. ल. देशपांडे, रणजीत देसाई यांच्या वास्तव्यानं हे घर पुनीत झालेलं आहे आणि आज माझ्या पावलानं या उंबऱ्याला अलंकृत केलं आहे.

या परिवाराबरोबर माझाही फोटो घेतला जातोय. मीही आता अल्बम-जमा होतोय. दु:ख इतकेच की मुग्धा माझ्यापासून खूपच दूर उभी आहे.

“ते इथले कट्टर हिंदुत्त्ववादी आहेत. गेल्या वर्षी या शहरात ज्या दलितांच्या पाच झोपड्या जाळल्या, त्या यांच्याच माणसांनी जाळल्या होत्या.”

“इतिहासात जायचं नाही आपल्याला. माणसं बदलतात. हृदयपरिवर्तनावर माझा विश्वास आहे. मी परिवर्तनवादी आहे. मी आज ज्यांच्याकडे राहाणार आहे, त्यांनी आग्रहानी मला निमंत्रण दिलं आहे. ते जातीयवादी असते तर माझी सोय लॉजवर केली असती.”

"मला माहीत आहे. तू दलित लेखक आहेस. तू इथल्या श्रीमंतांच्या घरी पाहुणा म्हणून उतरणार अन् संध्याकाळी अलिशान थिएटरमध्ये सुटात दलितांच्या दुःखावर बोलणार. मानधन घेणार. ही सर्व विसंगती आहे. तुझा अन् सामान्य माणसांचा काय संबंध येतो इथं ? तू सामान्य माणसांच्या दुःखाचा बाजार भरवत आहेस."

"हे बघ, माझ्या काही मर्यादा आहेत. चळवळीत प्रत्येकाचा रोल असतो. कार्यकर्त्यानं कार्य केलं पाहिजे, तर कलावंतानं सांस्कृतिक मोर्च्यावर शब्दांच्या माध्यमातून शोषितांची बाजू मांडली पाहिजे. मी माझ्या पातळींवर काम करतोय. चळवळीविरूद्ध तर लिहीत नाही ना ?"

"चळवळीचं भांडवल करून तू जगतो आहेस. समजलं ? कार्यकर्ते जेलमध्ये जात आहेत अन् तू मात्र सभासंमेलनात सत्कार स्वीकारत आहेस. ही कसली आलीय बांधिलकी ?"

"माझ्या काही मर्यादा आहेत. मी काही कार्यकर्ता नाही. अवास्तव अपेक्षा माझ्याकडून न केलेल्या बऱ्या."

दिनेश कांबळेला प्रत्येक गोष्टीत चळवळ दिसते. त्याला प्रत्येक सवर्ण हिंदुत्ववादी वाटतो. हे बरोबर नाही. आपणच चूक केलीय. त्याला सोबत आणायला नको होते.

"आमचे चेअरमन कुठल्याच कार्यक्रमाला जात नाहीत, पण आज तुमच्या कार्यक्रमाला आर्वजून उपस्थित होते आणि तेही शेवटपर्यंत. जाणकर मंडळी आली होती. तुम्ही आज लोकांना जिंकलं. खूप दिवसानं चांगलं ऐकल्याचं समाधान झालं. परवा आमच्याकडे आलेले वक्ते, आता त्यांचं नाव सांगण्यात अर्थ नाही म्हणा, इतके पिले होते की, त्यांना नीट बोलायचं सोडा, नीट जेवता आलं नाही. खूप त्रास दिला त्यांनी आम्हाला. तुमचा स्वभाव आम्हांला आवडला. माणूस बाहेरगावी गेला की पितो. आमचा त्याला विरोध नाहीय. आम्हीही घेतोच ना. पण कार्यक्रम झाल्यानंतर घ्यावं." आपल्याला चेअरमनच्या घरी चहाला जायचंय.

प्राचार्य, सचिव, चेअरमन, हेड ऑफ दि डिपार्टमेंट, कार्यक्रम संयोजक, प्राध्यापक, शहारातलं प्राचीन राममंदिर, हे अद्ययावत थिएटर ही इथली प्रसिद्ध मील. अनेक स्थळांना भेटी. किती चांगली आहेत ही माणसं. कुठेच भेदभाव नाही. जिव्हाळा, मैत्री, प्रेम यांच्या प्रत्येक वागण्यात अदबीनं व्यक्त होतेय. आपण उगीच यांच्याविरुद्ध लिहितो. बोलतो. आपला एकमेकांत संवाद झाला पाहिजे म्हणजे सर्व गैरसमजुती दूर होतील. या सर्वांचा निरोप घेणं किती क्लेशकारक वाटेल.

"अहो, आमच्या घरी जातिभेद नाही. आमच्याकडे परवापर्यंत एक दलित विद्यार्थी राहात होता. माझा तर चहा तोच बनवून द्यायचा."

मला धन्य वाटलं. माझ्यापुढील कपबशा आणि चहाचा प्याला मोलकरीण घेऊन गेली.

थोड्या वेळानं मी त्या घराचा सस्नेह निरोप घेतला. दिनेशचं तोंड सुरू झालं.

"तुला माहीत आहे का, तू वापरलेली सर्व भांडी वेगळी ठेवली होती. तू वापरलेले सर्व कपडे लॉन्ड्रीमध्ये धुलाईसाठी नेऊन दिले आहेत."

मोलकरणीनं भांडी उचलल्यानंतर सर्वजण किती डिस्टर्ब झाले होते. दिनेशचं खरं आहे. कारण त्या घरात माझ्यासाठी प्रत्येक गोष्ट ठरवून दिलेली होती. तीच शाल. तोच प्याला. तीच कॉट. तेच ताट. तीच खुर्ची.

"तुम्ही दलित लेखक त्यांच्या घरी उतरता आणि त्यांचा पुरोगामीपणा उजळतो. समजलं ? ते याच गावात असलेल्या दलित माणसाला साधी भीक देखील वाढणार नाहीत."

दिनेशचे शब्द आरपार भेदून जात होते अन् मी मातीच्या गोळ्यागत संवेदनाहीन बनलो होतो. मला त्या घराच्या मर्यादा जाणवल्या होत्या. माझ्या अन् त्यांच्या माणुसकीच्याही.

६

सरकारचा जावई

आज सकाळीच एक नवीन क्लार्क जॉईन झाला. त्याचं आडनाव वाघमारे होतं. 'कांबळे' 'कुलकर्णी' ही नावं म्हणजे त्या त्या जातींची जवळ जवळ शिक्केच झाली आहेत. वाघमारे कुठल्या जातीचा असावा हे कळत नव्हतं. वाघमारे दलित असला तर खूप बरं होईल. ऑफिसमधे आपली मेजॉरिटी होईल. वाघमारे आडनाव दलितात असतं.

दुपारी मी वाघमारेला चहाला घेऊन गेलो. इकडल्या तिकडल्या गप्पा मारल्या. पण त्याच्या वागण्या बोलण्यावरून त्याच्या जातीचे निदान करता येईना. मी वाघमारेशी बोलताना सवर्णांना शिव्या घातल्या होत्या. पुढे दोन महिन्यानं कळलं की 'वाघमारे' हा ब्राह्मण आहे म्हणून.

दर गुरुवारी आमच्या ऑफिसमध्ये लक्ष्मीपूजन व्हायचं. मला ते आवडायचं नाही. मी लक्ष्मीपूजनाला विरोध केला. सर्वच सवर्ण. सर्वजण माझ्या विरोधात गेले. मी पूजेची वर्गणी दिली नाही. दुसऱ्या दिवशी डॉ. आंबेडकरांचा फोटो आणून ऑफिसात लावण्याचा प्रयत्न केला तर सर्वांचा विरोध. देशपांडे म्हणाला, "आंबेडकर हे राष्ट्रीय नेते नाहीत. त्यांचा फोटो लावता येणार नाही."

माझ्या तळपायाची आग मस्तकाला भिडली. आम्ही चौघे दलित कर्मचारी होतो. आम्ही सर्वजण एक झालो.

"लक्ष्मीपूजन करता ? लक्ष्मीचा फोटो ऑफिसमध्ये लावलाय. ती काय राष्ट्रीय नेता होती ?" मी उद्वेगानं बोलत होतो. संतापानं

फणफणलो होतो.

जोशानं तोंड उघडलं,

“अरे, लक्ष्मी देवता आहे.”

“मी देव मानत नाही.”

“तुला कोण मानायला सांगतंय ? तू मानू नकोस.”

“पण ऑफिसमध्ये तुमची पूजा चालू देणार नाही. ऑन ड्युटी इथं पूजा करत बसता ? घरी पूजा करा.”

“तुझं काय जातं ?”

“उद्या मीही बौद्ध भिख्खूला बोलावून प्रार्थना घेईन.”

“तू कसा बोलतोस ?”

“होय ! ही पूजा बंद करा. नाहीतर पँथर्सची पोरं आणून गोंधळ घालेन मी.”

“आम्हीपण शिवसेनेची पोरं आणू.”

“आणा आणा.”

“आपण इथं नोकरी करण्यासाठी आलोत की भांडण करण्यासाठी ?”

“लक्ष्मीपूजन करण्यासाठी !”

माझा विद्रोही सूर. ऑफिसमध्ये तंगपणा जाणवत होता. बाहेरचे बघेही जमले होते. शेवटी पूजा बंद करायचं ठरल्यावर मी आंबेडकरांचा फोटो घरी आणला.

माझ्या शेजारी देशपांडे रहायला होते. आम्ही लक्ष्मीपूजनाला विरोध केल्याचं सर्वत्र साथीच्या रोगासारखं फैलावलं. आमच्या ऑफिसमध्ये दोन गट पडले. आम्ही ‘जयभीम’वाले ठरलो. प्रत्येक गोष्टीत वादावादीला ऊत आला. कुत्सितपणानं हसणं, टवाळ्या करणं सुरू झालं. आम्हीही आमच्या परीनं उत्तरं देत होतो. सुशिक्षित टोमणे खूप असह्य व्हायचे. मी आरपार फाटायचो. बेचैन व्हायचो. ‘साला, आपुन कित्तीबी केलं तरी त्यांचाच जय होणार. आपला सी. आर. देशापांड्याच्या हातात हाय ना ?’ कांबळेनं खरी भीती बोलून दाखवली होती.

दुसऱ्याच दिवशी देशपांडेनं कांबळेचा लेटमार्क केला. आता आम्हीही पेटलो होतो.

यंदा ऑफिसमध्ये सालाबादाप्रमाणं साजरा होणारा गणेशोत्सव आम्ही बंद पाडला.

कांबळेची बदली केली गेली.

एक लढावू माणूस आमच्यातून गेला.

आम्हांला खपू वाईट वाटलं.

तरीही आम्ही खचलो नाही.

“आमची सर्वांची जोडी फोडली तरी भियाचं नाही. आपण विरोध करीत

राहायचं. आपल्या अंगात बाबासाहेबांचं रक्त आहे.'' कांबळेचं निरोपाच्या वेळी बोलणं खोलवर जाऊन रुजलं होतं. गर्भागत मनात वाढत होतं.

थोड्या दिवसानं इरवाडकर नावाचा कर्मचारी ज्वाईन झाला.

तो चांभाराचा होता.

आमच्यात खूप मिसळायचा नाही.

कधी आमच्यात, तर कधी त्यांच्या गटात असायचा. तो नेहमीच 'तळ्यात मळ्यातला' असल्यामुळे आम्ही खूप हातचं राखून वागायचो. चांभारांना शिव्या हासडायचो.

देशपांडे आता डोईजड होत होता. छोट्या छोट्या कारणावरून मेमो मिळत होते. कानउघाडणी होत होती. गणेशोत्सव बंद केल्यामुळं आगीत तेल ओतल्यागत झालं होतं.

देशपांड्याला दम दिल्याशिवाय जमणार नव्हतं.

मी भीमनगर गाठलं.

पँथर्सच्या कार्यकर्त्यांना भेटलो.

ऑफिसमध्ये आमच्यावर अन्याय होतो.

दलित म्हणून वाईट वागणूक मिळते.

तुम्ही येऊन थोडा दम द्या.

तुमच्याशिवाय ते वठणीवर येणार नाहीत.

देशपांडेची बदली झाली पाहिजे.

आम्ही खर्च करायला तयार आहोत.

तो खूप भित्रा आहे.

वगैरे. वगैरे.

कार्यकर्त्यांनी देशपांडेला दम भरावा म्हणून पार्टी दिली.

कार्यकर्ते पण महाचालू. येतो म्हणून यायचे नाहीत. ते आम्हांलाच 'बकरा' बनवायचे. चहा पिईपर्यंत सर्व हो म्हणायचे. नंतर उडवाउडवी करायचे. इकडे देशपांडेचा त्रास आणि इकडे चळवळ आमच्यासाठी काहीच करत नाही. फक्त वर्गणी मागायला येतात. आमचं भांडण खाजगी नव्हतं. डॉ. आंबेडकरांचा फोटो ऑफिसमध्ये लावा. लक्ष्मीपूजा बंद करा. यासाठीच आम्ही भांडत होतो ना !

पण यातला सीरियसनेसच कुणालाच कसा कळत नव्हता !

मी तर कार्यकर्त्यांना अ पासून ज्ञ पर्यंत सांगून कंटाळलो होतो. उगीच आपण देशपांडेशी भांडलो. लक्ष्मीपूजा केली असती तर काय बिघडलं असतं. आता देशपांडेची माफी मागून मोकळं व्हावं, हेच बरं.

दिनेश कांबळे ऑफिसला आला.

त्याचं माझं भांडण झालं होतं म्हणून त्याला भेटलो नव्हतो. पण दिनेशच्या

कानावर ऑफिसमधलं भांडण गेलं होतं. दिनेशनं आल्यामुळं ऑफिसमध्ये एक वेगळंच वातावरण निर्माण झालं होतं. दिनेशबरोबर दहा-बारा कार्यकर्ते होते. देशपांडेची पाचावर धारण बसली होती. मी दिनेशला जोरात बोल म्हणून पंप केलं.

"आमच्या पाठीशी समाज आणि चळवळ आहे म्हणूनच हे नमून वागतात, नाहीतर आम्हाला कच्चं खालं असतं." मी दिनेशबरोबर बोलत होतो.

"अन्याय झाल्यावरच तुम्हांला चळवळ आठवते." दिशेनचा वर्मी घाव बसला होता. तरीही हसून सर्व कार्यकर्त्यांचा निरोप घेतला.

"आता ऑफिसमध्ये काम करणं कठीण होणार आहे बाबा." जोशाचा टोमणा आम्हा सर्वांना कळला होता.

जोशाचा टोमणा, दिनेशचा टोमणा घेऊन मी माझं टेबल गाठलं.

टेबलावर एक चिठ्ठी पडली होती. त्यावर डाव्या हातानं कोणीतरी लिहिलं होतं.

"सरकारचा जावई."

दलित ब्राह्मण
दलित ब्राह्मण
दलित ब्राह्मण
दलित ब्राह्मण

७

गणपती बाप्पा मोरया

मला आठवतं, मी जेव्हा प्राथमिक शाळेच्या वयात होतो, तेव्हा आमच्या शाळेत गणपती बसवला जायचा. आम्ही श्रींची प्रतिष्ठापना मोठ्या आनंदानं करायचो, नाचायचो, गुलाल उधळायचो. रोज श्रींची साग्रसंगीत पूजा व्हायची. मोठ्या थाटामाटात ते दिवस जायचे. श्रींचं विसर्जनही मोठ्या दिमाखात पार पडायचं. ते दिवस आज आठवताना डोक्यातले चुकार पांढरे केस माझी मुलगी उपटत असते. बायको म्हणत असते 'जाऊ द्या सर्वच डोकंच पिकलंय. पांढरे केस उपटले म्हणून म्हातारपण लपत नाही.' पण मुलगी निष्ठेनं पांढरे केस शोधत असते, उपटत असते. माझे पांढरे केस उपटण्याच्या निमित्ताने ती माझ्याजवळ असते, याचा मला आनंद वाटतो. शिवाय घराबाहेर चौकात गणपती बसलेले आहेत.

गणपती असो, देवी असो, रामकृष्ण, महादेव असो, या हिंदू देवतांच्या हातात शस्त्रं असतात, ती आक्रमक वाटतात. त्यांच्या हातातल्या शस्त्रांची भीती वाटते. गणपतीच्याही हातात शस्त्र आहे. तो विघ्नहर्ता आहे, पण त्याचं आगमन जेव्हा होतं तेव्हा विघ्नंच निर्माण होतात. माझे पांढरे केस उपटणारी मुलगी म्हणाली, 'पपा, गणपतीचं शरीर माणसाचं, तोंड मात्र हत्तीचं आहे. त्याच्या आई-वडिलांचं कसं होतं ?' मी तिच्या प्रश्नांनी पांढरा पडलो. 'बाळा, असे प्रश्न विचारू नयेत. अशा प्रश्नानं धार्मिक भावना दुखावते. धार्मिक भावना दुखावली की धर्माचं कुठलंच नुकसान होत नाही, पण राष्ट्रीय संपत्तीचं नुकसान होतं. जाळपोळ होते. शहरं पेटतात. टिळकांनी राष्ट्रीय भावना जागी

करण्यासाठी शिवजन्मोत्सव आणि गणेशोत्सव सुरू केले होते. आता या उत्सवांत केवळ धार्मिक भावनाच चेतवल्या जातात. मुलगी पांढऱ्या केसांएवजी काळे केस उपटते. माझी बायको ओरडते, 'अगं, बंद कर केस उपटणं, आधीच टक्कल लांबवर गेलंय.'

श्रींच्या प्रतिमेपुढे सत्यनारायण चालू आहे. जोरजोरात श्रींची पूजा ऐकू येतेय. पलीकडून मुल्लाची अजाँही तितक्याच जोरात कानांत घुसतेय. दारावर थाप बसतेय. मी दार काढतो, आठ-दहा तरुणांचा घोळका. गणपतीची वर्गणी मागायला आलेली ही मंडळी वर्गणी दिली नाही तर माझ्या मुलीची छेड काढतील किंवा त्रास देतील. त्यापेक्षा सर्वांबरोबर पैसे दिलेले परवडले. महिन्याच्या नियोजनातील एकवीस रुपये कमी होणार. या आठवड्यात मटण खायचं बंद करून गणपतीची वर्गणी दिली पाहिजे.

गणपती उत्सव आणि मोहरम एकत्र मिळून आलेले. शहरात तणावाची साथ उद्‌भवू नये म्हणून पोलीस पहारे दक्ष असलेले. शांतता कमिटी स्थापन झालेली. बंधुभाव व सलोखा राहावा म्हणून तसा प्रचारही चालू. गणपती विसर्जनाचा मार्गही वेगळ्या दिशेने सुरक्षित आखलेला. गणपती विसर्जनाचे मार्ग पोलिसांनी आखून दिलेले. गणपतीबरोबरच पोलिसही बाजूला बसलेले. गणपती असो, शिवजंयती असो, या उत्सवांचं स्वागत करताना आनंदापेक्षा भितीच अधिक वाटते. आता दहा दिवस जोरजोरात रेकॉर्ड वाजतील, लेझीम खेळले जाईल, रात्री उशिरापर्यंत गोंधळ घातला जाईल आणि हा प्रचंड हलकल्लोळ धुळीगत खिडकीतून, दारातून घरभर साचला जाईल.

कुणी सांगावं यांना गोंगाट कमी करा म्हणून ? अंगावर भांडण कोण ओढवून घेणार ? दहा दिवस हा त्रास सहन करावा कान झाकून. काही बोलावं तर म्हणतील, हा हिंदुधर्म द्वेष्टा आहे, हा नास्तिक आहे. शेवटी या मोहल्ल्यात राहावं लागणार आहे. मी जमवून घेतो, तडजोड करतो, म्हणून माझे सर्वांशी संबंध चांगले आहेत. माझा हा व्यवहार आहे, प्रेम नव्हे, पण दिनेश कांबळेला पटत नाही. तो मला हिणवतो.

आंबेडकरी चळवळीत हिंदुत्त्ववादी वाढत आहेत. आंबेडकर आणि हेडगेवारांची तुलना होतेय. आमचे दलित लेखक हिंदुत्त्ववाद्यांच्या व्यासपीठावरून वावरत आहेत. यांना जातीचा अभिमान नाही. दिनेश कांबळेची ही टीका खरी वाटत नाही. ही आगपाखड आहे. या हिंदुस्थानात हिंदू बहुसंख्य आहेत. हिंदुंना हजारो वर्षांचा इतिहास आहे. त्यांच्याशी आपण लढू शकत नाही. लढाईच्या गप्पा मारून आपण समाजाची दिशाभूल करू शकतो, अल्पसंख्यांकांचे नेते होऊ शकतो; पण अशाने प्रश्न सुटू शकत नाहीत. हिंदू मानसिकता समजून घेतली पाहिजे. सहजीवनातूनच संघर्षाचा विचार मी मांडू लागलो की माझ्यावर टीका केली जाते. आता माझ्या घरी समीर जोशी येतो. मी त्याच्या घरी जातो. आम्ही खातो-पितो. हा बदल लक्षात घेणार की नाही ?

माझी आणि समीरची मैत्री दिनेशला पटत नाही.

आम्ही सवर्ण वस्तीत राहतो. आजूबाजूला ब्राह्मण भाडेकरू आहेत. त्यांच्याकडे भाजपची चर्चा चालू असते. आमच्याकडे आंबेडकरांची. तरीही आम्ही शेजारी राहतो. माझी बायको हळदी-कुंकवाला जाते. याचा अर्थ ती आंबेडकरवादी नाही असे नाही. मी तीर्थप्रसादाला जातो. या हिंदू वातावरणापासून आपण अलिप्त राहू शकत नाही. संघर्ष आणि संकटातून नवी संस्कृती घडत असते. आता आम्ही गणपतीची वर्गणी दिली, द्यावीच लागते. दिनेश कांबळेने वर्गणी दिली नाही; पण त्याचं सगळं घर दहा दिवसांसाठी परगावी गेलं आहे. तो या वातावरणात राहूच शकत नाही. उद्या काही घडलं तर पहिल्यांदा दिनेश कांबळेचं घर जाळतील आणि अशा काळात कुणी कुणाला अडवू शकत नाही. पोलीस बघ्याची भूमिका घेतात. गणपती उत्सव व शिवजयंतीच्या काळात दिनेश बाहेरगावी जातो. त्याला हिंदुंचं थैमान आवडत नाही. त्याला हिंदुंच्या आक्रमकतेची भीती वाटते. तो सातत्याने हिंदू देव-देवतांना शिव्या घालीत असतो; पण यामुळे परिवर्तनापेक्षा वैमनस्यच जपलं जातं. माझ्या सामंजस्यामुळे मी यांच्यात रमतो. कधी कधी रक्तबंबाळ कॉमेन्टस ऐकायला मिळतात. मूड जातो. वाईट वाटते; पण मन घट्ट केले पाहिजे.

समीर जोशीचे सर्व व्यवहार मी बघतो. तो माझं घर सांभाळतो. आमच्यात कधीच जात आडवी येत नाही. गेल्या आठवड्यात मी व समीर जोशी बिअर पिण्यासाठी गेलो. खूप घेतली. रात्री उशिरा बारमधून बाहेर पडलो. वाटेत गुंडांनी आम्हांला अडवलं. पैशाची मागणी केली. त्यांच्यात नि आमच्यात झटापट झाली. त्यात समीरच्या हाताला चाकूचा जबर मार लागला. गुंड पळून गेले; पण या घटनेचा खूप वाईट परिणाम झाला.

'महाराच्या नादी लागून तूही महार झाला आहेस. अरे, हजारो वर्षांपासून महार व ब्राह्मणाचं वैर आहे. कदाचित हे कारस्थान लिंबाळेनंच रचलं असावं. गुंडांनी त्याला चाकूनं मारलं नाही, तुलाच कसं मारलं ? अरे, तू ब्राह्मण आहेस म्हणून त्यानं तुझा काटा काढण्याचं ठरवलं असावं.' समीर जोशीच्या परिवारात अशी चर्चा. असा अनुभव असतोच. वाईट वळणावर सगळ्यांना माझी हलकी जात दिसते. मीही चिडतो, संतापतो; पण जात थोडीच बदलता येते ?

दिनेशलाही माझी जात दिसते, जरी तो माझ्या जातीचा असला, तरी तो मला हिंदुत्ववादी म्हणून हिणवतो. समीर जोशी माझ्याबरोबर असतो म्हणून सारा ब्राह्मणवाडा त्याला 'जयभीमवाला' म्हणत असतो. मी मात्र स्थितप्रज्ञासारखा जगत असतो. गणपतीची वर्गणी घ्या, आंबेडकरांची वर्गणी घ्या; पण कटकट करू नका. दलित कार्यकर्त्यांना हे पटत नाही. मी केवळ लिहितो, समाजात जात नाही, राहत नाही, आंबेडकरांवर पुस्तक लिहून नाव व पैसे कमावतो, मी गद्दार आहे अशी दिनेशची तोंडपट्टी चालू असते. मी सर्वांचं समाधान करू शकत नाही. समीर जोशी ब्राह्मण असला तरी तो

माझा मित्र आहे. मला तो आवडतो. मी सर्व महारांची मैत्री तोडतो आणि बामनवाड्यात दलित ब्राह्मण म्हणून जगू लागतो, एक गोगलगाय बनून.

हिंदू-मुस्लिमांची दंगल झाली. मला मुस्लिम तरुणांनी घेराव घातला. मी गडबडलो, 'मी हिंदू नाही, मी बौद्ध आहे' म्हणून सुटका करून घेतली. पुढच्या चौकात हिंदुंच्या घोळक्याने मला पकडलं, 'मी मुस्लीम नाही, बौद्ध आहे,' म्हणून सुटका करून घेतली. जेव्हा हिंदू-मुस्लीम दंगली घडतात, तेव्हा याकुबही असेच उत्तर देऊन सुटका करून घेत असतो. दिनेशचं एक बरं आहे, तो गाव सोडून जात असतो.

'गणपती बाप्पा मोरया
पुढच्या वर्षी लवकर या
येताना मात्र
तुमच्या हातातील शस्त्रं ठेवून या.'

कितीतरी वेळा माझ्या घरावर गल्लीतल्या मुलांनी दगडफेक केली आहे. मी खिडकीतून अनेक वेळा पाहिलंही आहे; पण कुणाशी भांडणार ? आपण बामनवाड्यात राहतो. झोपडपट्टीत राहण्याची गैरसोय होते. मुलांवर वाईट संस्कार होतात. मग राहा बामनवाड्यात. एखाद्या सवर्ण पोरानं दगड फेकलाच तर समजून घ्यावं. इतकी किंमत तर दिलीच पाहिजे ना ? त्याशिवाय चांगली वस्ती, चांगलं घर आणि चांगले शेजारी कसे भेटणार ?

एखाद्या घटनेनं डोळ्यात पाणी आले तरी डोळ्यात काहीतरी गेलं म्हणून अश्रू लपवून जगावं लागतं. पण याकूब, दिनेश किती तिखट आहेत ! त्यांनाच जमो हे सगळं. मी जोशाची संगत धरून 'वाण नाही तर गुण तरी लागला.' असं वागू लागतो आहे. वाघाची शेळीच झाली. गेल्या वर्षी गणपतीचा गुलाल अंगावर पडला तर याकूबनं चार पोरांना लोळवलं होतं. दिनेशनं वर्गणी द्यायचं नाकारलं. पोरं खवळली, तेव्हा तो चाकू काढून अंगावर गेला होता. मला हे कसं जमणार ?

माझी मुलगी रडतच आली. मला काही कळेना. तिला गणपती मंडळाच्या कार्यकर्त्यांनी छेडलं होतं. मी कथा लिहीत होतो. मुलगी रडत होती. मी म्हणालो, 'जाऊ दे, कुणाच्या तोंडाला लागायचं ? सगळी वस्ती त्यांचीच आहे. काही बोलावं तर हे घर सोडावं लागेल. तूच जपून वाग.' पण माझ्या बायकोला हे सहन होत नव्हतं. इतक्यात माझा मुलगा आला. त्यानं बहिणीचा कैवार घेऊन भांडण काढलं होतं. एकदोघांना मारलं होतं, पण सर्वांनी एक होऊन त्याला मारलं होतं. त्याचं डोकं फुटलं होतं. नंतर पोरं घरी येऊन गोंधळ घालून गेली. गणपती उत्सवाचे दिवस होते. उगीच वातावरण पेटलं असतं; म्हणून मी शांत झालो. पण माझी मुलं अशांत झाली होती. इथं राहण्यापेक्षा आपण महारवाड्यात जाऊन राहू या. हा छळ नको आहे.

'देशाच्या कुठल्याही भागात गेला तरी दलित म्हणून तुमचा छळ होणारच

आहे, म्हणून का हा देश सोडून जाणार आहात ?' माझा प्रश्न योग्यच होता, पण तो कुणाला पटला नाही. आपण आपल्या माणसात जाऊ या, ती माणसं मदतीला येतील. इतकं रामायण घडलं तर जोशीकाकाच्या घरचे कोणी आले नाहीत. दिनेश काका असते तर.. ते असे गप्प बसले नसते. इथे रक्ताचीच माणसं हवीत. माझा मुलगा कट्टर जातीयवादी होता. त्याला प्रसंगानंच जातीवाद स्वीकारण्यास लावलं होतं. मी स्तब्ध होतो.

समीर जोशी आला. त्याला सर्व प्रकार सांगितला. त्याच्याही डोळ्यात पाणी आलं. त्यानं सर्वांना खूप दिव्या दिल्या. मला खूप बरं वाटलं. जोश्याला अन्यायाची चीड आली होती. जोश्याचं बोलणं ऐकून माझंही मन पेटून उठलं. 'जोशा, आपण त्या पोरांकडे जाऊ, त्यांची बैठक घेऊ. त्या बैठकीत तू बोल. आता जे बोललास, ते सर्व बोल. असंच जळजळीत बोल. त्यांच्यावर परिणाम होईल.' जोश्याचा चेहरा पडला. समीर जोशी खाली मान घालून बसला, 'माझा स्वभाव बाणेदार नाही. मला भांडता येत नाही. मी येणार नाही. तुमचं तुम्ही बघा. वाघासारखे वागा. भिऊ नका. अशा प्रवृत्ती ठेचल्या पाहिजेत. मला यात घेऊ नका. मला माझ्या मर्यादा माहीत आहेत. मी बोलू शकत नाही. तुम्ही वाघ आहात, जा.' समीर जोशीचं बोलणं ऐकून मला वाईट वाटलं. आपण एका महारावर प्रेम केलं असतं तर त्यानं जीव लावला असता. आपली निवड चुकली. समीर जोशी निघून गेला. 'मी वाघासारखा त्यांच्याशी भांडणार. अन्याय सहन करणार नाही. सर्वांना ठेचून काढीन,' म्हणत मी उठलो. बाहेर 'गणपती बाप्पा मोरया'चा गोंधळ होता. टिपऱ्या व लेझीमचा आवाज कान भेदत होता. माझं रक्त चवताळत होतं. माझी सहनशक्ती संपली होती. मी पेटलो होतो. 'अहो, ब्राह्मण पेटवण्याचंच काम करीत आलेत. जोशीनं तुम्हाला पेटवलंय. तुम्ही असं वेड्यासारखं वागू नका.' माझी पत्नी मला रोखत होती.

मला कळत नव्हतं. आम्हा सर्वांनाच अडचणीच्या प्रसंगी एकमेकांची जात आठवते आणि आपण जातीचा उद्धार करतो. खरं काय ? आंबेडकर जयंतीला येणारा समीर जोशी. जोशीवहिनींबरोबर हळदी-कुंकवाला जाणारी माझी पत्नी, आमच्या घरी येऊन मटण खाणारी जोश्याची मुलं, जोश्याच्या मुलीबरोबर मंदिरात जाणारा माझा मुलगा, हे सगळं वातावरण क्षणात कसं नासून जातं. सकाळी आंबेडकर जयंतीत भाषण करून संध्याकाळी पूजा सांगणारा जोशी मग ढोंगी वाटू लागतो. एरवी जोशी जिवाभावाचा मित्र वाटतो. लाईफ स्मूथ आणि सॉफ्ट असावं; कधीच माणसाची परीक्षा घेणारा प्रसंग येऊ नये, म्हणजे सर्व कशी देवमाणसं वाटतात.

घरावर एक-दोन दगडं पडतात. माझा माथा भडकतो. जोशी गणपतीपुढं पूजा सांगत असतो. मी सरळ मंडपात जातो. माईकचा ताबा घेतो. ओरडतो. गल्लीतली सर्व पोरं जमा होतात. गोंधळ सुरू होतो. सर्वजण माझा अपमान करू लागतात. समीर

जोशी मात्र निमूटपणे मौन धारण करतो. द्रौपदी वस्त्रहरणाच्या वेळी भीष्म, द्रोणांनी असंच मौन धारण केलं असावं. मला त्या शंभरजणांच्या शिव्यांपेक्षा जोशीचं मौन अस्वस्थ करते. ती त्याची मर्यादा आहे. दिनेश कांबळे येतो. चाकू काढून उभा राहतो. सर्वजण पळून जातात. मी दिनेशचे पाय धरतो.

'दिनेश, तू माझ्या घरी राहा. गणपती विसर्जन होईपर्यंत तरी तू राहिलं पाहिजेस रे.'

दलित ब्राह्मण
दलित ब्राह्मण
दलित ब्राह्मण
दलित ब्राह्मण

८

माधवी

अंधार जाळणारी आग. उभी आडवी. जमावाचा नंगानाच. मी जीव मुठीत घेऊन. सैरावैरा धावणारी माणसं. रात्र गोठवणारा आक्रोश. अंगभर अंधार पेटलेला. माझ्या सर्वच सावल्या उद्‌ध्वस्त होत होत्या. जमाव ओरडत होता. कोठून तरी मारहाणीचा भयंकर आवाज ऐकू येत होता. किंकाळ्या थयथयत होत्या. हा हंबरडा शालनचा असावा.

चिता जळावी तशी शालनची झोपडी जळत होती. आगीच्या उजेडात आक्राळविक्राळ चेहरे धावपळ करीत होते. भयानक सामसूम रानभर झाली होती. थोड्या वेळानं स्फोट झाला. माझं घर भुईसपाट झालं होतं. आई घरात तर नव्हती ? डोळ्यात पाणी आलं. अंधारात नाहीसं झालं. आम्ही घर बांधताना धर्मण्णानं अडथळा आणला होता.

"झोपडीत राहा. पैसे जास्त झाले का घर बांधायला ? गावात एकच वाडा असला पाहिजे. पाटलाचा."

अंधारात बळी गेलेले चीत्कार शोधत मी बाहेर पडलो. पावलोपावली दवबिंदूगत अश्रू सांडले होते. गळा दाटून आलेला आक्रोश अन् कंठाशी आलेली अगतिक हाक, कुणीतरी मध्येच छाटत होते. मी आवाजहीन. आक्रोश तरी कसा करू ? अशाही बेचिराख वेळी माधवीचं हसणं शिवारासारखं डोलत होतं.

मी माझ्या आयुष्याशिवाय आणखी एक आयुष्य माधवीसाठी निवडले. ज्या आयुष्यात आमची सुंदर स्वप्नं होती. अमीट आठवणी होत्या. तिच्या माझ्या भेटी किती पुनर्जन्माच्या गाठी. भेटी संपूच नये वाटायच्या. बोलायचो, आणखी बोलायचो. विषय संपायचे नाहीत.

"किती बोललो रे."

"काही कळले नाही."

आयुष्यातल्या प्रत्येक मोकळ्या जागी माधवीच्या आठवणी तुळस लावल्या तशा लावल्या होत्या. माझ्या मनाचं रितेपण तिच्या पाऊलखुणांसाठी कितीतरी सजून बसायचं. पण माझ्यासाठी एकही पाऊलखूण असू नये ?

मनातल्या गोष्टी मनात मुरतात. मला वाटलं, आज तिच्या केसांची तारीफ करावी. अशा भावना अव्यक्तच असण्यात अर्थ असतो. कधी वाटतं, आज आपण बोलूच नये. पण माधवी आपणहून बोलू लागते. माझं मौन संपतं. कधी कधी मौनही किती सुंदर असतं. वेरुळच्या भव्य शिल्पासारखं.

"तुला चित्रपट आवडत नाही का ?"

"तुझ्याबरोबर चित्रपट पाहणं मला आवडेल."

मी हाक मारतो माधवीच्या नावानं अन् अगणित दिव्यांची रांग उजळते अंधारात. माझे ओठ थरथरतात. मेंदीच्या पानांसारखे. मला तुझ्या नजरेखाली आसरा दे. मला तुझ्या उच्छ्वासाचा शृंगार दे. प्रत्येक क्षण माधवीनं गुंफला होता. त्या दिवशी तिने चिमटा घेतला. मीही चिमटलो. तिच्या हातावर नखांचे व्रण उमटले. तो व्रण माधवी मला आवडीने दाखवायची. त्या जखमा फुलताना मनात सुगंध दरवळायचा. चिमटे फुलं व्हायची.

"माधवी, मला खूप जोरानं चिमटा घ्यायचाय तुझा."

मी आता कुठं नखं राखायला सुरुवात केलीय. माधवी माझ्या आयुष्यातलं एक सुंदर स्वप्न, आज उद्ध्वस्त होत होतं. रात्र चिडीचूप होती. अंधारातून गेनू म्हाताऱ्याचं जीवघेणं कण्हणं ऐकू आलं. म्हाताऱ्याला जमावानं खूप मारलं होतं. रक्तबंबाळ आवाजानं तो माझ्याशी बोलत होता.

"तू पाटलाच्या पोरीच्या फंदात पडायला नको व्हता. आरं, घर बांधूनच तू गावची दुष्मनी घेतली व्हतीस. तुझ्यामुळं आमी भुईसपाट झालो."

गेनूचं बोलणं ऐकून माझ्यात कोणीतरी विध्वंसक सुरुंग पेरत आहे असं वाटलं. मी काही बोललो नाही. अंधार गिळला. एकेक जखमा जाग्या होऊ लागल्या. माधवीनं चिमटलेली जखम अजून ताजी होती.

मी आणि माधवी एकत्र शिकलो. आम्ही दोघे चित्रकलेचे विद्यार्थी. ती फुलं काढायची, मी काटे काढायचो. मी एकदा तिचं चित्र काढलं होतं. तिनं रागावल्यानंतर मी त्या चित्राला मिश्या लावल्या आणि हे चित्र माझं आहे म्हणून सांगितलं.

"तू लहान मुलासारखा वागतोस."

"तू म्हातारीसारखी बोलतेस."

माधवीनं वापरलेली रंगसंगती मला खूप आवडायची. ती कुंचल्यात मन ओतायची. ती दंग व्हायची. ती चित्र व्हायची. मी तिच्या चित्रात श्रीरंग व्हायचो. तिला

आकाश आवडायचं, मला माती आवडायची. उद्या मी माझ्या बेचिराख वस्तीचं चित्र काढून तिला दाखवणार आहे. माझ्या दु:खाचं कारण माधवी आहे. माझ्या सुखाचं कारण माधवी आहे. माधवी म्हणजे ओलचिंब स्त्रीरूप नाही, ती माझ्या जीवनातली एक मोरपंख आहे. माझ्या ओसाड इतिहासातील एक जगण्याचा संदर्भ आहे.

शालन माधवीची मैत्रीण, तीही आमच्याच वर्गात होती. माधवीवर माझं जितकं प्रेम होतं, तितकंच शालनचंही होतं. आम्ही तिघांनी एका नाटकात कामं केली होती. अन् तिथेच ठिणग्या रुजायला सुरुवात झाली होती. त्या ठिणग्यांचा वणवा झाला होता, अन् गेनू म्हाताऱ्याची झोपडी जळाली होती. उद्या आमच्या अश्रूंच्या बातम्या होतील, पंचनामा होईल. हल्लेखोर मदतनिधी घेऊन येतील.

अंधार पेटलेला. शालन काळोखासारखी माझ्यापुढं उभीच. गावगुंडांनी तिचा छळ केलाय. तिच्या ओठांवर आग नाचतेय. डोळ्यात बेचिराख आकांत. विद्रोहानं फुललेला तिचा चेहरा किती रौद्र वाटत होता. आम्ही वस्तीभर फिरलो. वेदना जमा करीत. अश्रूंच्या अरण्यातून, श्वापदांच्या आरोळ्या जीव भेदीत होत्या.

"शालन, आपली माणसं कुठं आहेत ?"

"वाट मिळेल तिकडं पळून गेली असणार."

"हा गाव आपला नाही."

माझ्या घराची भिंत ढासळली. भिंत कोसळण्याचा मोठा आवाज झाला. रात्र भिंतीखाली चिणून गेली. माझ्याही मनात दूरवर एक घर उद्‌ध्वस्त झालं. माझ्या डोळ्यांत आता कोणीतरी सुरुंग पेरावेत. माझ्या नजरेच्या टापूत माधवीच्या मेंदीभरल्या पाऊलखुणा सज्ज आहेत. पण तिला चिरेबंदी वाड्यात जमावानं बंदिस्त केलंय. त्या कडेकोट पाहाऱ्यातही माझ्या आठवणी तिला धीर देत असतील.

"क्षणभर तू किती सुंदर दिसतोस रे."

"अशी वीज दिसते."

माधवीचं मुग्ध हसणं, वैराण अंधारात ती भेटली अन् तिच्या सहवासानं काळोखाला चांदणं लगडलं. चंद्रासारखे तिचे ओठ. मृद्‌गंधासारखा तिच्या देहाचा सुगंध. आठवणींच्या पक्ष्यांचे थवे मनभर कसे गर्दी करत आहेत ! धुव्वांधार कोसळणाऱ्या पावसात भिजलेलं पक्ष्यांचं जोडपं अगदी मिटल्या पानासारखं. मनभर डहाळ्या डोलू लागतात.

गेनू म्हाताऱ्याची जीवघेणी हाक कानावर पडते. रक्तानं थबथबलेला गेनू आता धरणीच्या मालकीचा होणार होता. गेनू म्हाताऱ्याच्या डोळ्यांतला काळोख खूपच भेसूर होता. शालनचा एकुलता एक आधार भुईसपाट झाला. शालनच्या किंकाळीने मी हादरलो. तिचा हंबरडा आसमंत भेदून गेला. रानकिडे रडत होते. झोपडी अजूनही जळत होती. गावातल्या राममंदिरातून भजनाचे सूर ऐकू येत होते.

दुसरा दिवस उजाडला.

पोलीस आले. अन्न, वस्त्र घेऊन काही मंडळीही आली. आम्ही उघड्यावर बसून होतो. काहींनी हळहळ व्यक्त केली. काहींनी निषेध व्यक्त केला. लहान मुलांना आनंद झाला होता. मदत म्हणून त्यांना पोटभर अन्न अन् अंगभर कपडा मिळाला होता. गेनू म्हाताऱ्याची प्रेतयात्रा निघाणार होती. शालनच्या चेहऱ्यावर स्मशान सजलं होतं. तिच्या डोळ्यात चिता जळत होत्या. ती खूप समजूतदार दिसत होती.

मला माधवीची आठवण आली. तिचा छळ तर होत नसेल. मी अस्वस्थ झालो. आम्ही बहिष्कृत आहोत याची चीड आली. माधवी, तुझी दुनिया वेगळी आहे. आम्ही जळणाऱ्या झोपड्या आहोत. गावाबाहेरील अनंत वेदना अन् विद्रोह निष्ठुरपणे नाकारले गेले आहेत. आमच्या उच्छ्वासांना आगीचा दाह आहे. आमच्या तमाम हाकांमध्ये चिरडलेले सूर उमलत आहेत. माधवी, आम्हीही जिवंत माणसं आहोत.

माधवी, तू दिलेल्या अनेक भेटवस्तू रात्री जळून खाक झाल्या. सतीसारख्या. आठवणी जळत नाहीत, त्या जगतात. इथे तू नाहीस पण तुझ्या आठवणी, तुझी उणीव भासू देत नाहीत. कधी कधी आठवणी देखील माणसापेक्षा थोर वाटतात. माधवी, तुला माझी आठवण येते ?

"कसला विचार करतोस रे तू."

"काही नाही."

"स्मशानात जाण्याची तयारी करू या. म्हाताऱ्याला मातीआड केलं पाहिजे असं किती वेळ थांबणार."

"माणसं तरी येऊ दे."

"ती मरणभयानं पळून गेली आहेत, कशी येतील ?"

"शालन, मी पूर्णपणे खचलोय."

"माझा हात धर. आभाळाचा आधार मिळेल."

मी खंबीरपणे उभा राहिलो. माझ्या ओठावर एक रणांगण थयथयत होतं. मी गेनू म्हाताऱ्याच्या प्रेताजवळ गेलो. त्याच्या शरीरावर झालेले वार पाहिले. त्या जखमांत मी मला पाहिले. माझ्या जखमी हृदयाच्या पालखीत नवरीसारखी सजलेली माधवी दिसली. सनईचे सूर फुलू लागले.

हलगीचा आवाज आला. आता गेनू म्हाताऱ्याची अंत्ययात्रा निघणार होती. आमच्या जखमा आम्ही स्मशानात पेरणार होतो. अन्यायाला बळी पडलेल्या अशा कितीतरी वेदना आम्ही स्मशानाच्या ओटी भरल्या आहेत. आमचे स्मशान म्हणजे आमच्या बेवारस दुःखाची जिवंत नोंद आहे.

"गेनू, तू परत आमच्या वस्तीत जन्माला ये. आमचा सूर्य होऊन. आम्ही तुझी वाट पाहत आहोत रे."

"गेन्या, मेलास, या छळातून सुटलास. कुत्र्याच्या जन्माला जा, पर महाराच्या

पोटाला जन्मू नको.''

माझ्या आईने हंबरडा फोडला होता. शालनच्या चेहऱ्यावर अनेक वादळं उद्‌ध्वस्त होत होती. मी शालनचा हात हातात घेतला. तिचा स्पर्श भीषण दंगलीसारखा वाटला. पोलीस अन् पत्रकार आता निघण्याच्या तयारीत होते. सभोवार स्मशानानं मला वेढलं होतं. मी माझ्या दु:खांना नेस्तनाबूत करत होतो. मातीआड दडलेले आवाज माझ्या मनात रुजत होते. दडपलेल्या गळ्यांना पालवी फुटत होती. अश्रूंना मोहर आला होता. शालन एका भेसूर किंकाळीगत माझ्यापुढे उभी होती. या सर्वांचं कारण होतं माधवी अन् माझं प्रेम. गावभर पसरलेल्या सावलीचा वाडा. त्या वाड्यात अफवेसारखी राहणारी माधवी. तिथं नजरही पोहचणं शक्य नाही, पण तिचे उच्छ्‌वास मला ऐकू येत आहेत. हे देहभर पसरलेले प्रतिध्वनी तिच्याच स्पर्शाचे आहेत.

''शालन, माधवीला आपण अखेरचं बोललं पाहिजे, तिची भेट होणं फार महत्त्वाचं आहे.''

शालनच्या चेहऱ्यावर गेनू म्हाताऱ्याचं प्रेत स्पष्ट दिसत होतं. माझ्यामुळंच शालनचा छळ झाला होता. तिच्या बापाचा खून झाला होता. ती माधवीची मैत्रीण होती. आमच्या प्रेमाची साक्ष होती. ती काही बोलली नाही. आतापर्यंत सर्व जाबजबाब झाले होते. पंचनामा संपला होता. शालनची झोपडी जळाली होती. गावकऱ्यांनी चार पत्रे टाकून तिच्यासाठी दुसरं घर बांधलं होतं. झोपडीपेक्षा हे अधिक मजबूत होतं. लहान मुलं खेळत होती. सरकार लोकांना मदत करत आहे असं कळल्यामुळं घरदार सोडून पळून गेलेली माणसं परत येत होती. वस्तीत चुली पेटू लागल्या होत्या.

एक दिवस उजाडला. दारुगोळ्याच्या कोठारासारखा. माधवीला दिल्लीला नेलं. तिथं तिचं लग्नही झालं.

''तू रडतोयस का रे ?''

''नाही ग.''

''तुझे डोळे सांगताहेत.''

शालनला काय उत्तर द्यावं कळत नव्हतं. मी अश्रूंच्या प्रवाहात एक पेटती पणती सोडून दिली. माधवीच्या नावानं. ती संगमापर्यंत जाईल. मी डोळे पुसले. शालनकडं पाहिलं, ती माधवीपेक्षाही सुंदर दिसत होती.

''शालन, गेनू आता आपल्याच पोटी यावा, नाही का ?''

तिचा हुंकार माझ्या शरीरभर. वस्तीतून वारा वाहत होता. वस्तीत काही नवीन घरं बांधली जात होती. लहान मुलं खेळत होती.

माझी आई गावातून आली. ती सांगत होती, ''आपल्यावर हल्ले करणारे सर्वजण निर्दोष सुटलेत. थोड्या वेळानं त्यांची मिरवणूक निघणार आहे.''

वस्ती परत एकदा घाबरून गेली होती

❖ ❖

१

सुजाता

सुजाताच्या आठवणीने सारं जीवन गोंदून गेलंय. तिच्या आठवणीत मी माझं आयुष्य लपवून ठेवतो. तिचे फुलासारखे गाल तळहातावर पेलताना अंगभर पाऊस ढासळू लागतो. ओलचिंब मन नजरेत येतं. डोळे गहिवरतात. डोळ्यांतून ती शरीरभर उतरू लागते. तिची पावलं रूजू लागतात, नसानसांत. सुजाता, एक पूर्ण उमललेलं नेत्र.

पारिजात बंगल्याच्या सभोवार पसरलेली आमची झोपडपट्टी. अलीकडं कंगाल झोपड्या, पलीकडं सुखवस्तू कॉलनी. कॉलनी राखण्यासाठी इथूनच माणसं जायची. धुणीभांड्यासाठी इथूनच स्त्रिया जायच्या. मजूर-हमाल जायचे. माझी बहीण सुजाताच्या घरी मोलकरीण होती. आता तिचं लग्न झालं. ती दिल्या घरी गेलीय. तिथंही धुणीभांडीच करतेय. अधून मधून माझी आई जाते, सुजाताच्या घरी.

मी लहान असताना बहिणीबरोबर सुजाताच्या घरी जायचो. बहीण भांडी घासायची. मी तिला मदत करायचो. बहीण आजारी असली की आई भांडी घासत असे. कधी कधी मी जायचो. 'अक्का आजारी हाय, आज येनार न्हाय' म्हणून सांगायचो. तेव्हा सुजाताही लहान होती. आपली फुलपाखरासारखी. एकदा तिचं माझं भांडण झालं होतं.

आज तीही मोठी झालीय. मीही. काळही. समाजाचा डोळाही मोठा झालाय. ती बंगल्याच्या खिडकीत येते, चंद्रकोरीसारखी. माझ्या नजरा सदैव रोवलेल्या तिच्या खिडकीच्या दिशेनं. खिडकीत ती येते

आणि सारा बंगला सजीव होतो. खिडकी डोळ्यावर ढगासारखी जमू लागते. काही क्षण असे असतात की, मी तिच्याजवळ जातो. अगदी तिच्या आत्म्याजवळ. पण दुसराच क्षण असा असतो की, मी कितीतरी दूर झिडकारलेला असतो. पण या नात्यांना नाव देता येत नाही. सुजाता एक भावना असते, जी अहोरात्र माझ्यावर स्वार असते. मी तिच्या आठवणीच्या सावलीत जगत असतो. ती हसते. माझं शरीर पाझरू लागतं. चंद्रप्रकाशासारखं.

घट्ट मिठीत निसवणारा उसासा आनंदाचा उगम होऊन चोळीच्या गाठीगत मनात सैल होत असतो. तिच्या नजरा सांगताहेत माझ्या डोळ्यांचा इतिहास. मी तिच्या नजरेत माझा डोळा पेरतो. डोळा उगवतो चंद्र होऊन. तिच्या हसऱ्या चेहऱ्यासारखा. तिचे असंख्य उच्छ्वास माझ्या ओठाभोवती विणलेले. आम्ही दोघे बंद खिडकीसारखे एकमेकांत.

खिडकी, किती शहाणी असते. किती सजीव. खिडकी उघडते तेव्हा मनातल्या अंधाराला चांदाचा कवडसा गवसतो. खिडकी म्हणजे आयुष्यातला ओलावा असतो. एकान्तातली बेचैनी असते. बंद खिडकी मला हैराण करते. खिडकीचा परीघ खूप मोठा असतो, परमेश्वराच्या आत्म्यापेक्षाही प्रचंड असा. कल्पनेनं किती वेळा मी या भिंती चढल्या. खिडकीत डोकावलं.

खिडकी, एक अस्तित्व अनेक आठवणींचं. सुजाता तिची बंद स्कूटर घेऊन निघालेली. तिची हाक मला पोचते. मी तिला मदत करतो. ही मदत तिच्या माझ्यात फुलांच्या ओंजळी पेरून जाते. ती मंदिराला निघाली की मी चौकात. ती खिडकीत दिसली की मी माझ्या झोपडीपुढे. आमच्या झोपड्यांना खिडक्याच नाहीत. सगळ्यांना नोटिसा मिळालेल्या, झोपड्या हलवा म्हणून. इथं माणसं दिवसा यायला भ्यायची तेव्हा इथं एकेक झोपडी पडली. वस्ती झाली. आम्ही मोर्चे काढले. मग रस्ते झाले, वीज आली, नळ मिळाला. हळूहळू एकेक बंगला पाहुण्यासारखा शेजेला आला. कॉलनी झाली. शहर इथवर पसरत आलं. पाण्याच्या लोंढ्यासारखं. आता परत एकदा शहराबाहेर हुसकावून लावतील. इथं रूजलेली पोटं उखडली जातील, मनावरून नांगर फिरेल.

पोलिसांच्या मदतीनं पालिका कामगार झोपडपट्टीत घुसू लागतात. पोलीस एकदोघांना पकडून बेदम चेपतात. थोड्या वेळापूर्वी वस्तीतल्या लोकांनी दगडफेक केलेली असते. मीराची झोपडी पाडली जातेय. मीराचे अश्रू पोलिसांच्या बुटाखाली फुलांसारखे चिरडले जात आहेत. मीराच्या आक्रोशानं झोपड्या गहिरवल्यात. माणसं उजाड होताहेत. पालापाला जमवून बांधलेला संसार दिशादिशांत फाटत चाललाय. इथे बाग होणार आहे. इथली झोपडी शहराबाहेर जाईल. कॉलनीतली माणसं बागेत रमतील. झोपडीच्या जागी कारंजी उडतील. माझ्या झोपडीच्या ठिकाणी कसले फुलझाड लावणार ? ती फुलं सुजाताच्या खिडकीकडं पाहात राहतील, अनिमिषपणे. पाकळ्या-

पाकळ्यांवर झोपडीतील चुलींचा अंगार लेवून.

''ही जागा बागेसाठी राखून ठेवली होती.''

''शहराच्या मध्यभागी झोपडपट्टी चांगली नाही.''

''शहराचं सौंदर्य वाढलं पाहिजे.''

''अगदी वैताग आला होता रोजची त्यांची भांडणं ऐकून. चोऱ्यामाऱ्यांचा अड्डा होता, ती वस्ती.''

''झोपडपट्टी उठली, मोलकरीण कशी मिळणार ?''

संध्याकाळपर्यंत अर्धी अधिक घरे पाडली गेली. अर्धांगवायू झाल्यागत वस्तीचा चेहरा. आज गाणं नव्हतं. चुली पेटल्या नव्हत्या की रोजचा राडा. उद्या सर्व जागा मोकळी होईल. कुठल्याच चुलीचे अवशेष शिल्लक राहणार नाहीत.

सुजाता खिडकीत येईल तेव्हा तिला काय दिसेल ? ओसाड मातीचं दुःख तिच्या नजरेत न्हाऊन निघेल. ती झोपडीच्या जागेवर नजर रोवेल. फुलं आत्महत्या करतील.

अंधार मुठीत घेऊन वस्ती जमा झाली. मोडलेली माणसं असंतोषानं जोडली. झोपडी बोलू लागली,

''आपण प्रतिकार केला पाहिजे. मोर्चा काढू. जेल भरू. पण ही जागा सोडायची नाही. अनेक वर्षं राहतोय इथं. या मातीवर हक्क आहे आमचा. मुडदे पडले तरी हरकत नाही, आपण लढू.''

''अरे, आपल्याला पुढारी नाही, आहेत ते हिजडे'' अंधार चहूअंगानं पेटत होता. आगीतल्या अंधाराचा आक्रोश आरवू लागला होता. अंधाराला तांबडं फुटलं होतं. अंधारातली ती खिडकी मंद प्रकाशात तेवणारी. ती इतकी परकी, सर्वच दृष्टीने, पण माझीच वाटायची. एकेक खिडक्या मिटत जातात. लाजाळूच्या पानागत. ती खिडकी म्हणजे माझ्या प्रियेचा डोळा. सुजाता, तुझं अंथरुण मी हजारो आठवणींनं शृंगारून ठेवलंय.

नगरपालिकेचे ट्रक आणि कामगार येऊन धडकतात. थोड्या वेळानं पोलीस व्हॅन येते. सर्वत्र तणाव फैलावतो. महिबुबची झोपडी हटवली जातेय. चांदबीबी आक्रोश करतेय. ती आठवड्याची बाळंतीण आहे. बाळासह तिला बाहेर हाकललं जातंय. महिबुब जमेल तसा आपला फाटका संसार गाठोड्यात बांधत आहे.

थोड्या वेळात जमाव जमतो. प्रक्षुब्ध होतो. जमावाच्या हल्ल्यापुढं पोलीस हतबल होतात. पोलीस व्हॅन पेटवली जातेय. सडकेवर दगडविटांचा खच पडतो. समोरुन येणाऱ्या सिटी बसवर तुफान दगडफेक होते. पलीकडली कॉलनी मात्र दूरदर्शन पाहण्यात गढून गेलीय.

पारिजात बंगल्याची खिडकी सताड उघडी आहे. आभाळ होतं. पण सूर्य

नव्हता अन् चांदही. डोळ्यात जमाव आणून मी खिडकीकडं पाहात होतो. आज सुजाता खिडकीकडं का येत नाही ? ही कसली दगडफेक आपणच आपल्या आत्म्यावर केलेली ! ती येत नाही म्हणून किती उद्वेग होतो. प्रत्येक क्षण दुधारी काचत जातो. ती जरूर येईल. आणखी काही वेळ खिडकीकडं पाहिलं पाहिजे.

क्षण क्षण ठिबकत राहातो, मन रिकामं होईपर्यंत. कुठे आहेस तू ? खिडकीत का येत नाहीस ? तुला कशा पोहोचवू माझ्या कळा ? कळीच्या कळा फूल होतानाच्या, तुझा गळा सूर होतानाच, माझा डोळा तुझ्या रुपाचा सोहळा होतानाचा. माझं मन मात्र रिकाम्या खिडकीसारखं.

पोलिसांची जादा कुमक येते. लाठीहल्ला होतो. अश्रुधुरांच्या कुप्याही फुटतात. डोकी फुटतात. पोलीस झोपडीझोपडीत घुसतात. मुठीत जीव घेऊन माणसं पोलिसांकडं पाठ फिरवतात. पोलीस सापडेल त्याला अटक करत आहेत. त्यात काही स्त्रिया आहेत. महिबुब, चांदबीबी आणि तिचं बाळ पोलीस व्हॅनमध्ये कोंडलं आहे. त्यांना घर नाही. त्यांना रेशन कार्ड नाही. त्यांना देशाचं नाव माहीत नाही. त्यांचं नाव मतदार यादीत नाही. त्यांना हवं आहे, हाताला काम, पोटाला भाकर आणि पाठ टेकवायला एक घर.

ते सर्वजण एक झालेत. आपली जात जमात विसरून. आता माणसासारखं वागत आहेत. माझी आई कधीच पोलिसांच्या स्वाधीन झाली आहे. मी खिडकीच्या स्वाधीन झालेला. त्या वेळी सुजाता खिडकीत असते, तिचे न्हालेले केस वाळवण्यासाठी. माझे केस जमावासारखे. मेंदूभर पोलिसांची धावपळ. डोळ्यात तणाव पसरलेला. थोड्या वेळात ही वस्ती ओस पडेल. इथं माणसांची वस्ती होती. ती उद्ध्वस्त केली असं कोणी म्हणेल तर त्याला वेड्यात काढले जाईल. उद्या याच वेळी मी इथं थांबलो, तर मला चोर म्हणून पोलीस पकडून नेतील. आता इथला आमचा हक्क संपला आहे. आम्हांला शहराबाहेर पर्यायी जागा दिली आहे.

तिथं खिडकी नसेल. तिथं खिडक्या जेव्हा कॉलनी करू लागतील, ॲन्टिना आरवू लागतील तेव्हा परत एकदा आम्हांला पर्यायी जागा मिळेल.

या खिडक्या खलनायकाच्या डोळ्यागत भासताहेत.

❖❖

१०

निलू

माझा वेदनेनं लगडलेला देह वितळू लागला. माझ्या देहाचे दोन अश्रू झाले. माझ्या पावलांची गाज अग्निशामक वाहनासारखी हुंदकाभर होत होती. मी वस्तीच्या दिशेनं रूतत होतो. हाकेवर भीमनगर होतं. या भीमनगरमधला मी भीमराव. सर्वचजण मला भीम्या म्हणायचे. कोणीकोणी भीमरावही म्हणायचे. पण निलू मला भीम म्हणायची. मी ज्या सावलीचा माणूस होतो, ते निलूला माहीत नव्हतं.

'अरे, या रस्त्यानं जाऊ नकोस. तिकडं घाणेरड्या लोकांची वस्ती आहे.'

निलूनं माझा निरोप घेतला.

माझ्यात खूप पडझड होत होती. प्रक्षुब्ध जमावासारखे विचार देहभर जाळपोळ करीत होते. दंगलीत जळणाऱ्या वाहनासारखे माझे डोळे जळत होते. आता डोळ्यांची राख होईल. नजर जळून जाईल. अश्रू जळतील ? माझ्या आयुष्याला ग्रासलेले अश्रू कधी नष्ट होतील ? मी अश्रूंचा गळा घोटतो.

निलू एक सांस्कृतिक दुःख.

निलू आणि मी क्रीडांगणावर एकत्र आलो, खेळाडू म्हणून. अनेक खेळ खेळलो. हरलो, जिंकलो. खेळातल्या जखमा अंगभर वागवल्या, अलंकारासारख्या. कधी खेळ झालो. कधी क्रीडांगण, कधी क्रीडा, जलक्रीडा, भातुकलीचा खेळ. वाळूतील घरं, रेतीत कोरलेली नावं, नदीत सोडलेली माझी नाव अन् तिची पणती. मी तिची सावली व्हायचो, ती माझी. वाऱ्याताऱ्यात झुलायचो. हे दिवस

असेच होते.

तिची निळीभोर नजर माझ्या डोळाभर व्हायची. माझं शरीर गळून पडायचं. तिची नजर माझी नजर समुद्रातल्या आभाळासारखी. तिच्या हातावरची मी मेंदी पाहिली, हुंगली. मी रंगलो. श्वास रंगले. मी माझं नशीब उघडलं. शहनाईचा स्वर मनभर झाला. चैतन्यागत तिची वचनं मला अमृताचं रूप देत होती.

निलू आता घरी पोहोचली असेल.

मी माझ्या वस्तीत पाय ठेवताना गंजलेला. तिला ही वस्ती घाणेरड्या लोकांची वाटते. मला माझ्या वस्तीची किळस येते. झोपड्या टाळत मी माझ्या झोपडीजवळ येतो. झोपडीसारखी माझी आई. आईसारखी झोपडी माझी. मी मात्र खणून काढलेला समूळ, दूरवर.

निलू एक सांस्कृतिक फाळणी.

निलू एक सांस्कृतिक सीमा.

निलू सरस्वती कॉलनीत राहते. तिथं फुलांचं राज्य आहे. निलूच्या श्वासोच्छ्वासानं तिथला हरेक क्षण सजीव झाला आहे. निलू घरी काय करत असेल ? तिला माझी आठवण येत असेल ? कदाचित ती दूरदर्शनमध्ये तल्लीन झाली असेल ? आणि मी मात्र आठवणींच्या राज्यात. आठवणी किती पोरक्या असतात मनाशिवाय. एक आठवण येते लाट होऊन. अनेक तरंग उठतात. ती येते फुलपाखरासारखी. तिचा स्पर्श शरीरभर दवबिंदू रचतो.

आई माझ्याजवळ येते. निलू दूर जाते.

"जेव रं भीमा." आईचा आवाज

"तिकडं घाणेरड्या लोकांची वस्ती आहे." निलूचा आवाज.

"बुद्धं सरणं गच्छामी," वस्तीचा आवाज.

माझा आवाज गळ्यातच छाटलेला. मी आवाजहीन. माझ्या आवाजात निलूचा पायरव. निलूनं माझ्या प्रदेशाची कधीच चौकशी केली नाही. माझी आई सरस्वती कॉलनीकडे झाडू मारायला जाते. निलू कशाला न्याहाळेल माझ्या आईचा चेहरा ?

आमच्यातील रात्र मावळली. आमच्यातला सूर्य उजाडला. आम्ही नित्याप्रमाणे एकत्र आलो. मी तिच्या नजरेत. ती माझ्या.

"या साडीत वनराणी दिसतेयस."

"अभिप्रायाबद्दल धन्यवाद."

"तुझी कालची केशरचना छान होती."

"कौतुक पुरे."

मग अर्थपूर्ण मौन. मौन किती बोलकं असतं. तिच्यासाठी हरण्यातदेखील किती आनंद असतो. ती ती असते, ना मी मी. आम्ही असतो, आमचा आनंद एकमेकांचा.

निलूशी खूप बोलावं वाटतं पण काय बोलावं कळत नाही.

निलू माझी पत्नी होईल ?

निलू आणि मी.

तिकडून येणारे माझे दोस्त.

त्यांचा जयभीम, माझा जयभीम.

निलू सरस्वतीनगरात. मी भीमनगरात.

तू तिकडे. मी इकडे. आपण दोघे दोन ध्रुवापलिकडे. माणसापलीकडचा माणूस.

"मी निघते."

"मला दुःख होतंय."

ती जाते. जाऊ नये असं वाटत असतानाही. अप्रिय निरोप देतो. निरोप निष्ठूर असतो. क्षणभर वाटतं तिला धरून थांबवावं. पण धाडस निखळून पडतं, तोंडघशी. ती जाते दूर दूर, देहाने. तिच्या आठवणी इथेच सोडून. मी आठवणींचा होतो. आठवणी उमलून येतात, मनभर. अन् पायाखालचा रस्ता संपतो. कुत्री भुंकत असतात. चारचौघी भांडत असतात. विहारात प्रार्थना चाललेली असते. मी झोपडीत येतो. आई झाडू मारायला गेलेली. ती उशिरा येते. थकून भागून. उद्या मंत्री येणार म्हणून तिला सर्व गल्लीबोळ झाडावे लागलेले असतात. ती मंत्र्याला शिव्या देते, "मंत्र्याचा मुडदा पडला" आणि खराट्यागत कोपरा धरते.

निलूला मी कळालो माझ्या जातीसह.

उद्या ती माझ्याशी कशी वागेल ? मी जात चोरून तिच्याशी मैत्री केली. मी तिचं घर पाहिलं. मम्मी डॅडी देखील. पण माझी वस्ती अदृश्य ठेवली. मी अदृश्य प्रियकर होऊन वागलो. उद्या तिला काय सांगावं या साऱ्या चक्रव्यूहाबद्दल.

"निलू, माझं तुझ्यावर प्रेम आहे."

माझं तारुण्य बहिष्कृत आहे. माझा स्पर्श अस्पृश्य आहे.

निलू गझल ऐकत असेल !

"निलू माझी स्वप्ने परत कर."

एक प्रचंड पानगळ दिवसरात्रीची. निलूच्या वरातीतला तो दिवस. वरातभर जल्लोष. माझी आई डोक्यावर गॅसबत्ती घेऊन वरातीबरोबर चालत असलेली. वादळ वारा येतोय. वरात हलतेय. झुलतेय. निलू शृंगारलेली वधू. तिच्या सोबत तिचा पती. मी दूर पानपट्टीच्या खोक्याजवळ. निलूला डोळाभर पाहाण्यासाठी थांबलेला. इतरांसारखा. गर्दी अंगावर उसळून येतेय. मी गुदमरतोय. वरात धुंदीत पुढं सरकतेय, ढगांसारखी. माझी नजर चिरडली जातेय. माझ्यात काय कमी आहे ? मीही पुरुष आहे. पण माझे दारिद्र्य माझी जात. "मी कसा विसरू शकतो निलू तुला ?" तुझी वचनं. तुझं मनावर

कोसळणं. तुझं स्पर्शात फुलणं. माझ्या मिठीत उमलणं. तुझ्या सहवासात मोहरलेलं माझं आयुष्य. आपण चांदण्यात बरसलो. समुद्र तुडविला. आभाळभर नाचलं. फुलात खेळलो. तुझे श्वास मी अंगावर शोधतोय. कुणीतरी सर्व बागा सुरुंग पेरून उद्ध्वस्त करीत निघालंय.

"निलू, फुलं नष्ट होतील का ?"

निलू फुलानं सजलीय. वरात हळूहळू चौकभर पसरतेय. मी ओरडून सांगू का या गर्दीला, निलूवर माझा हक्क आहे म्हणून, की स्वत:ची भोंगळी समजूत घालू ! निलू तू सुखी राहा. मला विसरून जा. ती श्रीमंत आहे. उच्च कुळातली आहे. मी तिच्यावर प्रेम करायला नको होतं. मी चूक केली.

वादळ वारा येतो. वरात हलतेय. झुलतेय. माझ्या मनातली जीर्ण पानं गळून पडतात. रामा येतो. जयभीम करतो. तो या वरातीत सनई वाजवत आहे. गर्दीत गोंधळ होतोय. गर्दी सैरभैर होतेय. मला वाटतंय, निलूचं हरण करावं. लोकांची आरडाओरड वाढते. कोणीतरी पेटलेलं. मी गर्दीत घुसतो. आई गॅसबत्तीचा स्फोट होऊन पेटलेली. उरीपोटी जळतेय. आगीनं तिला पूर्णपणे वेढलेलं. ती आक्रोश करतेय. अंगभर आग घेऊन पळतेय. जमिनीवर कोसळतेय. मी तिला पाहतो. हंबरडा फोडतो. चारचौघं येतात. आईला उचलतात. आम्ही सरकारी दवाखान्याकडं निघतो.

"आई किती भेसूर दिसत होती !"

डॉक्टर, आई मरण पावल्याचं जाहीर करतात.

आता तिच्या अंत्यसंस्कारासाठी पैसा लागेल.

मी जळत असलेला, चितेगत माझ्यातच. रामा सनई घेऊन शेजारी उभा आहे. सनई गहिवरली आहे. आता हळूहळू सगेसोयरे जमतील. डोळ्यात पाणी घेऊन. भीमनगर प्रेताची वाट पाहात असेल, गळ्यात हंबरडा घेऊन.

सरकारी दवाखान्यापुढून निलूची वरात पुढे सरकत आहे. आईच्या जागी आता दुसरीच कोणी तरी दलित स्त्री डोक्यावर गॅसबत्ती घेऊन चालत आहे.

वरात आणि अंत्ययात्रा माझा प्राण जावा, तशा जात होत्या.

❖❖

११

सुनिता

भर माथ्यावर सूर्य तळपत असताना गावकऱ्यांनी आमच्या घरावर हल्ला केला.

आमचं घरं खाऊनपिऊन सुखी होतं. मोठा भाऊ जिल्ह्यात नोकरी करीत होता. दोघे बस-स्टँडजवळ हॉटेल चालवीत होते. वडील ग्रामपंचायतीचे सदस्य होते. मी कॉलेज करीत होतो. आमच्या कुटुंबाचं स्वयंपूर्ण वागणं गाववाल्यांना बघवत नव्हतं. गावातल्या भांडणतंट्यात आमचं घर भाग घ्यायचं. हॉटेल व्यवसायामुळं हातात पैसा खेळायचा. गावाच्या राजकारणातही आम्ही लक्ष घालत होतो. लोकांना आवडायचं नाही. या वेळी वडिलांना सरपंचपद मिळावं म्हणून आम्ही डाव खेळत होतो, त्यामुळेही आमचं आणि लिंगायत समाजाचं बिनसलं होतं. गाव बिथरत होता.

माझ्याबरोबर डेप्युटी सरपंचाची मुलगी सुनिता शिकत होती. एकत्र शिक्षण घेत असल्यामुळे मिळूनमिसळून वागत होतो. वेळी-अवेळी फिरत होतो. सिनेमा बघत होतो. दोघेही जिल्ह्याच्या ठिकाणी शिकायला असल्यामुळे हा प्रकार गावात कुणालाच माहीत झाला नाही, पण गेल्या आठवड्यात मी व सुनिता फिरताना गावातील कुणी तरी पाहिले आणि ही बातमी वाऱ्यासारखी गावभर पसरली.

सुनिताच्या वडिलांनी तिला घरात आणून बदडले आणि घराबाहेर पाऊल न टाकण्याचा दम दिला. 'तू आमचं नाक कापते आहेस. त्या हलक्या जातीच्या पोराबरोबर फिरते आहेस. तुला शिक्षणासाठी आम्ही पाठवतो की प्रेमचाळे करण्यासाठी ? आम्ही

समाजात काय तोंड दाखवायचं ?' सुनितानं वडिलांचा छळ सोसला. मार खाल्ला. तिचं माझ्यावर प्रेम होतं. माझ्या जातीशी काही देणंघेणं नव्हतं. आम्ही दोघे गुपचूप पळून गेलो. त्यामुळे सुनिताच्या वडिलांचे माथे भडकले. ते सुडाने पिसाळले. शेवटी त्यांनी सुनिताला पकडून घरी नेलं.

मी गावी आलो. मी सुनिताचं घर गाठलं. घरात घुसलो. 'मी सुनिताला घेऊन जाईन. ती माझी आहे' म्हणून भांडलो. या प्रकारामुळं गावातील वातावरण खूप तंग झालं. 'आज एक मुलगी बाटवली अन् आपण गप्प बसलो तर पुढे आपल्या सगळ्याच मुली आपल्या डोळ्यादेखत बाटवल्या जातील. यांना आताच धडा शिकवला पाहिजे.' गावकऱ्यांनी बैठक बोलावून निर्णय घेतला.

गावातील पुरुष- अगदी लहान लहान मुलेसुद्धा हातात दगड, काठ्या, कुऱ्हाडी, फावडे व कोयते अशी शस्त्रे घेऊन आमच्या घराकडे येत होती. बाहेरच्या आवाजानं आम्हांला हल्ल्याची चाहूल लागली. दीड-दोनशे लोकांचा जमाव येताना दिसला. जमावाने जोरजोरात ओरडून दार बडवायला सुरुवात केली. काहीजण छतावर चढले. त्यांनी पत्रे उचकटून काढले व घरात दगडफेक करण्यास सुरुवात केली. घरातली माणसं ज्वारीच्या पोत्याच्या आडोशाला लपून दगडांचा मारा चुकवू लागली. छतावरच्या माणसांनी पेटते पलिते आत टाकले; त्यामुळे कपड्यांनी पेट घेतला. धूर पसरू लागला. आग वाढू लागली. आमचा श्वास कोंडू लागला. आम्ही जीव वाचवण्यासाठी मागचे दार उघडले आणि पळ काढण्याचा प्रयत्न केला. घराला चहूबाजूंनी जमाव वेढला होता. जमावाने एकेकास पकडून मारण्यास सुरुवात केली.

माझा मोठा भाऊ जमिनीवर रक्ताच्या थारोळ्यात मरून पडला होता. बाजूलाच वडिलांना लोकांनी गच्च पकडले होते. त्यांच्या मानेवर कुऱ्हाडीने जोरदार प्रहार करून त्यांचाही त्यांनी जीव घेतला. मग ते माझ्या दुसऱ्या भावांकडे वळले. माझा दुसरा भाऊ भितीने थरथर कापू लागला. आता त्याचाही ते राक्षस खून करणार हे लक्षात आल्याबरोबर इतका वेळ घाबरून वाचा बसलेल्या माझ्या आईच्या तोंडातून किंकाळी निघाली. ती जोरजोरात रडत-भेकत त्या जमावापुढे गेली. 'माझ्या मुलाला मारू नका हो' असे म्हणत ती त्यांच्यापुढे साडीचा पदर पसरून पाया पडू लागली; पण त्यांनी तिच्या पाठीवर कुऱ्हाडीच्या दांड्याने रट्टा हाणला व तिला उचलून दूर फेकून दिले.

माझ्या दुसऱ्या भावालाही घेराव घालून त्याच्या शरीरावर ते तुटून पडले. एकाने ऊस तोडण्याच्या विळ्याने त्याचा पाय तोडला. अजून एकाने त्याच्या डोक्यावरच पहारीचा घाव घातला अन् माझा दुसरा भाऊही विव्हळत, तडफडत रक्ताच्या थारोळ्यात जमिनीवर कोसळला. तो मेल्यानंतर जमाव ज्वारीच्या पोत्यामागे लपलेल्या माझ्या तिसऱ्या भावाकडे वळला. माझी आई परत एकदा उठून भेलकांडत जमावापुढे गेली. ती जोरजोरात रडत होती. त्यांच्या हातापाया पडत होती. त्या लोकांनी तिला परत

ढकलले. माझ्या तिसऱ्या भावावरही ते तुटून पडले.

एवढ्यात मागच्या बाजूने एकजण ओरडला. मी मागे वळून बघितले. माझा पाचवा भाऊ घराबाहेर पडून रस्त्यावर पळत सुटला होता. त्याच्यामागे पन्नाससाठ जण कुऱ्हाडी, फावडे, विळे आणि कोयते घेऊन धावत होते. तो पळत असताना समोरून त्याला पाचसहा जणांनी अडवले अन् सगळ्यांनी मिळून त्याला घेरले. दोन-तीन क्षण तो मला घोळक्यात दिसलाच नाही. मला फक्त आरोळ्याच ऐकू येत होत्या. जमाव जोरजोरात ओरडत होता. त्याच्या अंगावर रक्ताचे शिंतोडे उडाले होते. ते प्रक्षुब्ध झाले होते. त्यांचा नंगानाच बघवत नव्हता. थोड्या वेळाने जमाव ओरडत बाजूला झाला, तेव्हा माझा पाचवा भाऊ रक्तामध्ये भिजून पडला होता. तिकडं लोकांनी माझ्या चौथ्या भावाचाही खून केला होता. माझ्या डोळ्यासमोर माझ्या सख्ख्या भावांना कापून काढले, पण मी काहीही करू शकलो नाही. मी दबा धरून बसलो होतो. शेजारचा मुल्लाचाचा मध्ये पडला तर खवळलेला लोकांनी त्याच्यावरही हल्ला करून त्याला ठार मारले. आई बेशुद्ध पडली होती.

जमावाने पहारीने घर फोडले. सामानाची नासधूस केली. पोलिसांना माहिती मिळू नये म्हणून टेलिफोन्सच्या तारा तोडल्या. रोडवरून जाण्याऱ्या ट्रक व बसगाड्यांना गावात थांबू दिले नाही. वाहनांवर दगडफेक केली. मी घाबरून गेलो होतो. काय करावं कळत नव्हतं. जवळ मरून पडलेले भाऊ दिसत होते. उद्‌ध्वस्त झालेलं घर दिसत होतं. पुढं काय होईल याचा अंदाज येत नव्हता. आई माझ्याकडे पाहात म्हणाली, 'तू खचून जाऊ नकोस. ताव घे अन् सगळीकडे रजिष्ट्र्या कर. भाऊला बोलावून घे.' आईच्या बोलण्याने काळजाचं दगड बनलं होतं. आई कण्हत होती. छोटी बहीण धीर देत होती.

हां हां म्हणता बातमी वाऱ्यासारखी पसरली. अनेक खेडुत मंडळी धावली. रडू लागली. पोलिसांची चक्रे फिरू लागली. डी. एस. पी. म्हणत होते, 'हे हत्याकांड प्रेमप्रकरणातून घडलेले आहे. त्याला कुणीच जातीयवादाचे स्वरूप देऊ नये.' तर दलित कार्यकर्ते म्हणत होते, 'हे हत्याकांड जातीयवादी प्रवृत्तीमुळेच झाले आहे. प्रेमसंबंधातून खून झाला असता तर प्रेम करणाऱ्या युवकाचाच खून झाला असता. सर्व कुटुंबाची हत्या झाली नसती. हे हत्याकांड प्रेमसंबंधातून झाले असते तर एका कुटुंबाने दुसऱ्या कुटुंबाची हत्या केली असती. संपूर्ण गाव मारेकरी बनला नसता. आज गावातील एक मुलगी बाटवली. उद्या सर्व गाव बाटवतील ही भावनाच या हत्याकांडामागे आहे.' मला वातावरणाची दहशत वाटत होती. गावकऱ्यांची बैठक झाली होती. उरलेल्या दलितांचीही हत्या करण्याचा विडा गाववाल्यांनी उचलला होता. सर्व दलित वस्तीवर स्मशानकळा पसरली होती. कुणी काहीच बोलत नव्हते. त्यांच्या नजरा भितीने ग्रासल्या होत्या. कार्यकर्ते म्हणत होते, 'पोलिसांनी फिर्यादींना ताब्यात घ्यावं. त्यांना

संरक्षण द्यावं. त्यांचाही खून होईल. साक्षीदारच नष्ट केले जातील.'

पोलिसांनी जमलेल्या बघ्यांना पांगवलं. प्रेतं उघड्यावर पडली होती. माझ्या बाजूलाच एक ग्रामस्थ उभा होता. त्याला पत्रकारानं विचारलं, 'पुढं काय होणार ?' त्यानं अतिशय तटस्थपणे उत्तर दिलं, 'काय होणार ? एक-दोन एकर शेत विकून खटला लढवतील अन् निर्दोष सुटतील. नाही तर अशा केसेस निर्दोषच सुटतात. पाच-पन्नास एकर शेतीतून एक-दोन एकर विकल्यानं काय फरक पडणार आहे ? पुन्हा उरलेल्यांचा काटा काढतील. त्यांचे मंत्र्यांपर्यंत हात आहेत.' मी धास्तावलो होतो. जणू मी न्यायदेवतेचा निर्णयच ऐकत होतो.

पोलीस आले. गेले.

जेव्हा जेव्हा मी माझी कथा घेऊन न्याय मिळविण्यासाठी दलित संघटनांकडे गेलो, तेव्हा तेव्हा त्यांचा पहिला प्रश्न असायचा, 'आमच्या संघटनेची शाखा आहे का तुमच्या गावात ? शाखा असेल तर तुमच्या गावी येऊ. तुमची केस हातात घेऊ.' मी प्रत्येकाकडे निवेदन घेऊन जायचो. भेटी द्यायचो. काहीजणांनी आमच्यासाठी निधीही गोळा केला; पण त्यातला एक पैसाही आम्हांला मिळाला नाही.

खेड्यातील माणसं यायची, कपडालत्ता द्यायची, दाळदाणा द्यायची. नेतेमंडळी यायची, भाषण करायची. पत्रकार यायचे, आमच्या मुलाखती घ्यायचे. पेपरबाजी खूप झाली. पुढाऱ्यांचे फोटो आणि पत्रके छापून आली. जे जे आले त्यांच्या बातम्या छापून आल्या. पुढं काय ?

निळा झेंडा लावून मारुती गाडी आली. त्यात दलित नेते होते. त्यांना सविस्तर माहिती दिली. त्यांनी आमची समजूत काढली. मला जवळ घेतलं. फोटो काढून घेतले. माझे फोटो मात्र अनेक निघाले. त्यांनी भाषण केलं, 'आई, तू काळजी करू नकोस. तुझी मुलं शहीद झालीत.' आईने निमूटपणे डोळे पुसले आणि तोंडावर हसू आणलं. मंत्र्यांनी भेट दिली.

त्यादिवशी बसमध्ये माझी व सुनिताची भेट झाली. मी धाडस करून तिच्याशी बोललो, 'तुझ्यामुळंच हे हत्याकांड घडलं.' ती म्हणाली, 'माझा त्याच्याशी काही संबंध नाही.' मी म्हणालो, 'पण तुझे माझ्यावर प्रेम होते ना ?' ती म्हणाली, 'ती माझी चूक होती.' तिनं माझ्याजवळून सुटका करून घेतली. पुढे गेली. मी सुन्न झालो होतो. सुनिता मला मारेकऱ्यांपेक्षाही क्रूर वाटली.

माझा प्रवास सुरू झाला होता. हातात निळे झेंडे होते. मला ते घरावर लावायचे होते आणि एक शाखा काढायची होती. निळ्या झेंड्याची. अन्याय निवारण्यासाठी.

❖❖

१२

रजनी

विद्यापीठाच्या गेटवर मी उभा होतो. रोजच या वेळी रजनी यायची. अजून तिचा पत्ता नाही. तासाभरानं मला हे शहर सोडायचं होतं. सामानाची बांधाबांध केली होती. खिडकीचं रिझर्व्हेशन मिळालेलं. रजनीशिवाय एक आठवडा बाहेर राहावं लागणार होतं; पण जाणं महत्त्वाचं होतं. एका दिवाळी अंकासाठी मला एक कथा द्यायची होती. रजनीचं ऑफिस अजून सुटलं नसणार की एखाद्या कलिगमध्ये अडकली असेल ? एव्हाना ती यायला हवी होती.

प्रतीक्षा म्हणजे रिकाम्या मनातली भरती-ओहोटी.

मी, केंद्र सरकारची शिष्यवृत्ती लाभलेला माझ्या डिपार्टमेंटचा सर्वांत प्रसिद्ध स्कॉलर होतो. दैनिकांतून, मासिकांतून माझे अभ्यासपूर्ण लेख प्रसिद्ध व्हायचे. रजनी माझ्या बुद्धिमत्तेपेक्षा माझ्या उमद्या स्वभावावर मरत होती. मनाच्या देठातून आम्ही उमललो होतो, एकमेकांसाठी.

माझं जाणं जवळ येत होतं. ती अजूनही येत नव्हती.

तिला घेऊन येणारा रस्ता डोळाभर होत होता. कधी या रस्त्याचा अनावर राग यायचा, तर कधी रजनीच्या हातागत या रस्त्याचं चुंबन घ्यावं वाटायचं. रस्ता भरून यायचा, डोळ्यांत रिकामा व्हायचा. रजनी नसायची. रजनी, मी तुझ्यात किती गुंतलोय. तुझ्याशिवाय मी कोसळेन. माझी मुळं तुझ्यात खोलवर रुजलीयत.

रजनीसाठी निरोप ठेवून मला निघावं लागलं.

मला उद्यापर्यंत माझ्या पपांकडं पोहचता येणार होतं. त्यानंतर आजोबा अन् अजूनही या सर्व पसाऱ्यापासून दूर असलेले माझे

पणजोबा. यांच्या मुलाखतींवर मला एक आर्टिकल लिहायचं होतं.

मी बसमधून उतरलो.

विनय मला घ्यायला आला होता. विनय माझा छोटा भाऊ. इंजिनीयरिंगला होता. मोठी बहीण शशी. प्राध्यापिका आहे. पुढच्या महिन्यात तिचं लग्न ठरलेलं. तिच्याच कॉलेजात तिचा भावी पती प्राध्यापक असून जातीनं मराठा आहे. नोंदणी पद्धतीनं हा विवाह होईल. वडील बँकेत कॅश ऑफिसर आहेत. आई घरात.

'चलो मुंबई - नामांतरासाठी पॅन्थर्सचा विराट मोर्चा.' भिंती जागोजाग रंगलेल्या. आमच्याही विद्यापीठात वातावरण तापत होतं. विनय मोर्चात जाणार म्हणत होता.

बंगला आला. आम्ही उतरलो.

आई-पपा दारात आले. आई पपांपेक्षा उजळ होती. ती जातीनं ब्राह्मण होती अन् पपा पूर्वाश्रमीचे महार. आताचे बौद्ध. घरात दर्शनी भागात गौतम बुद्धाची मूर्ती होती. पपांच्या अस्पृश्य जातीला डकवलेलं ते सुंदर पोस्टर वाटलं. आई न् पपा दोन भिन्न संस्कृती. आम्ही मुलं आईगत उजळ, पपांसारखे दणकट. आम्ही आईच्या नातेवाईकांकडे जात असू. तेव्हा आम्हांला एका वेगळ्याच वातावरणात वावरावं लागायचं. आम्ही पपांच्या नातेवाईकांकडे जात असू, तेव्हा आम्हांला एका वेगळ्याच विश्वात वावरावं लागायचं.

दलित पॅन्थर्सचे कार्यकर्ते घरी आलेले. त्यांना मोर्चासाठी पपांकडून निधी हवा असतो. कार्यकर्त्यांच्या चेहरेपट्टीत न् पपांच्या चेहरेपट्टीत साम्य असते. पण मी, विनय, शशी आणि आई या जमावापासून खूपच भिन्न होतो. त्यांची चर्चा, त्यांचे प्रश्न मला समजत होते.

आईनं सर्वांना चहा दिला. आईच्या घरी या कार्यकर्त्यांना प्रवेशदेखील मिळणार नाही.

'आमचा विनय तुमच्या मोर्चात येणार आहे.' पपांनी 'आमचा' न् 'तुमच्या' शब्दांवर विशिष्ट जोर दिला होता. त्यातला एक कार्यकर्ता ब्राह्मणांवर आग पाखडीत होता, त्याचं मला काहीच वाटलं नाही; पण मी आईकडं हळूच पाहून घेतलं. तिचा चेहरा निरभ्र होता. तिला या सर्वाची सवय झाली असावी. पपा त्यांची समजूत घालीत होते. 'बाबासाहेबांचा ब्राह्मणाला विरोध नव्हता, तर ब्राह्मण्याला होता.' गेल्या अनेक वर्षांपासून बाबासाहेबांचं हे एक वाक्य त्यांनी पाठ करून ठेवलं होतं.

पँथर्सची मंडळी गेली.

कपबशा उचलण्यासाठी कांबळे शिपाई आला. आई त्याला एकेक काम समजावून सांगत होती. कांबळेचा चेहरा. पपांचा चेहरा. पॅन्थर्सच्या कार्यकर्त्यांचा चेहरा. मी. परिस्थितीनं आम्हांला वेगवेगळे चेहरे दिले होते. मी माझ्या चेहऱ्याचं ओझं उचलत होतो, आई आईच्या.

मला रजनीचा चेहरा आठवला. माझ्या मनातलं चैतन्य जागं झालं. मी भेटीसाठी संकेतस्थळी पोहोचलो. गुलाबाच्या गेंदाप्रमाणं रजनीचा हात हाती घेतला. तिच्या गालावरची खळी ओठांत झेलली. तिचे घेतलेले चिमटे आठवले न् तिनं माझे घेतलेले. तिच्या आठवणीत मी माझ्या हातांवरील चिमट्याचे व्रण मोजले. आठवणी अनावर झाल्या. डायरीत असलेला फोटो डोळे भरून पाहिला. फोटोचं चुंबन घेतलं. माझ्या अणुरेणूंत रजनी होती.

विनय पपांबरोबर नामांतराविषयी चर्चा करीत होता.

मी आणि विनय आजोळी पोहोचलो.

पहिल्यांदाच या गावात येत होतो. या गावाशी आमचा संबंध कानदेखलाच. नोकरी न् लग्न यामुळं पपा हिरावले गेले होते या गावापासून. कधीतरी आजोबा यायचे, तोंडदेखले. एखादा दिवस राहायचे. आमच्याकडं बुजऱ्या डोळ्यांनी बघायचे. आपल्या मुलाशीही आदबीनं वागायचे. मला त्यांची दया यायची. त्यांच्यात न् पपांच्या वागण्या-बोलण्यात खूपच तफावत असायची. कधी कधी वाटायचं, हे पपांचे वडील नसावेत. आमच्या आईचे वडील मात्र सशागत गुबगुबीत. सदैव श्लोक गुणगुणत वावरणारे. आमच्या घरी येऊनही सोवळ्यात वावरणारे. ते आले की बरं वाटायचं. रंगारूपानं सुंदर असलेल्या, अनोळख्यांशीही बोलतांना बरं वाटतं, पण कुरूप नातेवाईक असला तरी नकोसा वाटतो.

आईच्या वडिलांचं नाव राम. पपांच्या वडिलांचं नाव धोंड्या. नावातच किती भिन्नता होती !

पपांचं पहिलं नाव दगड्या होतं. त्यांनी नंतर ते बदललं. कमलकिशोर असं नाव लावून घेतलं. पपांना पहिल्या नावाची लाज वाटली असणार. आता सवर्णांनाही आंबेडकरांच्या नावाची लाज वाटते, म्हणून ते नामांतराला विरोध करतात. मराठवाडा विद्यापीठाला डॉ. बाबासाहेब आंबेडकरांचं नाव दिलं, तर एका महाराचं नाव आपल्या पदवी-प्रमाणपत्रावर असणार. ते या सवर्णांना नको वाटतं. आमच्या आजोबांना कुणीच आदरानं हाक मारीत नाही. शेंबडं पोरदेखील 'धोंड्या महार' याच नावानं त्यांना ओळखतं.

मला खूप वाईट वाटलं.

आमचा रूबाब पाहून प्रत्येकजण जिव्हाळ्यानं विचारपूस करायचा. आम्ही कुणाकडं आलोय हे कळल्यानंतर दुरूनच महारवाड्याचा रस्ता दाखवायचे. आजोबांच्या घरी डॉ. आंबेडकरांचा फोटो जसा होता, तशी अंबाबाईची परडीही होती. 'आमची बाबासाहेबांवरही भक्ती हाय आन् देवीवरबी' हा कबुलीजबाब. 'आम्हांला दोन्ही देव पाहिजेत' हे त्यांचं म्हणणं. विनय मध्येच त्यांना कोंडीत पकडायचा.

थोड्या वेळानं आम्ही शेतावर जाऊन आलो. हे शेत विकत घ्यायला पपांनी

मदत केली होती. थोड्या वेळानं पपांचा छोटा भाऊ आला. तो शेती करतोय. पपांपेक्षा वयानं लहान असून खूप थोराड वाटतो. याचं नाव कचऱ्या. या काकांबरोबर आम्ही उद्या पणजोबांकडं जाणार होतो. त्यांचं नाव मऱ्याप्पा. पणजीचं नाव सटवाई. मला उगीच आईकडील नावं आठवली. सुमती, कुसुम, अनघा, अंजली, वंदना, जयू वगैरे.

रजनी आठवली. येतेवेळी रजनीची भेट झाली नाही.

आम्ही पणजोबांच्या गावी पोहोचलो. मऱ्याप्पा पणजोबा काठी टेकवत चाललेले. त्याच्यापुढं चारपाच बलुतेदार महार मंडळी मेलेलं जनावर उचलून नेत होती. मला किळस आली. त्यांच्यावर कुत्री भुंकत होती. काकानं आमच्याबद्दल पणज्याकडं बोललं, तसं त्यांनी तोंड उचलून आमच्याकडं पाहिलं. काहीतरी पुटपुटले. काकांना ते कळलं असावं. त्यांना मेलेलं जनावर सोलून सागुती आणायची होती. आम्ही पणज्याच्या झोपडीवर पोहोचलो. पणजी दारात बसलेली. काकानं तिच्याकडं आमच्याविषयी बोललं. ती आमच्याकडे बघतंच राहिली.

'हे खोटं हाय, ही माणसं आपली नव्हतं. ही वान्या-बामनाची असत्याल. हे आपलं बी नव्हं. खोटं कशाला बोलतू ?'

आमच्या मुळ्या इथून कधीच उखडल्या होत्या.

आज आईच्या घरी जायचं ठरलं. त्यांच्याकडं सत्यनारायणाची पूजा होती. संध्याकाळी पपा ऑफिसमधून परस्पर तिकडं येणार होते. शशीही तिथं येणार होती. आईचे इतर नातेवाईकही जमणार होते. सर्वांनाच भेटताबोलता येणार होते. एरवी आम्हांला एकत्र येणं शक्य नव्हतं. कुठल्यातरी कार्यक्रमाच्या निमित्तानं सर्वांना एकत्र जमता येतं म्हणून माझा सत्यनारायणाला विरोध नव्हता. पपांचा पूर्वी अशा गोष्टींवर विश्वास नव्हता, पण अलीकडं ते सर्व मानायला लागले होते.

संध्याकाळी शशीच्या लग्नाविषयी चर्चा निघाली. आईनं शशीच्या लग्नाला विरोध केला, 'आम्ही आंतरजातीय विवाह करून खूप भोगलंय. आता तू या आगीत पडू नकोस.'

मला रजनी आठवली. तिची जात आठवली.

सत्यनारायणाची पूजा आटोपली. जेवणही झालेलं. गप्पाटप्पात सर्वजण रमलेले. मध्येच आवाजांना धार आली. कुणीतरी नामांतरावरून विनयशी वाद घालत होतं. पपाही विनयच्या बाजूनं बोलत होते. वातावरण गरम होत होतं.

'भारताच्या घटनाकाराचं नाव तुम्हाला अपवित्र वाटतं. संयज गांधींच्या नावाला तुम्ही विरोध केला असता ?' पपा.

'तुमचे लाड खूप झाले.' आईच्या मामांनी आगीत तेल ओतलं.

पपा ताडकन निघून गेले. विनय आरडाओरड करीत होता. आईचे मामा पुढे आले. त्यांचं अंग संतापाने थरथरत होतं.

'विन्या, तुझ्या तोंडी ही महारामांगाची भाषा शोभत नाही.'

'मी महार आहे महार....'

'आमच्या धर्मशास्त्राप्रमाणे महारांना आमच्या घरात प्रवेश करता येत नाही. असं घमेंडखोरासारखं बोलता येत नाही.'

'मी जाळतो तुमच्या धर्मशास्त्रांना.'

बघता बघता विनयनं सत्यनारायणाची पूजा उधळून लावली होती. मी विनयला आवरलं. मामांच्या बाजूनं सर्व घर उभं होतं. मामा ओरडत होते,

'हे बी आपलं नाही. हे असंच वागणार.'

'ही जात कधीच सुधारणार नाही.'

विनय आरडाओरड करीत घराबाहेर पडला. नंतर मीही. शशी आणि आई बसून होत्या.

मी आणि रजनी. बियरचे पेग सोबतीला. अवतीभोवती पसरलेला धुंद प्रकाश. पलीकडच्या टेबलावरचा तरुण आमच्याकडं चोरटा कटाक्ष टाकत होता. आम्ही आमच्यात मुरत होतो. रजनीचं अंग मधाळ वाटत होतं.

'मला पुरे.'

रजनीनं तिचा पेग माझ्यापुढे सरकवला.

'मला तुझ्याशी महत्त्वाचं बोलायचंय.'

'बोल ना.'

'आपल्या रिलेशनसंदर्भात.'

'अजून काय बोलायचंय ?'

'मला लग्नाविषयी...'

'सॉरी.'

'का ?'

'आपण चांगले मित्र होऊ शकतो.'

'पण का ?'

'तुला माहीत आहे, आमचे पपा सनातनी आहेत.'

'माझी आई तर तुझ्याच जातीची आहे.'

'पण तुझे पपा ?'

'मला काही कळत नाही.'

'त्याला माझा नाईलाज आहे.'

'ठीक आहे ! निघूयात.'

बियरचा पेग. अर्धवट जळालेली सिगारेट. सजलेलं टेबलं. धुंद वातावरण.

खाण्यापिण्यात रमलेली माणसं. वेटर, रजनी आणि मी. आम्ही बाहेर पडलो.

'तू अखेरचं सांगतेयस ?'

'पुन्हापुन्हा त्याच विषयावर काय बोलायचं ?'

'तू माझ्याशी विवाह करणार नाहीस ?'

'शक्य नाही.'

'मैत्री ?'

'ती तर आहेच.'

'आपण इथंच हा विषय संपवू या.'

'तू टाईमपास करतेयस.'

'मैत्री ही टाईमपास नसते.'

'तू मला खेळवलंस.'

'माझ्या तोंडी कुठलेही शब्द टाकू नकोस.'

'रजनी, आय लव्ह यू, मी तुला विसरू शकत नाही.'

'मीही प्रेम केलंय. पण असं म्हणू शकत नाही.'

'का ?'

'सॉरी. गूड नाईट.'

दोघंही दूर होत गेलो देहानं. मनाबद्दल काय लिहिता येतं ?

❖❖

दलित ब्राह्मण
दलित ब्राह्मण
दलित ब्राह्मण
दलित ब्राह्मण

१३

सोनी

सडकेवरील रोड-लाईट्स ओळीने उजळल्या. या रोड-लाईट्सची रांग म्हणजे या शहराच्या गळ्यातील चंद्रहारच. समोरच्या रोडलाईटचा प्रकाश सोनीच्या अंगणात चांदण्याचा सडा टाकीत होता. रात्र म्हणजे सोनीला दिवस वाटायचा. रात्रीच्या काळोखात तिच्या जीवनाची रहस्ये दडलेली होती. प्रत्येक रात्री एका नव्या जीवनाला उघडेनागडे होऊन भेटण्यासाठी सोनी अगतिक असायची. जसजसा पृथ्वीवरचा प्रकाश सरायचा, तसतसा एक भयावह काळोख सोनीला व्यापून राहायचा. सोनी म्हणजे एक अदिम काळोख. या काळोखात कैक पणत्या विझल्या आणि अनेक वादळे उद्ध्वस्त झाली. सोनी एक ओढाळ रात्र बनून या शहरातील हमरस्त्यांना सामोरी जाते.

सोनी तारुण्यानं आता कुठे सजली होती. तिचा देह म्हणजे हजारो शुभ्र पारिजातकांचा मनोहर सडा आणि तिच्या भावना म्हणजे या पारिजातकाखाली सडलेले बेवारशी प्रेत. महिबूबच्या पानपट्टीजवळ ती थांबली. मसाला पानं घेतली. महिबूबने सोनीची छेड काढली. वादळवाऱ्यात गदगदा हलणाऱ्या वेलीगत सारा देह हलवून सोनी खळखळून हसली. तिने नादिराकडून गजरा विकत घेतला. अल्लडपणे खेळणाऱ्या वेणीत गजरा खोवला.

तिच्या अंगावर नजरा ओढून घेणारी भडक रंगाची गुलाबी साडी होती आणि मॅचिंग ब्लाऊज. तिच्या मोकळ्या वागण्याने ती अनेकांची गतिरोधक बनत होती. तिला पाहून नजरा थबकायच्या,

मागे वळून पाहायच्या. काही सुसंस्कृत नजरा भेदरायच्या. तिची नजर मात्र सराईत होती. ती प्रत्येक नजरेला नजर देत होती. तिच्या नजरेतील भय तिने प्रत्येक रस्त्यावरच्या चौकात पहारेकऱ्यासारखे ठेवून दिले होते.

सोनी एक पुरुष होती, पूर्ण पुरुष. नाहीतर तिच्याजवळ होतेच काय, स्त्रीदेहाशिवाय स्त्री म्हणायला ?

मी सोनीला फार जवळून ओळखतो. तिचे घर, तिची आई, तिची जात, तिचा नवरा. एवढेच काय तिच्या छातीवर दोन तीळ आहेत. तिच्या मांडीवर नवऱ्याने डागलेला व्रण आहे. ती रोज किती कमवते, किती गमवते वगैरे मला माहीत आहे. तुम्ही म्हणाल, हे सर्व तुला कसे माहीत ?

मी म्हणेन, 'ती माझी खाजगी बाब आहे.' पण सोनीबद्दल मात्र सगळ्यांजवळ बोलेन. तिच्याविषयी माझ्या प्रत्येक शब्दातून सहानुभूती पाझरत असते. ती माझा विषय का व्हावी ?

सोनीची आई गिरजा जेव्हा आमच्या वस्तीत आली, तेव्हा सोनी पोलक्यात होती. गिरजाला सोनीच्या पाठीवर मूल झाले नाही. गिरजाच्या नवऱ्यानं आपल्याला मुलगा व्हावा, म्हणून दुसरी बायको केली आणि गिरजाला घराबाहेर हाकलले. गिरजाला सोनी म्हणजे छातीवरचा दगड वाटे. डोळ्यात भरणारे रूप सोनीला मिळाले होते.

सोनीचे लहान वयातच लग्न झाले. सोनीचा नवरा बाबू. बाबूच्या पहिल्या बायकोने छळाला कंटाळून आत्महत्या केली होती. कबूल केलेला हुंडा मिळत नाही म्हणून बाबू दररोज तिचा छळ करायचा. पायापासून केसापर्यंत होरपळणारी बाबूची बायको मेली; पण तिने आपला छळ बोलून दाखविला नाही. इतकी प्रचंड सहनशिलता स्त्रीने कुठून मिळविली असेल ? बाबूची दुसरी बायको त्याला सोडून पळून गेली. बाबूबरोबर तिचा विवाह जबरदस्तीने झाला होता. तिचे दुसऱ्यावर प्रेम होते. सोनी ही बाबूची तिसरी बायको. बाबू वयाने खूप मोठा होता आणि सोनी कोवळी पोर. गिरजा आपल्या मुलीला चांगला नवरा कुठून शोधणार ? दातावर मारायला पैसा नव्हता तिच्याकडे. लग्न न झाले तर लोकांचा बोल येणार. बाई म्हणजे घरात ठेवायचे भांडे नव्हे. ती दुसऱ्या घरची वस्तू. जिथे तिचा चारा असेल तिथं तिने गेले पाहिजे. एक दरिद्री आई आपली मुलगी कुणाही कसायाच्या हवाली न करून काय करील ?

सोनीचा नवरा बाबू हा दारुडा. त्याने पहिल्याच रात्री सोनीवर अनेक वेळा बलात्कार केला. सोनी एक असहाय्य जखम. प्रत्येक रात्र तिला वेदनांच्या पावसात उभी करायची आणि अश्रूंनी तिचे तारुण्य ओलेचिंब व्हायचे. बाबूच्या तोंडाचा उग्र दारूचा वास, त्याचे थोराड शरीर, दणकट हात, अश्लिल शिव्या आणि सोनी. प्रत्येक वेळी शिकार होणेच तिच्या नशिबी होते.

एक दिवस सोनी नवऱ्याजवळून पळून आली आणि बाबूही दुसरी एक बाई

ठेवून जगू लागला. मला आश्चर्य वाटते या स्त्रियांचे. बाबूसारख्या माणसालाही या स्त्रिया एकामागून एक मिळतातच कशा ? का त्या व्यवहारी नसाव्यात ? का त्यांनी कधी विचार केला नाही आपला ? बाबू एकदा दारू पिऊन आमच्या वस्तीत आला. सोनीला पकडून नेत होता. गिरजा आरडाओरडा करीत होती. आम्ही चार-चौघे जमलो आणि बाबूला मारले. तेव्हापासून तो कधीच सोनीच्या वाटेला आला नाही; पण सोनी आपल्या नवऱ्याचे नाव बाबूच सांगते. सोनी आपल्या आईकडे आली आणि तिच्या म्हातारपणीचा आधार झाली. गिरजाचे म्हातारपण सोनीच्या शरीरावर पालीगत खेळत असायचे. सोनी हळूहळू अंधाराला अर्पण होऊ लागली. ती आपल्या घराच्या भुकेची बळी बनत होती.

आज सोनी रस्त्यावर फिरणारी वेश्या आहे. ती हुतात्मा बाग, नवी पेठ, भागवत थिएटर, बसस्टॉप, भाजी मार्केट, रेल्वे स्टेशन येथे पायांत भुकेचे पैंजण बांधून फिरत राहते, गिऱ्हाईक शोधत. ती अनेकांना भेटते, बोलते, हसते. कुणा एकाची गिऱ्हाईक होऊन सोनी मनोज लॉजकडे जाताना मी चौकात टांग्यासारखा उभा असतो. ती दुसऱ्या मजल्यावर जाते. कोपऱ्यात तिची नेहमीचीच खोली. ती खोलीत जाते. तिच्यामागून तिचे गिऱ्हाईक. खोलीतील अंधार मात्र अस्वस्थपणे माझ्यावर गंजू लागतो.

सोनी, पानपट्टीवाला महिबूब, गजरा विक्री करणारी नादिरा, लॉजचा मॅनेजर सखाराम, मी, माझा टांगा आणि रस्त्यावरून जाणारी अशी कितीतरी गंजणारी माणसे. सोनी बसस्टॉपजवळ उभी आहे. कुणीतरी दोन कॉलेजची मुले तिच्याजवळ गेली आहेत. तोपर्यंत पोलीस व्हॅन येते. सोनी चपळपणे बोळात पसार होते. तिला आईसारखा आडोसा देणारा तो एकच बोळ आहे या शहरात. तो बोळ सरळ अप्पाच्या अड्ड्यावर जातो. सोनीने दोन-तीन वेळा कोर्टाचा दंड भरला होता. सोनी म्हणायची, 'एका गिऱ्हाईकाची भाड कोर्टाला दिली. चला, पोलिसाला दिली नाही, ती इथे.' सोनी लवकर घरी परतली नाही तर गिरजा तिचा शोध घेत निघायची. गिरजा म्हातारी, काठी टेकत टेकत गांधीजींसारखी चालायची. सोनी... सोनी... म्हणत हाक मारायची. तिचा आवाज रस्त्यावरील रहदारीत धपापत अस्पष्ट व्हायचा.

सोनी लवकरच घरी परतायची. कमवून आणणाऱ्या सोनीसाठी गिरजाने चुलीवर गरम पाणी ठेवलेले असायचे. सोनी आल्यावर तिला ती चोळून-मोळून स्नान घालायची. दोघीही किती पैसे मिळाले याचा हिशेब करायच्या. कधी सोनी आपल्याकडे आलेल्या भोळ्या गिऱ्हाईकाची कहाणी सांगायची, तर कधी त्रास दिलेल्या गिऱ्हाईकाला शिव्या हसडायची. गिरजा मात्र या व्यथा ऐकत अंधाराच्या अधीन व्हायची.

रात्र संपते, दिवस उजाडतो. दिवस संपतो, रात्र उजाडते. सोनी कमवायला निघते. गिरजा गलबलून जाते. 'सोनी मिळेल तेवढे घेऊन ये. उगीच वेळ लावू नको.

नाही मिळाले तर उपाशी निजू.' सोनी मानेनेच होकार देत निघून जायची. रस्त्यात ओळखीचे जुने गिऱ्हाईक भेटले की त्याच्याकडून भांडून पान खायची. त्याची चेष्टा करायची. सोनीने पान खाल्ले की तिचे तोंड खूप रंगते. गुलमोहरासारखे. तिच्या रंगलेल्या ओठांकडे पाहताना मला गुलाबाच्या पाकळ्या आठवतात आणि मी एका अवेळी मोहरलेल्या फुलासारखा वेडापिसा होतो.

सकाळीच गिरजा म्हातारी आमच्या घरी आली. अडचणीत असली की आमच्या घरी यायची; पण माझी आई वैतागायची. धंदेवालीच्या घराशी आपले संबंध असावेत हे तिला पटायचे नाही. गिरजाला तिने अनेक वेळा घरातून हाकलून लावले होते. गिरजा गरीब होती. गरिबाला कुठली असते, लाज-अब्रू ? मी सोनीच्या घरी जात नव्हतो. सोनी एकदा माझ्या आईशी खूप भांडली होती. तीही आता आमच्या घरी येत नव्हती.

गिरजा दारात उभी होती. आई मला 'टांगेवाल्याकडे जा' म्हणत होती. सकाळी लवकर उठून टांगा भाड्याने घेण्यासाठी जावे लागायचे. नाही तर दुसऱ्याने टांगा भाड्याने घेतला तर आपला दिवस फुकटात जायचा. आता गिरजाबरोबर जायचे म्हटले की टांगा गेला दुसऱ्या कुणाला तरी. सोनीचा रस्ता धरला. मला गिरजाची वेळ महत्त्वाची वाटत होती. आम्ही झोपडीत आलो.

सोनीला दिवस गेले होते. ती आई होणार होती. घरात तोंडामागून तोंडं वाढत जाणार होती. सोनीला गर्भपात करायचा होता आणि ऑपरेशन करून घ्यायचे होते. मुलेही बंद आणि संततीप्रतिबंधक ऑपरेशन केल्यामुळे काही पैसे मिळणार होते. तिला एक चांगली साडी घ्यायची होती. अंगावर चांगले कपडे असले की गिऱ्हाईक चांगले येते, पण गर्भपात कसा करणार ?

सोनीने चुलीवर चहा ठेवला. चहा उकळत होता, आणि आम्हीही उकळत होतो. सोनी आणि मी दुसऱ्या दिवशी सिव्हिलच्या रस्त्याला लागलो. सोनीच्या गळ्यात मंगळसूत्र होते. कपाळावर भव्य कुंकू आणि सोबत मी. तिचा पती म्हणून. आम्ही दोघे पतिपत्नीसारखे रस्त्याने चाललो होतो. माझ्या मनाला अमाप गुदगुल्या होत होत्या. मी सोनीला न्याहाळायचो. सोनी मला अधिक सुंदर वाटायची; पण सोनीला पत्नी म्हणून स्वीकारणे किती अवघड होते ! आई, नातेवाईक, वस्ती. मी व सोनी मिळून जाताना अनेकजण आमच्याकडे पाहायचे. सोनीचे एखादे जुने गिऱ्हाईक येऊन भेटायचे. पान खाण्याचा आग्रह करायचे. सोनी म्हणायची, 'आता माझे लग्न झालेय, हा माझा नवरा.' मी ओढूनताणून हसायचो. एकेक गिऱ्हाईकही खवीस असायचे. 'भावजी, सांभाळा बघा आमच्या सोनीला,' म्हणून जायचे. माझा संताप उफाळून यायचा. सोनी हसायची.

दोन दिवसांनंतर मी आणि सोनी वस्तीवर निघालो. सोनीचा गर्भपात झाला होता. तिला खूप त्रास झाला होता. मला रक्तही द्यावे लागले होते. माझ्या सांगण्यावरूनच

तिने कुटुंब नियोजनाचे ऑपरेशन करण्याचे पुढे ढकलले. अगदी दोन दिवसांत तिच्या चेहऱ्यावर मरणकळा आली होती. सोनीच्या अंगात अशक्तपणा होता. दोघांकडेही पैसे नव्हते. चालतच वस्तीला जायचे होते. परत पोटाचा प्रश्न होताच. खूप लांब चालून आल्यावर आम्ही एका पुलावर विश्रांतीसाठी बसलो. सोनीने माझा आधार घेतला.

रस्ता कसा रोजच्यासारखा घाईत होता. वाहने आपापला वेग सांभाळून धावत होती. आमच्या मागेपुढे प्रचंड इमारती उभ्या होत्या, अनेक मजली. गेल्या दोन वर्षांखाली ही जागा मोकळी होती. तिथे आता नवे बांधकाम चालू आहे. याच्याशी आमचा काय संबंध ? मी सोनीचा हात हाती घेतला. तिच्या अंगात थोडा ताप होता. सोनीच्या ओळखीचा एक पोलीस पुढून जात होता. सोनी त्याच्याकडे गेली. त्याच्याकडून काही पैसे घेतले. आम्ही अर्धा अर्धा कप चहा प्यायला. हॉटेलमधील माणसे आमच्याकडेच नजरा रोखून पाहत होती. आम्ही टांगा केला आणि वस्तीकडे निघालो.

मी घरी आलो. घर बंद होते. माझ्या आईने गिरजाशी भांडून कायमचे हे शहर सोडले होते. ती आमच्या खेडेगावी निघून गेली होती. तिला माझ्याजवळ राहायचे नव्हते. गिरजाला आणि सोनीलाच मी सांभाळावे आणि त्यांच्याच घरी राहावे असे ती बोलून गेली होती. मला माझ्या आईच्या वागण्याचा अर्थ कळत नव्हता. ती गिरजावर नेहमी जळायची. माझ्या वडिलांचे व तिचे संबंध होते असे ती म्हणायची.

माझे वडील मेल्यानंतर आईच्या मत्सराला उधाण आले होते. गिरजा परिस्थितीने भाजलेली बाई. ती माझ्या वडिलांना दादा म्हणायची. माझ्या वडिलांनीच सोनीचा विवाह जमवला होता. दादा सोनीला सूनबाई म्हणायचे, पण आईला खपायचं नाही. दोघांत खूप भांडणं व्हायची. वडील आईला मारायचे, मी मध्ये पडायचो. वडिलांनंतर आईचा तेवढा आडोसा होता. ती निघून गेल्याचे कळल्यावर डोळ्यात टच्चकन पाणी आले. गळा दाटून आला. मी खिळ्याने कुलूप उघडले. आईच्या आणि वडिलांच्या फोटोला डोळे भरून पाहिले. आई निघून गेली खरी; पण तिने माझ्यासाठी स्वयंपाकही करून ठेवला होता.

डोळ्यातील आसवांना मी आवरत होतो. तोच दारात हणम्या, म्हाद्या, भिम्या उभे होते. ते वर्गणी मागायला आले होते. त्यांच्याजवळ चार पैसे जमले होते. नेहमीसारखी वर्गणीतून दारूही घेतली होती. मी पैसे नाहीत म्हणालो तसा भिम्या म्हणाला, 'सासूच्या मातीला तुम्ही पैसे देईना तर कोण देणार ? काय हणम्या ?' मला झर्रकन सर्वच उलगडा झाला आणि मी सोनीच्या घरी निघालो. सोनीचे हंबरणे दूरवर ऐकू येत होते. मी पावलापावलागणिक खोलखोल खचत होतो. मी सोनीच्या घरात शिरलो. सोनीने हंबरडा फोडला. गिरजाच्या प्रेताला मुंग्या लागल्या होत्या. मी प्रेत नीटनीटके केले. हणम्या, भिम्या, म्हाद्या तयारीनेच आले होते. आम्ही दहा-पाचजण जमलो. प्रेत घराबाहेर काढले. वस्तीही जमली आणि गिरजाची प्रेतयात्रा माझ्या शरीरावरून

महात्मा गांधीजींच्या पावलानं काठी टेकवत निघून गेली.

रात्र आपल्या गुन्हेगार पावलांनी शहरावर कब्जा करीत होती. मी सोनीच्या घराकडे अंधारासारखा पसरत चाललो. सोनी शहराला सामोरी होत होती. मी सोनीचा पाठलाग सुरू केला. सोनी पुढे पुढे, मी मागे मागे. चौकात तिला एका गिऱ्हाईकाने गाठले. पावलांत आग संचारली आणि मी बेभानपणे तिला जाऊन गाठले. तिला अडवले. सोनी थांबली. तसे गिऱ्हाईक माझ्यावर खवळले. सोनी भडकली. त्या गिऱ्हाईकाच्या तोंडात थापड मारली. आमची बाचाबाची झाली. गिऱ्हाईक निघून गेले. सोनी माझ्याकडे बघत होती अन् मी सोनीकडे.

'सोनी... चल...'

'कुठे ?'

'मी म्हणतो तिकडे.'

'ही तर गिऱ्हाईकाची वेळ आहे.'

'मला तुझं गिऱ्हाईक समज.'

'पण तू सकाळी माझा नवरा होतास की'

'आता कायमचा झालोय.'

तोपर्यंत माझ्या मानेभोवती कुणाची तरी पकड घट्ट झाली. मी वळून पाहिले. आमच्या हातात लग्नाच्या बेडीऐवजी पोलिसांची बेडी पडली आणि पोलीस व्हॅन वेगाने आम्हांला जेल रोडकडे घेऊन जात होती. मी गलबलून गेलो होतो. सोनीला याचा अनुभव होता. ती धीटपणे बसली होती. मी म्हणत होतो, 'सोनी माझी बायको आहे.' पण पोलीस मात्र मला गिऱ्हाईक समजून मार देत होते आणि माझे रडणे जेलच्या भिंतीवर शोककळेगत पसरले होते.

❖❖

१४

रत्ना

दिवस पावसाळ्याचे. सदैव आभाळ अन् नदी भरलेली असायची. काळ्या मातीला हिरवं लेणं मिळालं होतं. डोंगराच्या पायथ्याशी आमचा गाव अन् गावाबाहेर आमचा महारवाडा. गळणाऱ्या झोपड्या. चिखलानं दलदल झालेल्या वाटा. पाण्यानं तुंबलेले उकिरडे. बेडकाच्या तालावर नाचत अंधार आमच्या घरात यायचा.

रत्ना अन् मी एकाच जागी लहानाचे मोठे झालेलो. तिचं घर अन् आमचं घर लागून होतं. बालपणी आम्ही नवराबायको व्हायचो. पण आता मोठे झालेलो. गल्लीच्या नजरा आमच्यावर खिळलेल्या. रत्नाचं अन् माझं प्रेम चार चौघांच्या चर्चेचा विषय झालेलं. आमच्या लोकांना वेळ घालवायला चांगला विषय मिळाला होता.

रत्नाचा बाप मिलिटरीत होता. माझा बाप तर माझ्या लहानपणीच नदीत वाहून गेलेला. आमचं गाव नदीकाठी आहे. पावसाळ्यात नदीला पूर आला की इकडचा माणूस तिकडं सोडणं, पलीकडचा माणूस अलीकडं आणणं, असलं काम आमचा बाप करायचा. दरडोई आठ-बारा आणे कमाई व्हायची.

कधी नदीला खूप पाणी यायचं. पाण्याला जोर असायचा. अल्याडली माणसं अल्याड, पल्याडची माणसं पल्याडच राहायची. गावची नाकेबंदी व्हायची. थोडं पाणी ओसरलं की आमच्या महारवाड्यातली माणसं पाण्यात पडायची. माणसांची नदीतून ने-आण करायची. पण पाण्यापुढं मस्ती चालत नाही. पुरात हिरव्या मिरच्या अन् हिरवा भोपळा घेऊन नदी ओलांडणं धोक्याचं असतं. माझ्या बापानं शर्यत

घातली आणि हिरव्या मिरच्या अन् हिरवा भोपळा घेऊन पाण्यात उडी घेतली. तसा माझा बाप पट्टीचा पोहणारा. दोन्ही काठ भरून नदी वाहत असताना, बेगुमान पाण्याशी खेळणारा माझा बाप, पण त्या दिवशी कमरेएवढ्या पाण्यात वाहून गेला. काठावर असलेल्या लोकांनी बोंब ठोकली. बाप बुडाला. चवथ्या दिवशी कुरनूरला बापाचं मढं मिळालं. नदीकाठच्या बोरीला अडकलं होतं. आमचा चुलता जाऊन बघून आला. तिथंच बापाची माती झाली. बेवारस म्हणून. बाप नजरेला पडलाच नाही. जेव्हा जेव्हा नदीला पूर येतो, दोन्ही काठ भरून वाहू लागतात, तेव्हा बापाची आठवण अस्वस्थ करते.

प्रत्येक वर्षी असा नदीत कोणीतरी वाहून जातोच. वरून बेवारस प्रेतं वाहत येतात. नदीत आलेलं मढं बाहेर काढण्याचं काम माझा बाप करायचा. कधी तरुण स्त्री तर कधी नवजवान तरुण. कधी कधी म्हातारा पुरात सापडलेला. प्रेत दिसलं की पाटील म्हणायचे, ''जाऊ द्या रे पुढं, ढकलून द्या. कोण पंचनामा करत बसणार. उगी पोलिसांची डोकेदुखी.'' वाहत आलेलं मंढ पुढं ढकलून द्यायचं. पुढच्या गावीही असंच व्हायचं. पोलीस चौकशीच्या भितीनं ओळख द्यायचे नाहीत. परवाची गोष्ट. नदीला पूर आलेला. प्रवाहात दोन नारळ वाहत येत असलेले. मी पाण्यात उडी घेऊन नारळ काढणार होतो. रत्ना नदीत होती. तिनं मला अडवलं ''का, बापाच्या मागं जायचं हाय व्हय.'' तिच्या डोळ्यांत आलेलं पाणी पुरासारखं वाटलं. रत्ना भरल्या नदीसारखी वाटली. मी माघारी फिरलो.

गतवर्षीची गोष्ट. दांडगा पावसाळा झाला होता. गाववेशीपर्यंत दोन वेळा पाणी आलं होतं. एकदा रत्ना पाय घसरून नदीत पडली होती. मी काठावर होतो. टाकली नदीत उडी अन् काढली बाहेर तिला. रत्ना वाचली अन् माझी झाली. पण तिच्या घरचं अन् आमचं हाडवैर होतं. आमच्या पणज्यानं त्यांच्या नात्यातल्या कुठल्यातरी बाईला पळवून नेलं होतं. तेव्हापासून त्यांच्या आमच्यात आडवा विस्तव जात नव्हता.

रत्नाचा जीव माझ्यावर जडलेला. ती म्हणायची, ''लगीन केलं तर तुझ्यासंगंच करीन, नायतर भरल्या नदीत उडी टाकून जीव देईन.'' माय म्हणायची, 'हे जमायचं नाही.' माझी माय खूप गरीब बाई. ती गावतल्या मास्तरला पण भियाची. रत्नाचा बाप तर मिलीटरीत होता.

रत्ना माझ्या आयुष्यात पुरासारखी आली. नव्या पाण्यासारखे तिचे डोळे. ओल्या मातीगत तिचे ओठ. टपोऱ्या दवागत तिचे दात. फेसाळत धावणाऱ्या पाण्यासारखा तिचा स्वभाव. पहाऱ्यात होणाऱ्या तिच्या अपुऱ्या भेटी, ओसरणाऱ्या नदीसारख्या.

भन्नाट रानवाऱ्यासारखी रत्ना वस्तीभर वावरायची. चार डोळ्यांत ती खुपायची. तिचं रूपच आगीचं होतं. घराबाहेर पडणंही तिला मुश्किल झालं होतं. तिच्याबरोबर सदैव तिची बहीण असायची. माझं अन् रत्नाचं वागणं वस्तीत काळोख पेटवत होतं.

मी नदीला जायचो. पाण्याशी बोलायचो. वाटायचं, रत्ना नदीतून गंगेसारखी यावी. पण असं काही घडायचं नाही.

डोळ्यात अश्रूंचे पूर यायचे. पुरानं उद्ध्वस्त झालेल्या शिवारासारखा मी उभा राहायचो. पाणी वाहून जायचं. वाटायचं, रत्ना अन् मी वाहून गेलो असतो तर बरं झालं असतं. रत्ना माझी आहे. मी नदीकडं भरल्या डोळ्यानं बघायचो. रत्ना पाण्याला यायची. ती वर पाणी भरायची अन् तिच्या पायाला स्पर्शून येणाऱ्या पाण्याला मी ओंजळीत घ्यायचो. डोळ्याला लावायचो. ओठांना लावायचो.

रत्ना निघून जायची. मी तसाच किनाऱ्यावर. डोळ्यात डोह जमा व्हायचा. दूर दूर वाहत गेलेल्या नदीकडं अन् डोळ्याआड होणाऱ्या रत्नाकडं पाहताना मी कधीच थकलो नाही. रत्ना परत येईल. या पाण्याच्या प्रत्येक लाटेवर तिचा टपोरा चेहरा कोरून ठेवला आहे. ती येईल, मला पाहण्यासाठी. एकेक आठवणी देऊन जाईल, या नदीला वाहण्यासाठी.

नदीकाठची संध्याकाळ. बगळ्यांची किनाऱ्यावर जमणारी रांग. घराकडं परतणारी गाईगुरं. गुरख्याच्या गळ्यात आल्हाददायक अंधार भरलेला. रानोमाळ झालेली माणसं थकून भागून येत असलेली, ओढीनं. महादेवाच्या देवळातून ऐकू आलेली पोथीची घंटा. एकेक पेटत जाणारा दिवा अन् चुली. नदीच्या पाण्यावरही अंधाराची साय धरलेली. पाण्यात एकेक चांदणी फुलत असलेली. ढवळलेल्या लाटा किनाऱ्याच्या अंगभर. देवाप्पाच्या शेतात खुरपायला गेलेली माय नदी ओलांडून येते, अंधारात वाहणाऱ्या थंड वाऱ्यासारखी. तिच्या पावलांची थरथर रातकिड्यांच्या गळ्यातून जाणवतेय. तिच्या श्वासाची ऊब पेटत्या चांदातून जाणवतेय. पाण्याच्या खळखळाटागत ती मनात भिनत जातेय. कुणाची तरी पाण्यात पडलेली पावलं. घागर पाण्यानं भरण्याचा आवाज आणि अशाच वेळी रत्ना अधिकच बिलगतेय.

"चोरून असं किती दिवस भेटायचं."

"कोणी पाहिलं तर."

"आपण पळून जाऊ या रे."

"नाही तर मी जीव देईन."

"गणा लई त्रास देतोय."

"तू काय तर कर."

"बोल की."

मला तिच्या बोलण्यातली ओढ अन् वेग कळत होता. काळ्याकुट्ट अंधारात तिचा स्पर्श साक्षीला होता, अन् नदीचा वाहणारा आवाज. मधूनच एका पाखरानं फडफडत उडून जावं तशी रत्नाच्या मायीची हाक कानावर आली. ढगाआडून चांदानं बाहेर पडावं तशी रत्ना निघून गेली. तिची माय तिचा छळ करेल.

चांद हळूहळू वर येत होता. चांदण्या आभाळात गर्दी करत होत्या. पाणी चंदेरी दिसत होतं. लव्हाळी चंदेरी दिसत होती. वाळूवर रूपरी मुलामा सजला होता. शिंदीच्या बनात टिटवी ओरडत होती. आता घराकडं परतावं लागेल. नाहीतर माय नदीकडे ओरडत येईल.

काही शंखशिंपले मुठीत घेऊन मी घरी निघालो.

रत्नाच्या रडण्याचा आवाज ऐकू येत होता. रात्र काळजात फाटत होती. मी घरभर अस्वस्थ होत होतो. मायदेखील उदास झाली होती. थोड्या वेळानं गणा निघून गेला. तो रत्नाच्या घरातून आला होता. गणाला बघून माय हादरली. त्यानं तिला दम भरला होता.

गणा या गावातील नंबर एकचा गुंड. सगळा गाव त्याला टरकून होता. तो रत्नावर मरत होता. त्यानं रत्नाचा हात धरला होता. गणा अलीकडं रत्नाच्या घरात खूप वेळ बसून राहायचा. रत्नाच्या मायीचं गणापुढं काहीच चालायचं नाही. तिला त्रास करायला लावायचा. गणाचं शत्रुत्व पत्करणं सोपं नव्हतं. एक तर त्याचा सरळ काटा काढावा, नाहीतर रत्नाला घेऊन पळून जावं. नाहीतर रत्नाचा विचार सोडून द्यावा. काय करावं काहीच कळत नव्हतं.

रत्नाच्या भेटी काळजावर विस्तव ठेवून जायच्या. कधी रत्नाच्या मायीनं केलेला छळ, कधी गणाची दांडगाई, कधी रत्नानं आत्महत्या करण्याच्या दिलेल्या आठवणी, माझ्या मायीची असह्य समजूत मला सदैव बेचैन करायची. या गावातून आता बेपत्ता झालं पाहिजे. त्याशिवाय गणा सुखानं जगू देणार नाही.

दोन दिवस झाले नदीचा पूर ओसरत नव्हता. काटगावच्या तळ्याचं पाणी नदीत सोडलं होतं भरपूर पावसाने तळ्याला धोका निर्माण झाला होता. म्हणून सर्व पाणी मोरीवाटं सोडून दिलं होतं. नदी ऐन तारुण्यात आली होती. पाणी बेफाट वाहत होतं. आज मी आणि रत्ना या नदीचा कायमसाठी निरोप घेणार होतो.

जमिनीवर अंधार साचला होता. मी पाणी भरल्या डोळ्यानं घरचा निरोप घेतला. माय स्वयंपाक करीत होती. रत्ना घरी दिसत नव्हती. ती कधीच नदीकाठी पोहोचली असणार. रानं तुडवीत मी नदी जवळ करीत होतो.

काळंभोर वाहणारं पाणी. रात्रीचं आणि मातीचं मीलन झालेलं. अंधार फुलत चाललेला. मी अधीरतेने ठरल्याजागी पोहोचलो. क्षणभर काहीच कळलं नाही. गणानं रत्नाला पकडलं होतं. रत्ना प्रतिकार करीत होती. गणा रत्नाला लाथाबुक्क्यांनी मारहाण करीत होता. माझ्या डोळ्यांत पाणी पेटलं. भूमीच्या गर्भात काळोख खळाळला. मी पुरासारखा गणावर कोसळलो. सर्व ताकदीनिशी त्याला जमिनीवर लोळवलं. त्याच्या नरडीवर पाय दिला. गणाच्या देहाची तडफड होत होती. अंधार थरथरत होता अन् माझा पाय त्याच्या नरड्यावर अधिक मजबूत होत होता. माझ्या पावलात महापुराची

ताकद आली होती. रत्ना रात्रीसारखी उभी होती. गणाची तडफड थांबली. गणाचे दोन्ही पाय धरून मी त्याला पुरात लोटून दिलं. आता त्याचं मढं खाली वाहत जाईल. कुठं तरी त्याच्या प्रेताचा बेवारस म्हणून पंचनामा केला जाईल.

एक क्रूर काळोख प्रवाहात विलीन झाला होता.

नदीच्या प्रवाहाला वेग आला होता. पाणी खळाळत होतं.

मी रत्नाला जवळ ओढलं. कवेत घेतलं. किनाऱ्यावर रत्नाची माय दिसली. तिच्या पाठीमागून माझी माय येत होती. मला काहीच कळत नव्हतं. रत्नाची माय जवळ आली. ''ही पोरगी तुझ्याकरताच जल्मलीया. तुमी दोगं सुखात ऱ्हावा. गणाच्या भितीनं मी तुमचा छळ केला.''

पाण्याचा खळखळाट स्पष्टपणे ऐकू येत होता.

आम्ही नदीवरून परतलो तेव्हा परत एकदा गणाच्या प्रेताची आठवण झाली. आता ते कुठपर्यंत वाहत गेलं असेल ?

❖❖

१५

काळोख गर्भ

बळी लाकडं फोडत होता. कुऱ्हाडीचे घाव कोसळत होते. लाकडाचे तुकडे उडत होते. लाकडाची गाठ फुटता फुटत नव्हती. बळी सारी ताकद एकवटून कुऱ्हाड चालवत होता. अर्धी लाकडं फोडून झाली होती. अजून अर्धी लाकडं फोडायची होती.

बळी सकाळपासून ऊन अंगावर घेत होता. त्याला दोन दिवसांत पाटलांची लाकडं फोडून परवा सरपंचांच्या घरी लाकडं फोडायला जायचं होतं. गावाची लाकडं फोडणं हा त्याच्या उपजीविकेचा धंदा होता. गावातले सर्वजण त्याला लाकुडतोड्या म्हणून ओळखत.

लाकडं फोडण्याच्या आवाजानं वाड्याची शांतता भंगली होती. कुऱ्हाडीच्या घावेने लाकूड चिरत होते. तुकडे उडून दूर पडत होते. लाकडात रुतलेली कुऱ्हाड निघता निघत नव्हती. बळी लाकडातली कुऱ्हाड उपसत होता. तो घामाने न्हाला होता. त्याच्या शरीराच्या नसा ताठल्या होत्या. त्याला दम लागला होता. वाऱ्याच्या झुळकीमुळे घामाने भिजलेल्या देहाला गारवा वाटला. बळीने कपाळावरला घाम पुसला आणि तंबाखूला चुना लावून चोळू लागला.

बळीच्या कानावर पैंजणांचा आवाज आला. त्याचं मन तरारून उठलं. त्याची नजर विचलीत झाली. त्याला कृष्णा गवंड्याने सांगितलेली गोष्ट आठवली.

कृष्णा गवंडी महारवाड्यात दारू प्यायला आला होता. त्याला खूप नशा झाली होती. चालता येत नव्हतं. खूप अंधार पडलेला आणि जोराचा पाऊस सुरू झालेला. कृष्णा गवंड्याला काहीच सुचत

नव्हतं. वस्तीतली कुत्री त्याच्यावर भुंकत होती. अशावेळी बळीने कृष्णा गवंड्याला आधार दिला. त्याला उचलून घेतलं आणि त्याच्या घरी नेऊन सोडलं.

कृष्णा गवंडी हा परगावचा. तो पाटलाचा वाडा बांधण्यासाठी आपल्या बापाबरोबर आला होता. दोन वर्ष बांधकाम चाललं होतं.

कृष्णा गवंड्याचे शब्द बळी विसरू शकत नव्हता. त्याला आजही ते शब्द तेजाबासारखे जाळत होते. पाटलाचा वाडा मीच बांधलाय. तुला माहीत आहे ? दिवसा बांधकाम करायचो आणि रात्री ते आपोआप जमिनीत खचायचं. वाड्याच्या भिंती चढायच्या नाहीत. कितीही प्रयत्न केला तरी बांधकाम पुढं सरकायचं नाही. आम्ही थकून गेलो. पाटलानं जाणता आणला. जाणत्यानं काय सांगितलं माहीत आहे ? वाड्याचं बांधकाम कधीच पूर्ण होणार नाही. ते जर पूर्ण करायचं असेल तर वाड्याची शांती केली पाहिजे. शांती केल्याशिवाय वाड्याचं बांधकाम चढणार नाही. शांती करायचं म्हणजे काय माहिती आहे ? कृष्णा गवंडी बोलत होता. जाणत्याने काय सांगितलं ? वाड्याच्या पायात जिवंत गरोदर महारीण गाडली पाहिजे. कुणाला गाडले माहीत आहे ? अरे, तुझ्या आईला. ती गरोदर होती. तुझ्यानंतर तिला राहिलं होतं.

तुझी आई रानातून काम करून परतत होती. तिच्या डोक्यावर गवताचा भारा होता. पाटलाच्या माणसांनी तिला रस्त्यातच गाठलं. तिला उचलून पाटलाच्या मळ्यात नेलं. रात्री तिला बांधकामात जिवंत गाडलं. जाणता अंगात येऊन थरथरत होता. मंत्र म्हणत होता आणि तुझ्या आईचे अंग मरणाच्या भीतीने थरथर कापत होते. 'माझ्या पोटात लेकरू हाय मला सोडा' म्हणून ती ओरडत होती. आक्रोश करत होती. तेव्हापासून मी दारू पितोय.

पाटलानं जाणत्याला पाच ओंजळी पैसे दिले. तुझी आई मुंबईला पळून गेली म्हणून गावभर पसरवलं. पुढं तुझ्या वडिलाला पाटलानं शेताचा तुकडा दान दिला. त्यावेळी तू तीन चार वर्षांचा असशील. कृष्णा गवंडी भेदरून बोलत होता.

पैंजणाच्या आवाजानं संथ पाणी ढवळून गदळ वर यावा, तसे झाले होते. बळी बिथरला होता. वादळामुळे पालापाचोळा वर उडून जावा आणि गरगरत खाली यावा तशी बळीच्या मनाची अवस्था झाली होती. वर्षा, नारायणराव पाटलाची एकुलती एक मुलगी. मोठा मुलगा, आनंदराव. पंचायत समितीचा उपसभापती. तो तालुक्याच्या राजकारणात हेलकावत होता. त्याचं वास्तव्य तालुक्याच्या ठिकाणीच होतं. आठवड्याकाठी तो एकदा दोनदा जमेल तसं गावी येऊन जायचा. वर्षाचं गेल्या वर्षीच लग्न झालं होतं. परवा चोर चोळीचा कार्यक्रम होता. एका वर्षातच वर्षाचं रूप पालटलं होतं. आभाळ भरून यावं, तसं तिचं अंग भरून आलं होतं.

मेंदीभरले नाजूक पाय, गोल उभार नितंब, ढगाआडून चंद्र दिसावा तसं निऱ्याआड लपलेलं तिचं गर्भारपण. बळीची नजर वर्षाच्या पोटाभोवतीच घुटमळू

लागली. तो फुलून आला. गरोदर वर्षाला पाहून त्याला त्याच्या आईची आठवण झाली. बळीनं कुऱ्हाड उचलली. बेभान होऊन तो लाकडं फोडू लागला. शत्रूसारखा त्या लाकडावर तुटून पडत होता.

आपणही पाटलाच्या पोरीला उचलून नेलं पाहिजे. तिला जमिनीत जिवंत गाडलं पाहिजे आणि त्यावर झोपडी बांधली पाहिजे. बळीचं बळ लाकडासारखं फुटत होतं. कुऱ्हाडीमागून कुऱ्हाडी आदळत होत्या. बळीनं फोडलेली लाकडं व्यवस्थित रचली. कुऱ्हाड खांद्यावर टाकून बैठकीच्या दारात पायरीजवळ उभा राहिला. 'मालकीण म्या चाललोय. काय तर द्या' बळीचा आवाज मांजरासारखा वाड्यात घुसला. बळीच्या अंगठ्याला लाकूड उडून लागलं होतं. त्याचा अंगठा रक्तबंबाळ झाला होता. रक्त साकळलं होतं. बळीनं कुऱ्हाडीच्या दांड्यानं माती उकरली. माती घोळून जखमेवर टाकली. थोड्या वेळानं लक्ष्मी पाटलीण बाहेर आली.

'झालं का सगळं फोडून ?'

'न्हाय जी. उद्या येतु.'

'उद्या पाहुणे येणार आहेत. उद्या नको. पुन्हा बोलावणं पाठवते.'

'जी'

बळीनं आपल्या धोतराची ओटी पुढे केली. लक्ष्मी पाटलीणीनं त्यात ज्वारी टाकली. कागदात गुंडाळून भाकरी दिल्या. बळीचा चेहरा समाधानानं उजळला. तो लंगडत लंगडत वाड्याबाहेर पडला.

बळी घरी आला. त्याचे वडील विडी ओढत बसले होते. बळी वडिलांजवळ गेला. त्यांच्यापुढे बसला. चोखा महार आपल्या मुलाकडं काळजीपूर्वक पाहू लागला.

'काय दिलं पाटलीणीनं ?'

'मला एक गोष्ट इच्चारायची हाय'

'कसली बा ?'

'मायीविषयी'

'म्हंजी'

'माझ्या मायीला पाटलाच्या वाड्यात गाडलेलं खरं हाय का ?'

'खरं हाय'

'मग मला का सांगितलं न्हाय ?'

'सांगून काय उपयोग ? तू काय तिला जिवंत करणार होय ?'

'तुला कसं कळलं ?'

'आरं, सगळ्या गावाला माहीत झालं त्यावेळी. पण पाटलाच्या इरोधात कोण जाणार ? पाटलानं मला जमिनीचा तुकडा दिला आन् तोंड बंद केलं. म्या यकटा काय केलं असतं ? तू तर काय करनार हैस ? ज्यानं वाडा बांधला तो पाटील कधीच मेला.

याचं पोरगं नारायणराव मरायला टेकलंय. वर्सा दोन वर्सात जाईल देवाघरी. आपून कशाला त्याच्या वाटेला जायचं ?'

चोखा महार शांतपणे विडी ओढत होता. बळी अस्वस्थ झाला होता.

आभाळात सगळ्या चांदण्या उगवल्या होत्या. वारा वाहत होता. बळी चांदण्याच्या उजेडात वादळासारखा निघाला होता. त्याच्या हातातला कोयता चंदेरी प्रकाशात चमचमत होता. तो पाटलानं दान दिलेल्या शेताकडे निघाला होता. 'आपण पाटलाचं काहीच वाकडं करू शकत नाही' ही भावना त्याला वारंवार दंश करत होती. शेत पिकानं डोलत होतं. बळी शेतात पोहोचला. कोयता सरसावला. शेतातलं उभं हिरवंगार पीक कापू लागला. शिवार भयभित झालं होतं. पहाटेपर्यंत बळीनं सर्व पीक कापून काढलं.

बळी पारावर आला. कोयता उशाला घेऊन तो झोपी गेला. त्याला झोप लागली. दुपारी त्याला कोणीतरी जागं केलं. 'बळी, तुझ्या शेतातलं सारं पीक कापलंय' तो सांगणाऱ्यावर खेकसला आणि शांतपणे झोपी गेला.

त्याला झोपेत स्वप्न पडलं. बळीची आई कापलेल्या पिकाचे ढिगारे रचतेय. ढिगारे रचून झाल्यावर त्याला आग लावतेय. त्या आगीत पाटलाचा वाडा जळून खाक होतोय. बळीला जाग आली. ऊन उतरणीला लागलं होतं. बळी उठला. घरी गेला. चोखा महार कुडाला टेकून बसला होता. त्यापुढे कुत्रे पहुडले होते. बाजूला कोंबड्या चरत होत्या. बळी आला. त्याने तोंडावरून पाणी फिरवले. वडलांकडे पाहिले. त्याला आपल्या वडलांची दया आली. पाटलांविरूद्ध वडील काय करू शकले असते ? पाटलानं वडलाचांबी काटा काढला असता. मी उघड्यावर पडलो असतो. पण वडलानं मला लहानाचं मोठं केलं. तो वडलांजवळ जाऊन बसला.

आज काही काम नव्हतं. बळी घरी बसूनच होता. दुपारची वेळ होती. काम नसलं की त्याला कंटाळा यायचा. तो गावात निघाला. गावात कुणीतरी काम सांगेल म्हणून तो गावात फिरू लागला. रस्त्यात एक दोघी बायका आडव्या आल्या. बळीने बाजूला होऊन त्यांना वाट दिली. तो चावडीजवळ आला. चावडीत लोकांची गर्दी जमली होती.

चावडीत पंचायत बसली होती. गावकरी बसले होते. बैठकीवर पंच बसले होते. पायरीजवळ लखू महार आणि येमा महार बसले होते. नारायणराव पाटील प्रत्येक जात पंचायतीला उपस्थित राहायचे पण ते आज आले नव्हते. त्यांचं वय झालं होतं. प्रकृतीही बरोबर राहात नव्हती. लोक त्यांना भेटण्यासाठी वाड्यावर जात असत.

बळी सुन्न झाला होता. त्यानं वाड्याकडं पाहिलं. कुठूनही पाहिलं तरी वाडा दिसावा इतका उंच बांधला होता. बळीला राजीचं रडणं सलत होतं. तो बेभान झाला. 'आपण या वाड्याचा एक दगडही हलवू शकत नाही' बळी विचार करून थकायचा.

त्याला गरोदर वर्षा आठवायची. तिचं गोरंपान लोभस रूप त्याला छळू लागायचं. आपण लाकडं फोडण्यासाठी वाड्यावर गेलं पाहिजे. वर्षा अंगणात आली पाहिजे आणि लाकडं फोडल्यागत तिला कुऱ्हाडीनं फोडलं पाहिजे. तिचं मूल शिळेवर आपटून ठार मारलं पाहिजे. काय व्हायचं ते होवो. बळी सूडानं पोखरला जात होता. जणू त्याला वाळवीच लागली होती.

वर्षाच्या चोर चोळीचा कार्यक्रम झाला. संपूर्ण वाड्यात विद्युत रोषणाई केली होती. गावजेवण दिलं होतं. बळीला वाड्यावर बोलावलं होतं. बळीला वाड्याच्या पायऱ्या चढताना आईची आठवण छळू लागली. तो तसाच वाड्यात गेला. नारायणराव पाटील झोपाळ्यावर बसले होते. वाडा पाहुण्यारावळ्यांनी भरला होता. बळी बैठकीच्या पायरीजवळ जाऊन लाचारासारखा उभा राहिला. त्याची नजर वर्षाला शोधू लागली. हिंस्त्र पशूसारखी त्याची नजर वाड्यात फिरू लागली. वर्षा कुठेच दिसत नव्हती. वाड्यातून घरगडी आला. त्याने वर्षाच्या चोरचोळीच्या कार्यक्रमासाठी केलेले गोड जेवण पत्रावळीत गुंडाळून आणले होते. बळीने ते घेतले. पाटलाला जोहार केला आणि तो वाड्याबाहेर निघाला. बळीला वाड्याच्या बाहेर पडताना पायात मणामणाच्या बेड्या घातल्यासारखं वाटू लागलं.

हे गोड जेवण म्हणजे आईचं श्राद्धचं. हे कडू काढणं आहे. तो वणव्यासारखा धगधगत होता.

बळी वाड्याची एकेक पायरी उतरत होता आणि त्याच्या पापण्यांना अश्रू जड होत होते. त्याला वाटायचं, या वाड्याच्या भिंती उद्ध्वस्त कराव्यात आणि भिंतीत शांतपणे पहुडलेल्या आईला जागं करावं, आईला हाक मारावी, तिच्या गळ्याला पडावं हा सगळा त्याच्या कल्पनेचा खेळ होता.

वर्षा आपले गर्भार दिवस मोजत नसेल पण बळी प्रत्येक दिवस मोजत होता. वर्षाचं बाळंतपण जसं जसं जवळ येत होतं, तसं तसं तो पिसाळत होता. वर्षा गरोदर आहे, तोपर्यंतच आपण सूड घेतला पाहिजे या विचाराने तो भारला होता. हा नववा महिना संपेल. नऊ दिवस संपतील आणि ती सुखरुपपणे प्रसुत होईल. पुन्हा एकदा वाड्यात आनंदाला उधाण येईल. हा आनंदाचा दिवस उजाडणार नाही. हा वाडा रक्तात न्हाईल. बळी दिवस रात्र सुडाची स्वप्नं पाहायचा.

नऊ महिने संपले.

बळीने खांद्यावर कुऱ्हाड घेतली आणि तो वाड्याच्या दिशेने निघाला.

अमावास्येनंतरची रात्र होती. चंद्र अजून निघाला नव्हता. चांदण्यांची गर्दी कमी होती. वारा झुळुझुळु वाहत होता. गाव शांत झोपलं होतं. बळीच्या पावलात वादळ संचारल होतं. डोक्यात विजांचा थयथयाट सुरू होता. डोळे वडवानलासारखे भयानक दिसत होते. काळोख गूढ वाटत होता. वाडा मृगजळासारखा हेलकावत होता.

बळीनं खांद्यावरील कुऱ्हाड प्रचंड आवेगाने उगारली आणि वाड्याच्या उंबऱ्यावर घाव घातला. एकाच घावात वाड्याच्या उंबऱ्याचे दोन तुकडे झाले आणि उंबरठा निखळून पडला. बळी बेभान होऊन चिरेबंदी वाड्याच्या घरंदाज दरवाज्यावर एकामागून एक घाव घालत होता आणि दार खिळखिळे होत होते. कुऱ्हाडीच्या धुव्वांधार आवाजानं वाडा हादरला होता. नारायणराव पाटील 'कोण आहे, कोण आहे' म्हणून ओरडत होते. बळीनं शेवटचा घाव दारावर घातला आणि दार भुईवर कोसळले. पायऱ्यांवरून गडगडत भुईवर आदळले. प्रचंड आवाज झाला. ह्या आवाजापाठोपाठ लहान मुलाचे रडणे ऐकू आले.

वर्षा बाळंत झाली होती.

चंद्र उगवला होता.

बळी वाऱ्यासारखा काळोखात नाहीसा झाला.

❖❖

दलित ब्राह्मण
दलित ब्राह्मण
दलित ब्राह्मण
दलित ब्राह्मण

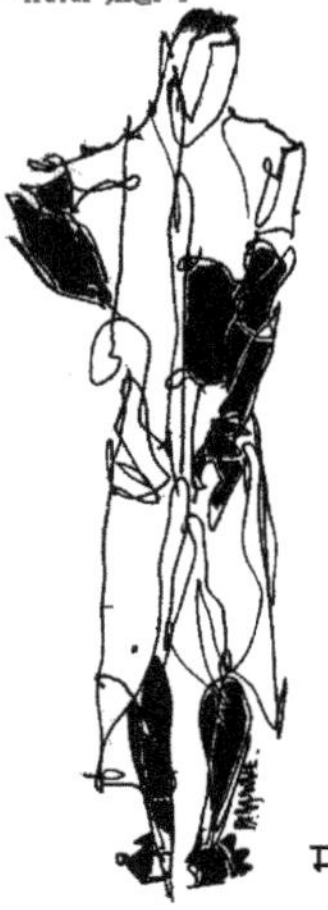

१६

येसकराची भाकर

आनसा माळवदावर चढली. गाव मागून आलेल्या भाकरी माळवदावर वाळू घातल्या. आनसाचा दाल्ला नामा मांग हा गावाची रखवाली करनारा गडी हुता. रातच्याला गस्त घालायाचं आन् त्या बदल्यात गाव मागून खायाचं हा रिवाज हुता. इतरापरीस नामाचं चांगलं चालायाचं. बाकीचा मांगवाडा उपास-तापास दिस काढायाचा. नामाला गाव मागून येसकाराच्या खंडीभर भाकरी मिळायाच्या. यवढ्या भाकरी खानार कोन ? भाकरीचा ढीग वाळवून ठिवाव लागायाचं. कवा आनसा शेजारपाजराला भाकरी उसन्या-पासन्या दियाची. नामा भाकरीचा ढीग अडल्या-नडल्या लोकास्नी इकायाचा. मोप भाकरीचे तुकडे असायाचे. भाकरी कडक वाळवल्या न्हाय तर वास मारायाच्या. भाकरीला बुरशी चढायाची.

आनसा, रोज मागून आलेल्या भाकरी माळवदावर वाळत टाकली की शिवा हातात लाकूड घेऊन भाकरी राकत बसायाचा. न्हैय तर कावळे एकेक भाकरी उचलायचे. भाकरीच्या ढीगावर कावळ्यांची झुंबड उडायाची. कावळे म्हणून काय झालं, त्येलाबी पोट असनारच की. आनसा जेवनखानं झाल्यावर भाकरी वाळत टाकायाची. ऊन उतरल्यावर भाकरी काढायची. घरचा घरभार बसून सांच्याला अंगणात जेवायाचा. खाऊन-पिऊन नामाचा संसार सुखाचा हुता.

नामाच्या गळ्यात तुळशीची माळ हुती. नामा इठुबाचा भक्त. त्याला सागुती चालत न्हौती. नामा म्हंजी देवभोळा मानूस. कुनाच्या अध्यात ना मध्यात. आपलं काम भलं अन् आपण भलं. दुसऱ्याचं

घिऊन काय करायचं. आपल्या कामात आपुन झ्याक ऱ्हावावं. कुनाचा बोल येवू ने म्हंजी झालं. गावचा आपल्यावर इस्वास हाय, त्येला आपुन जागलं पायजे. लोकांचं मीठ खातावं. दहा जनाच्या तोंडात ऱ्हावं, पर येकाच्या दातात नसू ने. या जल्मात नेयाचंच काय आपल्या संग. मेल्यामागं दोनच गोष्टी मागं हायेत. चांगलं आन् वंगळ. रंगलाल मारवाडी मेला तवा गाव रडला आन् आंब्या महार मेला तवा सगळे बोट मोडले. अशा कैक गोष्टी नामा मांग ऐकणाऱ्याला सांगायचा. चिमूटभर तंबाकू न्हैय तर सुपारीचं कांड, न्हैय तर बिडीचा थोटूक दिलं की नामाच्या तोंडाचा पट्टा चालूच व्हायाचा.

सांज झाली की भाकरी मागायची. पाटी आन् येसकराची काठी नामा घिऊन गाव मागाय निगायाचा. तवा नामाचा धाकला ल्येक शिव्या, रडायचा. म्या बी येतू म्हणून हट्ट धरायाचा. मग नामा मांग शिवाला घिऊन भाकरी मागाय जायाचा. प्रत्येक घरापुढी जाऊन हुभारायाचा. 'यीऊ द्या माय येसकराची भाकरऽऽ' म्हणून ओरडायाचा. तसं घरातलं कुत्रं 'वव् वव्' करत अंगावर येयाचं. नामा काठीनं कुत्र्याला हाकलायाचा. कोर-चतकोर शिळंपाकं घेऊन घरातील बाईमानूस येयाची. वरून शिवता शिवत न करता नाम्याच्या टोपल्यात भाकरीचा तुकडा टाकायाची. परत नामा येसकराची भाकर मागाय दुसऱ्या घराकडं वळायाचा.

भाकरी मागत गावात फिरायाचा. रस्त्यात कुनी दादा, आप्पा नामाला बिडी देयाचा. शिव्याची इच्चारपूस करायचा. भाकरी मागत नामा पाटलाच्या वाड्यावर गेला की पाटलाला 'ज्वार माय बाप, ज्वार' म्हणून हात जोडायाचा. काकूलतीनं हुभारायाचा. पाटील तेगाऱ्यात बोलायाचे. 'नाम्या, भोसडीच्या गाव कसा राकतूच. काल रात्री गूजराच्या आळीत गडबड झाली म्हनं. जरा लक्ष ठीव, का बायकू सोडत न्हैय रात्री.' तसा नामा मांग फिदी फिदी हसायाचा. त्याचं हसणं म्हंजी त्याच्या सत्तर पिढीची लाचारी. मग पाटलीन अर्धी कोर भाकर वाढायाची. नामा हक्कानं 'जरा कोरड्यास द्या मालकीन' म्हानायाचा. 'रोज कुठलं रेऽ' म्हनतंच पाटलीन उरलं-सुरलं वाढायाची. नामा तोंडभरून आशीर्वाद देत वाड्याच्या पायऱ्या उतरायाचा.

गाव मागून घरला आल्यावर आनसा आनंदानं भाकरीची पाटी घियाची. बापामागं गेल्याल्या शिवाचा मुका घेयाची. 'ध्येनात ठिवालाच सगळी रस्तं, उद्या तुला बी गाव मागाय जावं लागीलं'. नामा आपल्या पोराच्या पाठीवरून हात फिरवायाचा. आनसा मागून आणलेल्या भाकरी निवडायाची. भाकरीचे चांगलेचुंगले तुकडे लगेच खायला बाजूला काढायाची. नामा हात पाय धुवायाचा. इठुबाचं नावं घेत जेवाय बसायाचा.

एक झोप झाली की आनसा नामाला उठवावयाची. 'उठा, वेळ झाली जायाची'. नामा पट्टकन उठायाचा. तोंडावर पाणी घेयाचा. घरातली तलवार, बॅटरी घिऊन गाव राखायं निगायाचा. सारा गाव निजलेला असायाचा. आनसा आपल्या पोराला पोटात

घिऊन झोपीच्या अध्याण व्हायाची. नामा इठुबाचं नाव घिऊन रस्ता धरायाचा. नामा चौकाचौकात, गल्ली-गल्लीत जोरजोरात हळी देयाचा. तसे कुत्रे भुंकू लागायाचे. नामाची हळी गाव हादरावयाची. नाम चरारा चिर्रकताना एकादी बाई ऐकली की तिला कापराच भरावा. दिसा गरीब गायीवानी दिसनारा नामा राती आरडताना भूतावानी वाटायाचा. निम्मी रात टळून गेलेली असायाची. गाव निजलेला असायाचा. नामाची हळी मातूर गाव राकायाची. नामा गल्ली-गल्लीतून जाताना कुना-बुनाचे नाव घेयाचा, आरडायाचा. रातच्याला दार उघडून नामाला बघण्याची कुनाची हिम्मत व्हायाची न्हाय. गावात चोरीचपाटी झाली की नामाच जबाबदार ऱ्हायाचा. गेल्या म्हैन्यात मारवाड्याची चोरी झाली. तर आठवड्यात नामानं तपास लावला. नामाला चोर भिऊन असायाचे.

नामा दुपारच्या वक्ताला मातूर झोप काढायाचा. गाव राखून राती झोपीचा खेळखंडोबा झालेला असायाचा. तवा दिवसा निजावं लागायाचं. नामा निजला की आनसा शिवाला गोंधळ करु देयाची न्हाय. नामा निजला की घोरु लागायाचा. हत्तीवानी गडी घोरु लागला की मोठा आवाज व्हायचा. शिवाला बापाच्या घोरण्याचं नवल वाटायचं. मायीला तो तंगवायाचा. 'बाप का घोरतूया. मी कवा घोरीन' म्हणून नाना मायंदळ प्रश्न इच्चारायाचा. आनसा त्याला समजावून सांगता सांगता रडकुंडीला येयाची.

दुपारच्याला नामा निजला. आनसा बायावात सुखादु:खाच्या गोष्टी बोलत बसली. तसा पाटलाचा महार सटवा आला. पाटलानं नामाला बोलावणं पाठवलं. आनसा लगबगीनं जाऊनशानी दाल्ल्याला उठवली. नामा अंगमड्या देत उठून बैसला. तोंडावर पानी घिऊन नामा सटव्याबरुबर पाटील वाड्याकडं निगाला. आनसा परत बाया-मानसात जाऊन बैसली.

पाटलाच्या वाड्यावर चार लोक जमले. राती गुजराच्या वाड्यावर घरफोडी झाली. नामाला चोरी झाल्याचं कळल्यावर त्याच्या काळजात धस्स झालं. त्येचा चेहरा पल्डा. सारे नामाच्या नावानं वरडत हुते. पाटलानं नामाला पुडं बसवून घितले आन् प्रश्नाची सरबत्ती सुरू केली, 'भोसडीच्या, तुला परवाच सांगितल्लो की रे, गुजराच्या वाड्याकडं लक्ष दे म्हणून, गाव मागून खातूच पर गाव राखता येऊ ने, ही चोरी झाली कशी ? तुझ्या संगनमतानं चोरी झाली असणार ? आजवर चोराचा पावूल या गावात पडला न्हाय. तूच चोरी कराया लावलाच. तुला बी यात काय मिळत असलं म्हणून तर तू गुजराच्या वाड्याकडं राती लक्ष दिलं न्हैच. चोरांनी चोरी केली. मला बाकी काय माहीत न्हाय. चोरीचा माल या आठवड्यात माझ्या पुढी पायजे. आपून खपवून घेनार न्हाय. तू या गावचा मांग. कुंपनानंच शेत खाल्ल्यावर कसं रे ?' पाटील तावातावानं बोलत हुता.

नामा मांग बेचैन झाला. त्याला काही सुचत न्हौतं. पाटलाला 'होय'च म्हटलं पायजे. न्हाय म्हनून कसं चालणार ? पर चोर कसा पकडायचा ? कुनाचं म्हणून नाव

घ्यावं ? नामाला येड लागल्यावानी झालं. नामा रोज एका गावाला जायचा. महारवाड्यात, मांगवाड्यात मागमूस घेयाचा. आन् हात हालवत येयाचा. नामा मांग बाहीरगावी जात हुता म्हनून आनसा गाव मागाया जायची. शिवा संगं असायचा. राती दोन-चार गावं फिरून नामा परत येयाचा. आन् गाव राखाय जायाचा. नामाच्या तोंडावर रया न्हायली न्हौती. चोरीचा थांगपत्ता लागत न्हौता. दिसाला आजूबाजूची गावं चोरीचा सुगावा घेत फिरायाचं, परत राती गाव राखाय हजर व्हायाचं. नामा आठ दिसात जाम थकला हुता.

आठवडा झाला. परत सटवा महाराचं बोलावणं आलं. नामा मुळातून हादरला. त्याला घाम फुटला. पाटलाला काय सांगावं हे कळत नव्हतं. आनसाच्या डोळ्यात पाणी दाटलं. सटवा महारासंग नामा मांग पाटील वाड्यावर गेला. वाड्यावर धा-पाच माणसं जमलीच हुती. गेल्या गेल्या पाटील खेकसाय लागले, 'काय झालं. लागला का शोध ?' नामा खाली तोंड घालून बसला. 'बोल भोसडीच्या मला सांग, काय झाले ते.' नामा पाटलाला काय बोलनार ? धा-पाच गालगुंडांनी नामाला जनावराच्या गोठ्यात न्हेलं. सटवा महारानं नामावर पहिला हात टाकला. मग धडाधड हात पडू लागले. नामा जनावरावानी वरडत हुता. धा-पाचजण लोखंडी चेन, काठ्या, अन् पायताणानं मारत हुते. नामा 'मालक वाचवा, मेलोऽ' म्हणून आरडत हुता.

पाटील भूतावानी हुभारले. 'भोसडीच्या, चोरी कोनी केली सांग आन् मार वाचीव. सांग कोनी केली. दाखव रे अजून येकदा हात याला. चोराचं नाव सांगत न्हाय.' पाटलाची आज्ञा झाली की की सगळे परत येकदा नामावर तुटून पडले. पाटलाच्या मिठाला जागले पायजे, न्हैय तर त्याचीबी गत नामावानीच झाली असती.

रात झाल्यावर सटवा महारानं नामाला घरी आणून सोडलं. नामा आरपार सुजला हुता. तोंड धादरल्तं. डोस्क फुटल्तं. हात-पायावर रक्तबंबाळ वळा हुत्या. नामा कण्हत हुता. अनसाला यकायकी आपल्या दाल्याला अस्स काय झालं याचा अंदाज येईना. तिला रडू कोसळलं. ती दाल्ल्याच्या अंगावर पडून रडू लागली. चार बायाबापड्या जमल्या. त्यानच्या काळजात चर्र झालं. मध्यरातीला नामा उठला. त्येला उठता येत न्हौतं. आनसा धडपडीनं जागी झाली. नामा घराबाहेर पडला. तसा आनसा आडवी झाली. डोळ्यांत पाणी आणून बोलू लागला, 'आनसा, मला जाऊ दे. न्हाय तर उद्या बी असाच छळ व्हईल. म्या कुठून चोर पकडून देणार. कुनाचं नाव घिऊ ? त्येला बी माझ्यावानीच बडवत्याल ? गावानं माझी लैय बदनामी केली. म्या जरा तांड्यावर जाऊन येतो. तू काळजी करू नग... जा... शिवा उठील.' आनसा आसवं ढाळत शिवाजवळ येऊन बसली. नामा अंधारात दिसेनासा झाला. लई वाढोळ कुत्र्याचा गलका कानावर ऐकू येत हुता. कुत्रे अंधाराचे लचके तोडत हुते. रात येसवावानी वाढत हुती. लिंबावरचा पिंगळा वरडू लागला. तवा आनसा काळजीत पडली. पिंगळा वरडणं म्हंजी काय तर वाईट वक्टं घडनार. आनसाचा जीव घाबराघुबरा झाला. थोड्या येळानं

घोड्याच्या टापांचा आवाज आनसाच्या दारात थांबला. पाटलाचा आवाज हुता. आनसा म्होरं झाली. पाटील दरडावत हुता, 'कुठं गेला नामा ? गाव कोन राकायचं ?' पाटील संतापले. आनसाला काय बोलावं त्ये कळत न्हौतं. आनसा भीत भीत म्हणाली,

'तांड्यावर गेल्यात.'

'चोरीचा माल वाटून घेयाला ?'

'नव्हं मालक, चोरीचा कुठं ठाव ठिकाना लागतूया का त्ये बगाया गेल्येत.'

'दिवस जळाल्ता का ? आता गाव कोन राखनार ? गावावर जगताव ? भाकरी मागायाचं कसं कळतंय ?'

आनसा तोंडात मारल्यावानी हुभारल्ती. पाटलाच्या तोंडाला तोंड काय देनार. महार हातात काठी घिऊन हुभारला होता. पाटील आपल्या घोड्याला वळवत म्हणाले, 'गावात परत काय घडलं तर माझ्यासारखा दुसरा कुणी वाईट न्हाय. गाव कुणी बी राखा. तू राख.' पाटील घोड्यावर बसून निगून गेले. त्येनचाया मागूनं सटवा महार पळत जात हुता.

आनसानं हातात तलवार घितली. बॅटरी घितली. शिवाला झोपीतनं उठवली. आन् गाव राखाय निगाली. आनसाची हळी गावभर व्हत हुती. तिची हळी म्हंजी तिची किंकाळी. रातीचा हुंदका. आनसा वरडत हुती. भेदरत हुती. आनसा शिवाला घिऊन गल्लीतनं हिंडत हुती. पाटलाच्या वाड्याम्होरं आनसानं हळी दिली. तिच्या हाळीनं वाडा चिरत गेला. तिनं बॅटरीचा झोत वाड्यावर टाकला. कुत्र्यांचा गलका झाला. शिवा झोपीनं पेंगाळला हुता. आनसा गाव राखत हुती. आज तिच्या अंगात नवऱ्याचा आवेश संचारला होता.

सकाळी आनसा अंथरूणावर आडवी झाली तवा ती ताटली हुती. कोरभर उष्ट्या तुकड्यासाठी गाव राखायाचा. काय ह्यो जलम ? शिवा निजला होता. शेजारची सोना रडतच घरात आली. तिनं आनसाच्या गळ्याला पडून हंबारडा फोडला. नामा मांगानं फाशी घितली होती.

लव्हा मांग येसकराची काठी मागाय आला हुता. नामाची येसकरकी लव्हा मांगाला दिली. नवऱ्यासारखा आधार असलेली काठी लव्हा मांगाला देताना आनसाला तिच्या रंडकपनाची आठवण झाली. तिच्या डोळ्यात आसवानं दाटीवाटी केली. येसकराची काठी दुसऱ्याच्या घरात चालली म्हणून शिवा रडत हुता. तिनं शिवाला उराशी धरलं. तिला शिवा येसकराच्या काठीवानी वाटला. आनसाने आपल्या हुंदक्याला वाट करून दिली.

लव्हा मांगाची बायकु, मैना येसकराची काठी आपल्या घरात आली म्हणून काठीची पूजा करत हुती.

❖❖

दलित ब्राह्मण
दलित ब्राह्मण
दलित ब्राह्मण

१७

देवमानूस

गावच्या सावकाराच्या शेतातलं झाड तोडलं म्हणून आमच्या बापावर खटला झाला आन् पोलिसांनी धरून नेल्लं. पुल्ढं आमाला कळलं की आमच्या बापाला सजा झालीय. त्येला जेलमधी ठिवलंय. त्या दिशी आमी लैय रडलो. माय उसने पैसे घिऊन बापाला बघून आली. वर गाडीखर्चाला पैसं नसल्यामुळे आमाला बापाकडं जाता आलं नाय. बापाला पोलिसांनी लैय मारलं व्होतं. अंगावर वळा उठल्या व्हत्या. बापाचे हाल झालेत म्हणून माय सांगायची, रडायची. मलाबी त्या पोलिसाचा गळा दाबावा वाटायचा, पर म्या अजून न्हानगा व्हतो. माय मला जवळ घियाची. उवा बघायची. डोस्क्यात खवडे झालेलं असायचे. माय अंबाबायला नवस मागून घियाची. खवड्यात किडं पडलेलं. देवीचा कोप हाय म्हनायची. म्या मायीजवळ बसायचो.

'तू कवा मोठा व्हचील. हाताला येचील. तुझ्या बापाचा सूड उगवचील.' माय उवा मारत मला अस्सच कायबाय बोलायची. मलाबी वाटायचं, आता आपुन लवकर मोठं झालं पायजे. दाढी-मिशा आल्या पायजे. म्या एकदा जुन्या रेजर पान्यानं दाढी केली. लवकर दाढी यावी म्हणून. दाढी-मिशा आल्यावर माणूस मोठा व्हतो असं मला वाटायचं.

बाप जेलमधी गेल्यावर आमचे लैय हाल झाले. मायीलाच घर चालवावं लागायचं. घरात खानारी धा तोंडं. माती खाऊन तर जगता येत न्हैय. कधी खायाय मिळायचं तर कधी उपाशीच निजायचं. माय आमाला पोटाशी घिऊन रडायची. भूक लागायची. घरात खायाय कायबी नसायचं. काय खाऊ काय न्हाय असं व्हायचं. आमी रडायचो.

मायबी रडायची. तवा भुकेपेक्षा मायीचं रडणंच लैय व्याकुळ करायचं. भूक भागवन्यासाठी चोरी करावी लागायची. चोरीची भीती वाटायची. लाजबी वाटायची. पर चोरीपेक्षा भूक दांडगी वाटायची. भूक लागली की कायबी कळायचं न्हाय.

कालचीच गोष्ट. कुत्रं तोंडात भाकर घिऊन पळत व्हतं. म्या कुत्र्याच्या पाठीमागे लागलो. कुत्रं गावाबाहेर गेलं. म्याबी कुत्र्याच्या मागंच व्हतो. हातात दगूड व्हता. कवा येकदा कुत्र्याला गाठावं आन् त्याच्या तोंडातून भाकर काढून घ्यावी असं झालेलं. मधूनच कुत्र्यावर दगड मारायचो; पर कुत्रं पळाय ऐकायचं न्हाय. शेवटला कुत्रं एका झुडपात शिरलं. म्या त्येची कमई पळवली व्हती. म्या कुत्र्याच्या तोंडातली भाकरी घितली. कुत्र्यानं तोंडात धरलेला भाग तोडून कुत्र्याला टाकला. बाकीची भाकर नदीवर नेऊन धुवली आन् वाळूत बसून खाल्ली.

भाकर खाल्ल्यावर मायीची याद आली. आपून मायीला सोडून भाकर खाल्ली, याचं लैय वाईट वाटलं. मनाची समजूत काल्ढी. कुत्र्याच्या तोंडातलं खाल्ल्यावर येड लागतंय. येड लागलं तर आपल्यालाच लागू दे. मायीला नको. माय मेल्यावर आपल्या भावा-भैनीची काळजी कौन घील ? बाप कधीतरी सुटून येईलच की. मला बापाची याद येऊन रडू आलं.

बापानं झाड तोडल्याची चुगली बजानानानं केल्ती. बजानाना सावकाराचा पाडेवार व्हता. माय हमेशा बजानानाला सराप दियाची. बोटं मोडायची. माती उधळायची. 'बज्यानं माझ्या दाल्ल्याला पकडून दिलं. त्येचीबी बाईल रंडकी व्हईल, वरला देव बघुन घिनार हाय, आमी कुनाचं घर मोडलं न्हाव. पोटासाठी तर चोरी केल्ती,' म्हणून रडायची.

सावकाराचा आमच्या गावात दरारा व्हता. खंडीभर जनावरं, शंभर एकर शेती, मोट्टा वाडा असा त्येचा रुबाब व्हता. घोड्यावरनं सावकार चालला की गाव लवायचा. आमी तर सावकाराचं नाव ऐकलं की घाबरं पडायचो. म्या अजूनदेखील सावकाराला बगितलं नाय. माय म्हनायची, 'राकूस हाय.' सावकाराची माणसं कधी कधी गरीब मानसाला ओढून न्यायची, तवा आमी गांगरून जायचो.

सावकाराचा व्याजबट्ट्याचा धंदा. कुणी कुणी सावकाराकडून पैसं काढलेलं. परतफेड न्हाय झाली की मग सावकाराची माणसं यायची. पैसं देनाऱ्याला पकडायची. वढून नेयाची. लाथा-बुक्क्या घालायची. गल्लीत गोंधळ व्हायचा. ज्येला धरून न्यायचं, त्येच्या घरी तर सगळेजन माणुस मेल्यावानी रडायचे. आमाला ते बघूनच रडू यायचं. अशा सावकाराच्या शेतातलं बापानं झाड तोडलं व्हतं.

खरं तर गरिबाची चोरी करावी. गरीब तक्रार करत न्हाय. श्रीमंताची चोरी केल्यावर माणूस पकडला जातो. गरिबाचं कोन ऐकतंय या जगात ?

सावकाराची माणसं रोज अत्याचार करतात. पर त्येचं कोन वाकडं करतंय ? 'गरिबाची सून सगळ्याची बायकू' अशी या गावाची रीत. श्रीमंताला कोण इचारणार ?

तेवच्याजवळ पैसा असतुया. सरकारबी त्येवचंच हाय. कवा कवा वाटायचं, आपुन लवकर मोठ्ठ व्हावं आन् वाड्यात घुसून सावकाराचा खून करावा. सावकाराच्या वाड्यावर मास्तर शाळा शिकवाय जायचे. मला वाटायचे, आपण मास्तर झालं पायजे. रोजीना म्या शाळेत जायचो. एकदाबी शाळा बुडवायचो नाय. बापाचं जेलमधून पत्र यायचं. माझी शाळा बुडवू नये म्हणून त्यात लिवलेलं असायचं.

गेल्या कित्येक दिवसांत जनावर मेलं न्हैत. मायीला सागुती खाऊ वाटल्ती. चान्या संपल्या व्हत्या. धकलंपनापासून मांद्यात तळलेली भाकर खायची माझी सवय व्हती. बळ्ळांच गाडगं मांजरानं पळवून नेल्तं. मायीनं परवा चुनचुन्या आनल्यावर कुनाच्याच तोंडाला पुरल्या न्हौत्या. घरात सगळी चांगले-चुंगले खाल्लेली माणसं. मनात आलं तर कुनाच्याही म्हशीला नायतर गायीला बाप कणीस देऊन मारायचा. कधी कधी दूरच्या गावाला जाऊन जनावर बघून यायचा. राती चार-पाचजण त्या गावाला जायचे. रातोरात जनावर चोरून आणायचे. वावरात कापायचे. पहाटंपास्तूर वाटे वाटून माकळे व्हायचे. दिस निगायला सगळ्यांच्या चुलीवर मटण शिजत असायचे. रातोरात जनावर लंपास व्हायचे. घरोघर चान्या वाळत असायच्या.

माय म्हनायची, सागुती खाऊन लैय दिस झाले. जनावरबी मरत न्हाय आन् खाटीकबी येत न्हाय. महिन्या दोन महिन्यातनं आमच्या गावाला खाटिक यायचा. आता तोबी येत न्हौता. जत्रेची पट्टी दिली न्हाय म्हणून गावातल्या लोकांनी त्येला गाव बंद केला व्हता.

मला वाटलं, सावकाराच्या रेड्याला कणीस द्यावं. दुपारची वेळ व्हती. शाळा सुटल्यावर आमी नदीला मासे धराय गेल्तो. आमी सदा आमच्या उतारालाच मासे धरायचो. मासे धरत धरत आमी वरल्या उताराला गेलो. गावातली माणसं वरल्या उताराला पानी भरायची. खालच्या उताराला आमचा पाणवठा हुता. नदीत म्हशी धुवत व्हते. त्यात सावकाराचा रेडाबी व्हता. चार-पाच गावांत ह्यो योकच रेडा व्हता. मी रेडा चांगला न्याहाळला. कणीस द्यायचं तर रेड्यालाच. आपल्या बापाला जेलमधी पाठनाऱ्या सावकाराचा रेडा मारला पायजे.

रेडा पंधरा दीस पुरील.

रेड्याला कणीस चारून आमी पसार झालो. सांच्यापास्तूर सावकाराचा मानूस महारवाड्यात येईल. मग पाडिवार जातील. मेलेला रेडा ओढून आणतील. हागंदारीत नेऊन सोलतील. पायजे तेवढी सागुती मिळंल. दुमडीला कातडी मिळंल. पड वढाय चारजणं पुरनार न्हैत. गाडीत घालून आनावं लागील. उद्याची शाळा बुडवायची.

सांच्यापारी तोंड पांढरे करून बजानाना आला. थोड्या येळानं बाया, पिळगी रडू लागली. सावकाराचा हल्या मेला व्हता. सावकाराची आठ-धा गडी हातात काठ्या कुऱ्हाडी घिऊन आली. बायाबापडी रानोमाळ झाली. घरात शिरून कर्त्या मानसाला बाहीर वढून काढत व्हते. वीस-पंचवीस जणाला धरून चावडीवर न्हेल्लं. माय झोपड्यात

दबून बसली व्हती. म्या टणक व्हतो. मायीचा डोळा चुकवून बाहीर पल्डो, ते तडक चावडी गाठली. वाटंत पान्याची घागर डोईवर घिऊन बाई येत व्हती. तिला शिवशिव व्हू ने म्हणून वाट दिली.

चावडीवर माणसं जमा झाली व्हती. गलका चालू व्हता. बजानाना दूर हुभा हुता. सावकाराची माणसं हातात हंटर घिऊन ईच्चारत व्हती, 'बोला, हल्याला औषध कोन घातलंय ?'

घडीभरानं सगळ्यास्नी खांबाला बांधलं. महार माणसं हातापाया पडत व्हती. गयावया करीत व्हती. पर त्येंचं कुनीच ऐकत न्हौतं. सगळ्याला हंटरनं बडवून काढू लागले. माझ्या बापालाबी आसंच बडवलं असनार. दुसऱ्या दिशी हल्ल्याला सावकाराच्या शेतात पुरलं. फुकटच्या फाकट सगळ्यास्नी मार बसला. कुनाचंबी नाव फुटलं न्हाय.

महिनाभर सावकाराचा हल्या मेला म्हणून गाव हळहळत व्हता. हंटरच्या मारानं पांडू जमीन धरून हाय. त्येची कुनीबी इच्यारपुस करत न्हाय. खाटकाच्या काळजाची माणसं हैत ही. सगळा महारवाडा बजानानावर दात खाऊन व्हता. सावकाराचं मुसरं खाऊन इकडल्या सगळ्या गोष्टी तिकडं जाऊन सांगतुया म्हणून सर्वजण चिडून व्हते. 'बजा मेला तर त्येच्या मातीला कोन येनार न्हाय. मडं घरात पडून राहील. कोनच हात लावनार न्हाय. मसनवाट्यात जागा देनार न्हैत. त्येच्या मड्याचा वास उठील. तो जातीच्या इरोधात वागतूय.' माय मला जेवू घालता घालता सांगायची.

बजानानालाबी कणीस दिलं पाहिजे. तो रेड्याच्या अवलादीचा हाय. बजानाना जातीच्या इरोधात व्हता, पर त्येचा ल्योक पांडू आमच्याबरोबर व्हता. हल्या मेल्यावर त्येलाबी मार मिळाल्ता. अजुनबी तो धरणी धरुनच हाय.

बजानाना यकायकीच मेला. असं खडाखडी कसं काय मेला हे कळलंच न्हाय. कालपातूर तर हिंडून-फिरून खात व्हता. राती पोटात दुखलं म्हणाला आन् पहाटे मेलाबी. सकाळी जातपंचायत बसली. बजानानाच्या पांडूनं हात जोडून माफी मागितली. दंड कबूल केला. सगळ्यांनी मिळून बजानानाची माती केली. एक किटकिट माती आड झाली. आता सावकाराला बजानानासारखा इमानी महार कुठून मिळणार ? सावकाराला काय कमी ? तो दुसऱ्या गावचा महार या गावात आणून ठिविल. त्येला झोपडं घालून दील. सावकार सांगितल्यावर कोनबी यका पायावर तयार व्हईल. तसं पाळीनं सावकाराची महारकी आमच्या घरी येनार व्हती. पर आमचा बाप जेलमधी व्हता.

दुसऱ्या दिशी बाप जेलमधून सुटून आला. सावकाराच्या वाड्यावर जाऊन जोहार घातला. सावकारानं दंड भरून बापाची सुटका केल्ती. बाप आता इमानेइतबारे सावकाराच्या वाड्यावर हजरी लावत हुता. सांच्याला चांगलंचुंगलं वाढलेलं मुसरं मिळत हुतं. मायबी सावकाराच्या वाड्यावर झाडू माराय जात हुती. सावकार खराच देवमानूस व्हुता.

❖❖

१८

युद्ध

भारत-पाक युद्धात जखमी झाल्यामुळे भगवानला सेवानिवृत्त केलं होतं. बँकेत नोकरीही मिळाली होती आणि सरकारी जमीनही मिळाली होती. भगवानचं गाव सुल्तानपूर. सुल्तानपूरला भगवानच्या सुखाची असुया वाटायची. तो रोज मोटारसायकलवर बोरगावला जायचा. नोकरी करायचा. ऑफिस सुटलं की मोटारसायकलवर सुलतानपूर गाठायचा. सुल्तानपूर ते बोरगाव अर्ध्या तासाचं अंतर होतं.

भगवानच्या वडिलांचं नाव सदाशिव. तो गावच्या देशमुखाची महारकी करायचा. भगवान फौजेत असताना त्याचं घर देशमुखाच्या उरल्या अन्नावर जगायचं. भगवानची बहीण भागिरथी वडिलांबरोबर देशमुखाच्या वाड्यावर काम करायची. अजून तिचं लग्न व्हायचं होतं. भगवाननं सदाशिवची महारकी बंद केली होती. भागिरथी अधूनमधून देशमुखाच्या वाड्यावर जायची. काम करायची. तिला सर्वजण भागी म्हणायचे.

भगवानचं लग्न झालं होतं. त्याची बायको बोरगावची रंजना. भगवानला पहिला मुलगा झाला. त्यानं आपल्या मुलाचं नाव भारत ठेवलं होतं.

भगवानमुळे भीमनगरमध्ये बदल झाला होता. मुले नियमित शाळेला जाऊ लागली. भगवान शाळकरी मुलांना कवायत शिकवायचा. गप्पा रंगल्या की लोकांना युद्धातील गंमती सांगायचा. रंजनाला आपल्या फौजी जीवनाविषयी सांगायचा. भारतला झोप येईपर्यंत शूरांच्या गोष्टी सांगायचा. कधी कधी तो रम पियाचा. रम प्यायला की खूप उशिरापर्यंत

हिंदी सिनेमातली गाणी म्हणायचा. साध्या साध्या गोष्टीतही त्याचा फौजीपणा उठून दिसायचा.

देशमुखानं भगवानला वाड्यावर बोलावलं होतं. भगवानला वाड्याच्या पायऱ्या चढताना आपला भूतकाळ आठवला. लहानपणी तो आपल्या आईचं बोट धरून वाड्यावर यायचा. त्याची आई जनावरांचा गोठा साफ करायची. वाडा झाडायची. भगवान कचऱ्याच्या ढिगाजवळ बसून राहायचा. भगवानला युद्धात गोळी लागलीय हे ऐकून त्याच्या आईनं प्राण सोडला होता. आईच्या आठवणीनं भगवानच्या डोळ्यात पाणी आलं.

भगवान वाड्यात गेला. देशमुख हुक्का पित होते. भगवाननं फौजी रूबाबात नमस्कार केला. देशमुख डिवचले. त्यांना भगवानचा फौजीपणा आवडला नाही. खरं तर महाराच्या पोरानं वाकून जोहार करायला हवा होता. भगवाननं आपल्या वडिलाची महारकी बंद केल्यामुळं देशमुखाची खूप अडचण झाली होती. 'देशमुख, आता माझे वडील महारकी करणार नाहीत. सरकारनं मला शेत दिलंय. नोकरी दिलीय. आता आम्हांला गावकीच्या कामाची गरज नाही. माझ्या वडिलानं असली हीन काम करावं हे मला आवडत नाही. मी फौजी आहे.' भगवानच्या उत्तरानं देशमुख दुखावले होते. भगवानचे वडील देशमुखांना 'मालक' म्हणायचे, पण भगवाननं त्यांना देशमुख म्हटलं होतं. हा त्यांचा अपमान होता. देशमुखांनी स्वत:ला सावरलं.

'भगवान तुझ्या शाळेचा खर्च मीच केलाय. तू फौजेत गेलास तेव्हा तुझा गाडीखर्चही मीच दिला होता. तू तरुण आहेस. आमचं तुमचं काही वाकडं नाही. माझं एवढंच सांगणं आहे, तू तुझ्या वडिलांची गावकी बंद करू नकोस. महारांनी आपली कामं नाकारली तर ती कोण करणार ? तू गावाचाही विचार कर.'

'देशमुख, गावात माझे वडील एकटेच नाहीत. पैसे द्या कोणीही काम करेल. महारांनीच काम केलं पाहिजे असा कायदा नाही.'

'पोरा, तू मला कायदा शिकवू नकोस. माणसानी आपली जात विसरू नये. पायरीप्रमाणं वागावं. कळलं का ?'

'हे बघा देशमुख, आता पूर्वीचे दिवस राहिले नाहीत. महार आता फौजी झालेत. शिक्षक झालेत. वकील झालेत.'

भगवानचं बोलणं विजांसारखं कोसळत होतं. देशमुख घायाळ झाले होते.

जनावराच्या गोठ्याकडून देशमुखाचं कुत्र आलं आणि भगवानवर भुंकू लागलं. देशमुख कुत्र्याच्या पाठीवरून हात फिरवू लागले 'अरे मोती, हा आपला महार आहे. त्याच्यावर भुंकू नकोस.' भगवान दुखावला गेला. त्याने सिगारेट काढली आणि पेटवली.

भगवान सिगारेट ओढत होता, तोच गावाचे भटजी मोरोपंत तिथे हजर झाले.

त्यांनी भगवानकडे चौकस नजरेनं पाहिलं.

'काहो देशमुख, कोण हे ?'

'अहो पंत, थोडे लांबून या. विटाळ होईल. याला ओळखलेत ? हा आमच्या सदाशिवचा मुलगा. फौजी आहे.'

'हा, आलं लक्षात. आपल्या महाराच्या सदाचा मुलगा. मोठा झालाय. असो असो'

देशमुखांचा मुलगा रतन जिन्यावरून खाली आला. तो बाहेर जाण्यासाठी निघाला होता. देशमुखानं त्याला अडवलं. 'अरे, रतन, आपल्या घरी पंत आलेत. त्यांच्यासाठी गाईचं दूध आण आणि भगवानसाठी चहा ठेवायला सांग. रतन 'ठीक आहे.' म्हणून आत गेला. भटजीनं भगवानला हळूच छेडलं. 'तुला शत्रूची गोळी लागल्यामुळे तुझं कल्याण झालं बघ. शेत मिळालं. नोकरी मिळाली.' भगवानला भटजीचा कुत्सितपणा कळाला होता. 'हा, तुमचं बरोबर आहे पण देशासाठी सीमेवर लढण्याची संधी सर्वांनाच मिळत नाही.' भगवानच्या उत्तरानं भटजी निरुत्तर झाले होते. रतनने दुधाचा प्याला आणून भटजीला दिला आणि रतन गावात निघून गेला. जाता जाता त्याने भगवानकडे कटाक्ष टाकला होता.

भगवानने दुसरी सिगारेट पेटवली. त्याला लहानपणाची आठवण झाली. तो आईबरोबर वाड्यावर यायचा. काम संपलं की देशमुखबाई चहा द्यायच्या. भगवानला आईची आठवण आली. देशमुखबाईंनी चहा आणला की भगवानची आई कोपऱ्यातली कपबशी आणि तांब्या घ्यायची. देशमुखबाई वरून पाणी वाढायच्या. वरून चहा द्यायच्या. भगवानची आई भगवानला चहा फुंकून पाजायची.

देशमुखबाई चहा घेऊन आल्या. भगवाननं त्यांच्याकडं पाहिलं. त्यांच्या रंगारूपात काही फरक पडला नव्हता. फक्त पुढचे केस पांढरे झाले होते. 'अरे भगवाना, कित्ती मोठा झालास' देशमुखबाईंच्या आवाजात प्रेम दाटून आलं होतं.

'अरे, ती कोपऱ्यातली बशी घे.'

'चांगल्या बशीतून चहा देणार असाल तर पीईन. नाही तर नाही.'

'बरं बाबा, हीच बशी घे. अजून तुझा लहानपणाचा हट्टी स्वभाव गेला नाही दिसत.'

'अगं वेडी, हा आता पूर्वीचा भगवान राहिला नाही. तो खूप बदललाय.'

'शिक्षण आणि शहरानं माणूस बिघडतो.'

'तुम्ही काहीतरी आरोप करताय, लष्कराच्या संस्कारामुळे त्याच्यात बदल झालाय'

भगवान आपल्याविषयीची चर्चा ऐकत चहा पित होता.

भगवानने चहा पिऊन देशमुखाचा निरोप घेतला. देशमुखबाईने घरातून तांब्याभर

पाणी आणलं आणि भगवानने चहा पिऊन ठेवलेल्या कपबशीवर वरून ओतलं. ती कपबशी तिथेच पडून राहिली.

'महार माजले आहेत' भटजीने कुत्सितपणे आपली प्रतिक्रिया व्यक्त केली.

'खरं आहे पंत. कधी कधी वाटतं आपण परक्याच्या देशात राहात आहोत. इथे आपलं काहीच चालत नाही. इथे तर अल्पसंख्यांकांचे लाड होतात. यापेक्षा ब्रिटिश बरे. दलितांना लष्करात घेऊ नका म्हटले की त्यांची लष्करात भरती बंद झाली. इथे आमचे सरकार, आमचे लोकप्रतिनिधी आणि भले महारा-मांगांचे. दलितांची पोरं अधिकारी होताहेत आणि आमची बेकार. हा कसला न्याय ?'

'हा सामाजिक न्याय.'

'सामाजिक न्याय म्हणजे एक प्रकारचा सांस्कृतिक सूडच आहे.'

'अगदी बरोबर.'

भागिरथी चोरपावलाने आली. ती अधूनमधून यायची आणि काम करून जायची.

'भागी, ही कपबशी तेवढी फोडून टाक.'

'चांगली हाय नव्हं.'

'सांगेल तेवढं काम करावं. जा.'

भगवाननं चहा पिऊन ठेवलेली कपबशी भागीनं उचलली आणि जनावराच्या गोठ्याकडे निघून गेली. भटजी निघून गेले. देशमुखानं हुक्का पेटवला. कुत्रं निवांत पहुडलं होतं.

सदाशिव चोरपावलानं आला. दूध पिण्यासाठी मांजर असंच येत असावं. भगवाननं आपल्या वडिलांचं आणि बहिणीचं काम बंद केलं असलं तरी सदा व भागी वाड्यावर यायचे. वाड्यावर आल्याशिवाय त्यांना करमायचं नाही. देशमुखाची शिवी आणि देशमुखबाईनं दिलेला चहा मिळाल्याशिवाय सद्याला बरं वाटायचं नाही. भगवान बोरगावला गेला की सद्या देशमुखाच्या वाड्यावर जायचा.

'जोहार मालक' सद्यानं लवून नमस्कार केला आणि लाचारपणे पायरीजवळ जाऊन बसला.

'तुम्ही महारांनी गावकीची कामं बंद केल्यावर कसं व्हायचं ? मग तुम्हांला गाव बंद करावं लागेल.'

'महार मिळेल की.'

'सगळ्या महारांनीच निर्णय घेतलाय नव्हं ?'

'सावरगावच्या महाराला बोलावलंय. तो उद्या येणार हाय. माझा चुलत भाऊ हाय. कामाला चांगला आन् नेक मानूस हाय. उद्यापासून तो कामावर येईल.'

'काम कोणी तरी करेल. ते कुणावाचून अडून राहणार नाही. प्रश्न त्याचा

नाही.'

'हीन कामं करायची नाहीत असं जात पंचायतीनंच निर्णय घेतलाय.'

'हीन कामं सोडली म्हणून काय महाराचा ब्राह्मण होत नाही. तुम्हांला गावाबाहेरच राहावं लागेल. का गावात राहायला येणार आहात ?'

'न्हाय मालक.'

'काय सांगता येतंय ? तुझा मुलगा फौजी आहे. उद्या आमच्याही घरात घुसू शकतो.'

'न्हाय मालक. या घरचं मीठ खाल्लंय आम्ही.'

'असू दे. असू दे. तेवढं कुत्र्याला अंघोळ घाल.'

'जी मालक.'

सद्यानं झोपलेल्या कुत्र्याला जागं केलं. त्याचा पट्टा पकडून त्याला उठवलं. तोच सद्याच्या हातून कुत्रं निसटलं आणि देशमुखाकडं जाऊ लागलं. देशमुखानं कुत्र्याला हाकललं. 'अरे सद्या, कुत्र्याला धर. त्याला सोडू नको. त्याला अंघोळ घाल. नाही तर ते सर्वांना विटाळेल. तुला शिवलंय नव्हं ?'

'जी मालक.'

सद्या कुत्र्याला पकडण्याचा प्रयत्न करतोय पण त्याला कुत्रं सापडत नाही. सद्या कुत्र्याच्या मागे लागतो. कुत्रे त्याला हुलकावण्या देऊ लागले. कुत्रे उड्या मारत देशमुखाकडे निघते. देशमुखाने काठी घेतली आणि कुत्र्याला हाकलले. तसं कुत्रे चार पावलं मागे सरकलं आणि देशमुखावर भुंकलं.

'आता कुत्रेही उलटे भुंकू लागले.'

'जनावर हाय मालक. त्येला काय कळतंय लहान-थोर ?'

देशमुख जागचे उठले. भिंतीवर टांगलेली बंदूक घेतली आणि कुत्र्यावर गोळी झाडली. कुत्रे जागच्या जागी आडवे होऊन तडफडू लागले. वाड्याच्या भिंतीवर विसावलेली जंगली कबुतरं बंदुकीच्या आवाजाने उडून गेली. सद्या भयभित होऊन कुत्र्याकडे पाहात होता. भागी धावत आली. देशमुखबाई धावत आल्या.

'सदा, तेवढं कुत्रं ओढून टाक.'

'जी मालक.'

सद्याची बोबडी वळली होती. कुत्र्याचा जीव गेला होता. सद्यानं भरल्या डोळ्यानं कुत्र्याकडं पाहिलं. भागीनं आपल्या वडिलाला कुत्रं उचलायला मदत केली. सद्यानं कुत्रं उचललं. सद्या वाड्याबाहेर पडला. अंगणात कुत्र्याचे रक्त पडले होते. भागीनं सगळं आंगण धुवून काढलं.

कबुतरं पुन्हा वाड्याच्या भिंतीवर येऊन बसली. देशमुख वर्तमानपत्र वाचू लागले. भागी वाड्यात काम करू लागली. देशमुखबाई मात्र देवघरात बसून देवापुढे

प्रार्थना करत होत्या.

दुसऱ्या दिवशी दिवस निघायला सावरगावचा पांडुरंग महार आणि सदाशिव देशमुखाच्या वाड्यावर पोहचले.

'मालक, आपला महार आलाय' सद्यानं जोरात हाक दिली. तसा घरातूनच आवाज आला. 'अरे, इतक्या सकाळी महाराचं तोंड कोण बघणार ? दिवस वाईट जाईल. तुम्ही जनावराच्या गोठ्यात जाऊन बसा. भिक्षा मागायला एखादा ब्राह्मण येऊन गेला की तुम्ही या.'

'जी मालकऽ' पांडू आणि सद्या दोघांनी एकाच आवाजात होकार दिला आणि गोठ्याकडे निघून गेले.

थोड्या वेळानं ब्राह्मण येऊन गेला. देशमुख बाहेर येऊन बसले. हुक्का पेटवला. सद्या आणि पांडू दबकत दबकत आले. दोघांनी जोहार घातला. सद्यानं पांडूची ओळख करून दिली. देशमुखानं पांडूला न्याहाळलं. पांडूनं आपली लाचारी चेहऱ्यावर जितकी आणता येईल, तेवढी आणली.

'तुला मुलं किती आहेत ?'

'एकच हाय. शाळंत जातूया.'

'मग नको. सद्या दुसरा महार बघ. हा परवडणारा नाही.'

'मालक, पांडूदादा इमानदार हाय. म्या तुमाला वाईट मानूस कशाला देऊ ?'

'तू काय कमी इमानदार होतास ? आपल्या पोराला शिकवणारा महार आम्हांला नको आहे. याचं पोरगंबी फौजेत जाईल.'

'न्हाय, त्येला म्या फौजेत पाठवणार न्हाय.'

'पण शाळंत पाठवणारच ना. माणूस चार बुकं शिकला की परंपरा विसरून वागू लागतो.'

'म्या पोराची शाळा सोडविन. तो शिकून काय बॅरिस्टर व्हणार हाय ? त्येला बी काम द्या.'

'हा. असा महार पाहिजे मला. तुझ्यानंतर तुझ्या पोरानं गावकी चालवली पाहिजे. न्हवं का ?'

'जी मालक.'

'सदा, ह्याच्या राहाण्याची सोय कुठं करणार ?'

'आमच्या घरामागं राहिल. झोपडं टाकून.'

'ठीक आहे. आजपासून काम सुरू कर.'

पांडूला स्वर्ग हाती आल्याचा आनंद झाला. पांडूनं देशमुखाच्या जोड्याचं दर्शन घेतलं.

'बसा रेऽ चहा घेऊन काम सुरू करा.'

'जी मालक.'

पांडू आणि सद्या पायरीजवळ बसले. सद्यानं पांडूला कोपऱ्यातली देवळी दाखवली. देवळीतले भांडे दाखवले.

'तिथं आपली भांडी हैत.'

पांडूनं मानेनंच समजल्याचा आव आणला. देशमुख हुक्का पित होते. सद्या आणि पांडू देशमुखाकडं टक लावून पाहात होते. देशमुखाने नवीन महार आणल्याची बातमी गावभर पसरली.

पांडूने भीमनगरमध्ये आपली झोपडी घातली आणि देशमुखाघरची महारकी सुरू केली. भीमनगर अस्वस्थ झालं. भगवान प्रक्षुब्ध झाला होता.

आम्ही सर्वांनी महारकीची कामं सोडून दिली आहेत. 'तुलाही हीन कामं सोडावी लागतील.'

'देशमुख माझ्या पोटाला घालतूय म्हणून म्या तेचं काम करतूय. तुमी माझं घर चालवणार हाव का ? मी पोटासाठी लोकांचा गू काढेन. कुणाची चोरी तर करत नाही ?'

पांडूच्या मागे देशमुखची सत्ता होती. त्यामुळे पांडू न डगमगता बोलत होता.

भागीला देशमुखाच्या पोरापासून दिवस गेले आहेत ही बातमी भीमनगरमध्ये पसरली. पांडूनेच ही बातमी फोडली होती. रंजनानं ही बातमी भगवानच्या कानावर घातली. भगवान पिसाळला. तो आज ऑफिसात गेला नाही. तो मधल्यामधे तडफडत होता. भागी अंगण झाडत होती. भगवाननं भागीला जवळ बोलावलं आणि विचारलं. 'भागी, तुला देशमुखाच्या पोरापासून दिवस गेलेत का ?' भागी गोंधळली. भगवानचे डोळे लालबुंद झाले 'सांग भागी' भगवानचा आवाज थरथरत होता. भागी भ्याली होती. तिने मानेनंच 'नाही' म्हटलं. भगवान चवताळला. कोपऱ्यातली कुऱ्हाड घेतली. 'भागी खरं बोल, नाही तर तुझ्या सतरा खांडोळ्या करेन' भागी रडू लागली. भगवान ओरडला 'मला उत्तर हवंय' सदाशिव पुढं झाला. भागीनं वडिलांच्या पाठीमागं आश्रय घेतला. रंजना भगवानजवळ उभी होती. घर भेदरलं होतं.

सदाशिवने भागीला पाठीशी घातलं. 'व्हय भागीचं पाऊल वाकडं पडलंय' सदाशिव कैद्यासारखा कबुली देत होता. 'भागीनं माझं नाक कापलं' म्हणून भगवान ढसाढसा रडू लागला. रंजनाने आपल्या नवऱ्याच्या हातातली कुऱ्हाड काढून घेतली. 'तुमी कामाला जा. डोक्यात राख घालून घेऊ नका. भागूचं पोट पाडता येईल. अजून कोणाला कळलं नाही.'

भगवाननं दारूची बाटली काढली. रंजनानं 'पिऊ नका' म्हटलं. भगवानने तिला शिव्या दिला. सदाशिव सुन्न होऊन कोपऱ्यात बसला होता. भागी वडिलाला बिलगून बसली होती. रंजना व्याकुळ होऊन आपल्या नवऱ्याकडे पाहत होती. भगवान

दारूच्या आहारी जात होता. सूर्य डोक्यावर आला होता. दुपार तळपळत होती.

भगवान तुफानासारखा उठला. त्याने भागीचा हात धरला. भागी रडू लागली. सदाशिवने भगवानचे पाय धरले. रंजना मध्ये पडली. भगवाननं बंदूक उचलावं तसं भागीला उचललं. 'भागी डोळं पूस. आपल्याला देशमुखाच्या वाड्यावर जायाचंय', 'गावात जाऊ नका. गावाचा तुमच्यावर दात हाय. मी तुमच्या पाया पडते.' रंजना आपल्या नवऱ्याच्या आडवी झाली. भगवाननं तिला लाथाडलं. तो गावाच्या दिशेने निघाला.

भगवान देशमुखाच्या वाड्यात घुसला. भागी घाबरली होती. दुपारची वेळ. देशमुख विश्रांती घेत होते. भगवान फौजी आवेशात ओरडला 'देशमुख बाहेर ये' भगवानचा आवाज वाड्यात निनादला. वाड्याच्या चिरेबंदी परंपरेला तडे गेले. एवढा भयावह आवाज वाड्याने कधी ऐकला नव्हता. देशमुख बाहेर आले. त्यांच्या पाठोपाठ देशमुखबाई बाहेर आल्या. भगवान वणव्यासारखा दिसत होता. 'देशमुख, माझ्या बहिणीला तुझ्या पोरापासून दिवस गेलेत' भगवानचा आवाज दारूगोळ्याच्या कोठाराचा स्फोट व्हावा तसा धडाडत होता. देशमुख आणि देशमुखबाई युद्धकैद्यासारखे उभे होते. 'देशमुख, माझ्या बहिणीला सून म्हणून स्वीकारावं लागेल. भागी, जा घरात जा. देशमुख, माझ्या बहिणीला काही झालं तर हा वाडा पेटवून देईन' भागी देशमुखबाईजवळ जाऊन उभी राहिली. देशमुखबाईनं तिला जवळ घेतलं.

भगवान आवेगानं निघून गेला.

भगवाननं आपली बहीण देशमुखाच्या वाड्यात घुसवल्याची बातमी क्षणात गावभर पसरली. सगळा गाव देशमुखाच्या वाड्याकडे लोटला. देशमुख खवळलेल्या हिंस्र श्वापदासारखे दिसत होते. वाड्याबाहेर गर्दी उसळली होती. जणू हिंस्र पशू इथे जमा झाले होते. भागीला जनावरांच्या गोठ्यात कोंडले होते. गावातल्या मुख्य मंडळींची वाड्यात बैठक सुरू झाली.

'महारीण गरोदर झाली म्हणून काय सून म्हणून स्वीकारता येते ? घरात घुसवणे म्हणजे खुपच झालं. गावच्या पोरापासून गरोदर झालेली ही काय पहिली महारीण नाही. गर्भपात करावा आणि पैसे घ्यावेत. जास्तच झालं तर गर्भ वाढवावा आणि गावाबाहेर रखेली म्हणून रहावं. तिला अन्न पाणी पुरवता येईल' मोरोपंत स्पष्ट उच्चारात ठणकावून सांगत होते.

'महार माजलेत. त्यांना धडा शिकवलाच पाहिजे' लोकांनी आवाजात आवाज मिसळला. गर्दी चेकाळली होती. देशमुखांनी निर्णय दिला 'काही होवो, भगवानचा काटा काढा. त्यानेच महारांना बिघडवलेय. माझी अर्धी इस्टेट गेली तरी हरकत नाही. मी कोर्टातून सोडवून आणेन' देशमुखाच्या निर्धारानं गर्दी 'बेभान' झाली. गावकरी निश्चय करून उठले. देशमुखाच्या पोराच्या हातात बंदूक होती. लोकांच्या हाता काठ्या,

कुऱ्हाड्या, तलवारी आणि सुरे होते. गर्दी प्रक्षुब्ध झाली होती. प्रत्येकजण संतापाने बेहोष झाला होता.

काही जणांनी भागीला कोंडवाड्यातून ओढून आणलं. 'बाजूला व्हा, सूनबाई आली' म्हणून लोकांनी तिची टर उडविली. भागीच्या डोळ्याचं पाणी पळालं होतं. एकाने तिचा पदर ओढला. दुसरा, तिसरा, चौथा भराभर तिच्या वस्त्राकडे हात सरसावले. क्षणात तिला नग्न करण्यात आलं आणि तिची वाड्यासमोर नागवी धिंड निघाली.

भागी आक्रोश करत होती. जमाव तिच्या मागे लागला होता. दिवसाढवळ्या भर रस्त्यातून भागीची नागवी धिंड महारवाड्याच्या दिशेने चालली होती. रस्त्यात राममंदिर आलं. गर्दीनं रामाचा जयघोष केला.

जमाव भीमनगरमध्ये घुसला. गर्दीने भगवानची झोपडी ताब्यात घेतली. झोपडीचं दार लावलं. सद्या आणि रंजना आक्रोश करत होते. भगवानला गुंडांनी वेढलं होतं. क्षणात भगवानची झोपडी पेटवली. आग आभाळाला भिडू लागली आणि वस्तीतली माणसं जीव मुठीत घेऊन रानोमाळ पळू लागली.

भगवानची झोपडी जळून खाक झाली होती. शेजारच्या चारपाच झोपड्या जळाल्या होत्या. भगवानची पत्नी आणि पिता जळून खाक झाले होते. भगवान वेदनेने विव्हळत होता. भागी बेपत्ता झाली होती.

गावकऱ्यांनी भगवानचे डोळे काढले होते.

मुलांची शाळा सुटली होती. वस्तीतली मुले शाळेवरून धावत येत होती. मुलं वस्तीत आली पण वस्तीत कोणीच नव्हतं. त्यांना काहीच कळत नव्हतं. भारत आपल्या वडिलांशेजारी उभा होता आणि 'आई कुठे गेलीय. तुम्हाला काय झालंय' म्हणून विचारत होता. वस्तीतली मुलं एकत्र आली. सर्वजण भगवानच्या अंगणात जमले होते. पेटलेल्या झोपड्यांची आग धुमसत होती.

भगवानने मुलांचा आवाज ऐकला. आपली वेदना विसरला. तो उठून उभा राहिला. फौजी रूबाबात. भगवान मुलांना कवायतीचे आदेश देऊ लागला. सर्व मुले सावधान झाली.

भगवानचा आदेश आभाळ भेदून गेला आणि मुले गावाच्या दिशेने तोंड करून युद्धाच्या पावित्र्यात उभी राहिली.

❖❖

दलित ब्राह्मण
दलित ब्राह्मण
दलित ब्राह्मण
दलित ब्राह्मण

१९

जात

हणम्याची माझी दोस्ती कधी जमली हे आता निश्चित सांगता येत नाही. पण हणम्या माझा सोलापुरातला पहिला आणि जीवाभावाचा बनलेला दोस्त. आम्ही दोघेही इथे कॉलेजला आलेलो. तो होस्टेलवर राहायचा. मी खोली घेऊन शहरात राहायचो. कधी मी त्याच्या रुमवर जायाचो, कधी तो माझ्या. तो माझ्या नोटस् घ्यायचा, त्याच्या नोटस् मी. लायब्ररीमध्ये आमची न चुकता भेट व्हायची. कॉलेजच्या निवडणुकात आम्ही खुपच निकटचे दोस्त झालो होतो. मी वर्गप्रतिनिधीसाठी निवडणूक लढवित होतो. हणम्याने होस्टेलची मते मिळवून दिली होती तेव्हापासून आम्ही चहाला, गप्पा मारायला, अभ्यासाला एकत्र जमायाचो.

हणम्याची पर्सनॅलिटी ही सर्वसामान्य. महारा-मांगाची जी विशिष्ट चेहरेपट्टी, बोली भाषा व रंग असतो, त्याचा हणम्याकडं अभाव होता. तरीपण मधून मधून बोलताना त्याच्या भाषेत महारी हेल न कळत यायचा. हणम्या महाराचा. मी लिंगायत. सरपंचाचा मुलगा. आमचा उसाचा मळा. माझ्याकडे पैसे भरपूर असायचे. मी हणम्याला खाऊ पिऊ घालायाचा. सोबत घेऊन फिरायाचा. हणम्या अंगानं धडधाकट असल्यामुळे मला तो अंगरक्षकासारखा वाटायचा. माझं कामंही करायचा. मी माझी जुनी पँट त्याला दिली होती. अधीमधी त्याला जेवणही देयाचो. हणम्या चांगला खेळाडू होता. कविता वगैरे करायचा. त्यामुळे त्याच्या विद्यार्थ्यांत बऱ्यापैकी ओळखीही होत्या.

हणम्याच्या बहिणीचं लग्न होतं. मला हणम्यानं लग्नपत्रिका दिलेली. मलाही हणम्याचं गांव व घर पहायचं होतंच. मी लग्नाला गेलो. पण माझ्यामुळे सगळ्यांची अडचण व्हायाची. मी त्यांचे अन्न कसं खाणार ? मी त्यांच्या घरी कसे झोपणार ? मी वाण्याचा, शिवाशिवी चालते की नाही ? माझ्या घरी कळाले तर ? असे नाना प्रश्न त्यांना भेडसावत असायचे. सर्वजण माझ्याकडे कुतुहलाने पाहायाचे. आदराने वागायचे. मी ही गोंधळून जायाचा. त्यांच्यापेक्षा मी वेगळा आहे हे तीव्रतेने जाणवायाचं. माझ्यासाठी त्यांनी वेगळा स्वयंपाक केलेला. राहण्यासाठी वेगळी सोय केली होती. त्यांच्या दरिद्र्याची मला किळस यायची. त्यांच्या घरचं पाणी पिताना जीव गुदमरुन जायचा. घास तर नरड्याच्याखाली उतरायचा नाही.

मी महाराच्या घरी राहतो, जेवतो याची मनात भीती वाटायची. कधी एकदा निघावं वाटायचं. एक दिवस राहून मी परत आलो. हणम्याचे आई वडील आमच्या घरी राबणाऱ्या नोकरासारखे वाटले. काही दिवस निघून गेले.

मध्यंतरी हणम्याचे वडील आले. माझ्या खोलीवर आले. ते मला आपल्या मुलाचा मित्र म्हणून स्वीकारायला तयार व्हायचे नाहीत. अगदी जोड्याजवळ बसायचे. 'जी मालक, जी मालक' म्हणायचे. त्यांचं महारपण आणि माझं पाटीलपण ते विसरायला तयार नसायचे. मी त्यांना चहा पाजला. ते माझ्या कपबशीतून चहा पियाला नकार देयाचे. शेवटी त्यांनी चहा पिला. कपबशी धुऊन ठेवली. जाताना त्यांनी विनम्रपणे हात जोडले. तेव्हा मला आमच्या गावातील लक्षा महाराची आठवण झाली.

आमच्या शेतात गुऱ्हाळ सुरू झालेले. गावाकडून चिठ्ठी आली. मला हणम्याला गावी घेऊन जावे वाटले. त्याचाही होकार आला. पण त्याच्या जातीची अडचण आडवी यायची. घरी तसे माझे वडील जुन्या पद्धतीचे, जुन्या विचारांचे. ते प्रथम हणम्याला त्याचे नाव विचारणार, नंतर त्याची जात. हणम्या महाराचा म्हणून कळाले तर त्याला हाकलून काढतील. मलाही शिक्षा करतील. जर हणम्या लिंगायत आहे म्हणून सांगितले, तर आमच्या वडिलांच्या खूप ओळखी होत्या. उगीच वडिलांनी ओळखी विचारायला सुरुवात केली तर हणम्याची अडचण होईल. म्हणून मी आणि हणम्यानी तडजोड केली. मार्ग शोधून काढला.

आमच्या घरात ज्या जातीचे येणे जाणे होते, ती जात म्हणजे धनगर. धनगर आमच्या घरी यायचे. त्यांचा बाट होत नसे. महार-मांग सोडून इतर जातींबद्दल वडील तेवढे कटाक्षाने वागत नसत. पण हणम्या धनगर म्हणून सांगायला कचरु लागला. उद्या माझी खरी जात कळाली तर ? कोणी ओळखीचं निघालं तर ? मी हणम्याला नवा नवा धीर द्यायचा. मी आणि हणम्या आमच्या गावी गेलो.

हणम्या माझ्या घरी भीत भीत वागायचा. देवघरात यायला घाबरायचा. मी हणम्या शेतावर गेलो. गावात फिरलो. मंदिरात जाऊन दर्शन घेतले. माझी आई

हणम्यावर खूप प्रेम करायची. खूप खाऊ पिऊ घालायची. पण हणम्या मनमोकळे बोलायचा नाही. रात्रीदेखील तो खूप वेळ झोपला नाही. तो खूप अस्वस्थ दिसायचा.

घरी कोणी नवीन आले की हणम्याची विचारपूस करायाचे. हणम्याच्याऐवजी मीच हणम्याचे नाव सांगायचो. त्याची जात 'धनगर' म्हणून सांगायचो. आमच्या शेतात एक धनगराचा माणूस कामाला होता. त्याला हणम्याचे भारी कौतुक. त्याचे हणम्याच्या गावाला नातेवाईक. एकदा तो घरी आला आणि हणम्याला त्याच्या नातेवाईकांविषयी विचारु लागला. हणम्या कावरा बावरा झाला.

मी मध्ये पडलो 'हणम्या लहानपणापासून सोलापुरात शिकायला आहे. त्यामुळे त्याला गावाकडील माहिती नाही.' ती चर्चा तिथेच थांबली. हणम्या एका संकटातून सुटला. दोन चार दिवस गावी राहायचा विचार होता. पण हणम्या वरच्यावर अस्वस्थ होत होता. हणम्याला आमच्या घरी सर्वजण 'पुजारी' म्हणायचे. आम्ही हणम्याचे नाव पुजारी म्हणून सांगितले होते.

एकदा माझे वडील माझ्याकडे आलेले. गुळाच्या ढेपी सोलापुरला विकण्यासाठी आणलेल्या. दोन दिवस वडिलांचा मुक्काम माझ्या रुमवरच होता. वडिलांबरोबर आमच्या शेतातील धनगराचा कामगारही होता. त्याला गुऱ्हाळी म्हणून कामाला बोलविलं होतं. त्याच्या हातून गुळाच्या ढेपी खूप चांगल्या निघायच्या. त्याला हणम्याला भेटायची लहर आलेली. हणम्या तरुण, शिकणारा, मागे पुढे एखादी नात्यातील मुलगी हणम्याला दाखवता येईल. असा त्याचा हिशोब.

मी, बाबा आणि आमचा गुऱ्हाळी हणम्याकडे निघालो. मी अगोदर पुजारी रुमवर आहे की नाही पाहून येतो म्हणून पुढे गेलो. हणम्या आणि त्याचे पार्टनर गप्पा मारत बसलेले. मी हणम्याला बाहेर बोलविले. तुला भेटण्यासाठी वडील आलेत म्हणून सांगितले. हणम्या थोडा हवालदिल झाला. मी वडिलांना बोलाविले. हणम्या खोलीत घुसून खोली नीटनेटकी करीत होता.

मी रुमवरुन नजर फिरविली.

हणम्यानं डॉ. आंबेडकरांचा फोटो लपवून ठेवलेला दिसत होता. भिंतीवरील दोन-तीन नट्यांचे फोटोही त्याने काढून टाकलेले होते. हणम्याच्या चेहऱ्यावर अस्वस्थपणा दिसून येत होता. 'पुजारी, तू किती अस्वस्थ असतोस रे ?' माझ्या वडिलांचा प्रश्न हणम्यानं हसण्यावर नेला होता. त्याच्या रुमपार्टनरांना सगळं कोडंच वाटत होतं. थोड्या वेळाने आम्ही बाहेर पडलो. वडील त्याला बाहेर चल म्हणत होते. पण मीच त्याची उद्या टिटोरीयल आहे म्हणून सांगितले आणि हणम्या रुमवरच राहिला.

एकदा हणम्याची आणि वडिलांची बस स्टेशनवर भेट झालेली. वडिलांनी त्याला हाक मारून बोलाविले. त्याची विचारपूस केली 'पुजारी, अभ्यास कर बरं का' म्हणून बजाविले. हणम्या त्याच्या वडिलाला बस स्टेशनवर सोडण्यासाठी आलेला.

तितक्यात त्याचे वडील हणम्याजवळ आलेले. हणम्या गोत्यात आलेला. हणम्याने आपल्या वडिलांबद्दल 'आमच्या गावाचा माणूस आहे' अशी ओळख करून दिली होती. पुढे हणम्याची माझी भेट झाली तेव्हा त्याने हा किस्सा मला सांगितला. मी खूप हसलो पण तो आतून जळत होता. कुढत होता. मी त्याला हसवण्याचा प्रयत्न करे पण तो अधिक गंभीर व्हायचा.

हणम्यातील खेळकर उमदेपण कोठे हरवले होते ?

हणम्यानं एक कविता लिहिली होती. सहज त्याची वही चाळताना मला कविता नजरेस पडली. मी कविता वाचली. मला वाईट वाटले. आपण या माणसावर इतके प्रेम करतो पण हा मात्र जातीवर जातो. हिंदू धर्माला शिव्या देतो, हे मला पटले नाही. मी त्याच्याशी चर्चा केली. अशी कविता लिहिण्याने जाती व्यवस्था नष्ट होत नाही. उलट अशा साहित्यामुळे जवळ आलेली मनं दूर होतात. मी त्याच्या कवितेवर चिडलो होतो. त्याची कविता खूप तिखट होती. पण हणम्या खूपच विनम्र, लाचार वाटायचा. मी जेव्हा चिडायचा तेव्हा तेव्हा तो फिदी फिदी हसायचा. हणम्या किती थंड ? किती लुच्चा वाटायचा.

हणम्या कवितेतील हणम्या पासून किती योजने दूर होता. विटाळशीगत.

माझी आई खूप आजारी होती. तिला वाडियाला ॲडमिट केलेलं. ती वरचेवर खूप अशक्त होत होती. मी, वडील नेहमी आईजवळच बसून राहायचो. कधी कधी ती हणम्याची आठवण काढायची 'पुजारी कुठेय रे ?' म्हणायची. मी तो गावी गेला आहे म्हणून सांगायचो. हणम्याला माझी आई आजारी असल्याचे कळाले होते. मी दलित साहित्याच्या विरोधात बोलतो म्हणून तो हळूहळू माझ्याकडे येणे कमी करत होता. ते माझ्या लक्षात आले होते. मी हणम्याला निरोप पाठविला होता. 'आई तुझी सारखी आठवण काढते. भेटून जा.' म्हणून मी चिठ्ठी पाठविली. त्या दिवशी हणम्या आला नाही. आईनेही दोन दिवस हणम्याबद्दल विचारलं नव्हतं. उद्या तिला रक्त द्यायचं होतं. वडिलांनी आणि मीही रक्त दिलेले होते. हणम्या आला असता तर बरं झालं असतं. त्याच्या ओळखीने हा प्रश्न थोडा सुटण्यासारखा होता. माझ्याकडे येणारे मित्र फारतर आईसाठी मोसंबी किंवा बिस्किटे देऊ शकले असते.

दुसऱ्या दिवशी हणम्या आला. आईजवळ तो खूप वेळ बोलत बसला होता. हणम्याच्या आणि आईच्या रक्ताचा ग्रुपही जमत होता. मी हणम्याला बोलून ठेवले होते. हणम्या आला म्हणून वडिलांना आनंद झालेला.

मी, हणम्या आईचे औषधे खरेदी करण्याकरिता बाहेर गेलेलो. हणम्या म्हणत होता. 'रक्ताची' काळजी करायची नाही. मी रक्त देतो. माझ्या पार्टनरनापण आणतो. तुम्ही आईची काळजी घ्या.

थोड्या वेळानं मी व हणम्या औषध घेऊन आलो.

आईचा चेहरा खूप उतरलेला दिसला. वडील कोठेतरी बाहेर गेले होते. मला काहीच कळले नाही. आईच्या डोळ्यातून अश्रू ओघळताना दिसले. हणम्या आईजवळ गेला. तशी आई गडबडली. मी गलबलून गेलो होतो. आई हणम्याला म्हणाली, 'थोडा दूर हो, शिवशील.' आईला हणम्याच्या जातीबद्दल कोणीतरी सांगितले असावे. हणम्या निघून गेला. मी आईजवळ थांबलो.

थोड्या वेळाने वडील आले. वडिलांनी सर्व हकिकत सांगितली. त्या दवाखान्यात हणम्याला ओळखणारी महाराची आया होती. तिने आईकडे हणम्याची चौकशी केली होती.

संध्याकाळी आईला रक्त देयाचं होतं.

संध्याकाळी हणम्या आला. त्याला रक्त द्यायचं होतं. मी आईजवळ गेलो. आईला हणम्या आल्याचं सांगितलं. आई अगदी शांतपणे बोलत होती. 'तू त्या महाराच्या पोराला घरात आणलास. देव-धर्म बाटवलास. ती पिडाच मी भोगतेय. यातून माझी सुटका नाही. मी मेलेतरी हरकत नाही. पण महाराचं रक्त माझ्या शरीरात नको जायला. तुझ्या वडिलानं गंगेत न्हावू घालून आणलं आणि तू मात्र माझ्या शरीरात महाराचं रक्त घालतोस. तू पापी आहेस.' आईच्या भावना समजत होत्या. तिचे डोळे अश्रूंनी डबडबलेले होते. मी काही बोलूच शकत नव्हतो.

थोड्या वेळाने वडील आले. त्यांचा जळता कटाक्ष. त्यांची नजर पाहून मी भेदरलो होतो. मी तिथून बाहेर पडलो. गेटवर हणम्या होता.

मी हणम्याला 'रक्ताची गरज नाही. औषधावर भागले' म्हणून सांगितले, पण वडिलांनी हणम्याला रागावून आल्याचं त्याच्या रुमपार्टनरने सांगितले. मी चक्रावून गेलो होतो.

मी आणि माझ्यातला दुसरा एक, दोघेही प्राचीन गढीसारखे कोसळत होतो. उभे राहत होतो तग धरून, भुईसपाट होता होता. वडील माझ्याजवळूनच औषध आणायला निघून गेले.

इतक्यात गावावरून धनगराचा गुऱ्हाळी आला 'काय हो पुजारी, आज आले का तुम्ही ? मालकीण तुमची रोज आठवण काढत होत्या. कुठे गेला होता.' गुऱ्हाळी बोलत होता. मी व हणम्या दगडासारखे अचेतन बनलो होतो. हणम्याचा पार्टनर बोलत होता. 'हा पुजारी नाही, हणम्या आहे. महाराचा'.

❖❖

२०

हरिजन मास्तर

कुलकर्णी गुरुजींची बदली झाली. अजून नव्या मास्तरचा पत्ता नव्हता. आमचा अभ्यास बुडत होता. मास्तर आमच्या घरी येऊन शिकवायचे. आम्ही पाटलाची मुलं म्हणून आमची विशेष काळजी घेतली जायची. आमचाही इतर मुलांपेक्षा रूबाब असायचा. कुलकर्णी गुरुजी घरी आले की, आमच्या बाबांना नमस्कार करायचे. एकदोन राजकारणाच्या गोष्टी व्हायच्या. गुरुजी कधी कधी आमच्या आजोबाला रामायण महाभारतातील संदर्भ सांगायचे. आमची आई गुरुजींसाठी मोठा प्याला भरून दूध आणायची. आम्ही सर्व भावंडं अभ्यासासाठी सोप्यात पाटी-पुस्तकं काढून बसायचो. कुलकर्णी गुरुजींसाठी शेतातला भाजीपाला फुकट असायचा.

कुलकर्णी गुरुजींच्या घरी शेणपाणी करण्यासाठी विद्यार्थ्यांची वर्दळ असायची. धुणंभांडी घासण्यासाठी विद्यार्थिनी हमेशा 'मीमी' करायच्या. कुलकर्णी गुरुजी दिसायला राजबिंडे; गोरेगोमटे. त्यांची बायकोदेखील तशीच फुलासारखी छान होती. कुलकर्णी गुरुजी तसे गावभर फिरायचे. राजकीयवृत्तीची ती व्यक्ती होती. कोणाच्या सोयरिकीला, कोणाच्या लग्नाला, मरणाधरणाला कुलकर्णी गुरुजी अगत्यपूर्वक उपस्थित असायचे. गुरुजी रस्त्याने निघाले की लोक त्यांच्या पाया पडायचे, कारण कुलकर्णी गुरुजी येण्याअगोदर आमच्या गावाला ब्राह्मण नव्हता. 'ज्या गावात ब्राह्मण नाही, त्या गावात भांडण नाही.' असं आमच्या गावाबद्दल बोललं जायचं पण गुरुजी आले आणि भांडणांचं बिज पेरलं गेलं. गावात दोन फड पडले.

कुलकर्णी गुरुजींची करामतच तशी दांडगी होती. गुरुजी कबड्डीपटू होते. आमच्या गावची शाळा मस्जीदित भरायची. मोहरमच्या काळात शाळेला सुट्टी असायची. आम्ही पाटील असल्यामुळे आमच्या घराला हरेक मान असायचा. गैबीचा ऊरस असो, पिराची यात्रा असो, मोहरम असो, महाराची लक्ष्मी जत्रा असो, दसऱ्यासारखा सण असो, प्रत्येक सणावाराला अग्रपूजेचा मान आमचा असायचा. या उत्सवात मीही रुबाबात फिरायचो. अंगावर भरजरी कपडे, डोक्यावर जरीची टोपी. चार पोरांपेक्षा वेगळीच ठेवण असायची.

यंदा मोहरम आला. पंजे बसणार आणि नेहमीप्रमाणं शाळेला सुट्टी मिळणार. पण कुलकर्णीमास्तर मध्येच बिघडले. ते शाळेला सुट्टी देयाला तयार होईनात. 'ही शाळा आहे. इथं पंजे बसणार नाहीत,' हा कुलकर्णी गुरुजींचा दावा. 'ही मस्जिद आहे, दरवर्षी येथे पंजे बसतात. आम्ही पंजे बसवणार' हा मुस्लिमांचा दावा. कुलकर्णी गुरुजींनी आपल्या कबड्डी खेळाडू मित्रांना पढवून ठेवले होते. ऐन मोहरमात भांडण सुरू झाले, 'ही शाळा की ही मज्जीद.' हा वाद विकोपाला गेला आणि रात्री दहाजणांची डोकी फुटली. रोज कामाधामाला जाणारी माणसं, छत्र्या घेऊन सकाळी कोर्टकचेऱ्या करू लागली. असा कुलकर्णी गुरुजींचा फेरा. शेवटी एकदाची त्यांची बदली झाली. मास्तर गेले पण त्यांची फळं अजूनही गाव भोगत होता. आता कुलकर्णी गुरुजींच्या जागी नवा मास्तर येईल. तो कसा असेल कोणास ठाऊक ?

दुपारची वेळ होती. जेवणखाण संपलं होतं. आईनं आमच्या हातात दफ्तर दिलं. आजोबा खोकतच आम्हांला अभ्यासाची आज्ञा फर्मावत होते. 'जे येतंय ते तर वाचा. न्हाय तर मास्तर येज्योका सगळंच इसरून जाच्याल.' आम्ही पाट्यावर पोपट, बदक, घागर, बादली, झाड यांची चित्रं काढू लागलो. माझी मोठी बहीण सोनी, आजोबाचं ढब्बू चित्र काढून मला दाखवत होती. कोंड्या महार काल आला नव्हता. आज आला वाटतं. त्यानं घातलेला 'जोहार' सोफ्यापर्यंत ऐकू आला. आजोबा कोंड्यावर वैतागत होते. कोंड्या आमच्या घरचा महार. काल आला नाही तर सर्व कामं तशीच पडून होती. दुसऱ्या महारांपेक्षा कोंड्या इमानी होता. आमच्या घरात आमचा कुत्रा अन् कोंड्या हे दोन प्रामाणिक जीव होते, खाल्ल्या अन्नाला जागणारे. कोंड्यापेक्षा कुत्र्यावर आमची माया जास्त. कुत्रं घरादारात फिरायचं पण कोंड्याला पायरीपर्यंतच येण्याची परवानगी होती. आम्ही मुले कुत्र्याला बिलगून खेळायचो. कुत्रे आमच्या सवयीचे होते. पण कोंड्यापासून आम्हांला नेहमीच दूर रहावं लागायचं.

एकदा खेळता खेळता कोंड्याच्या अंगाला माझा स्पर्श झाला. त्यादिवशी स्नान केल्याशिवाय मला जेवण मिळालं नाही. आजोबानंही त्यादिवशी कोंड्याला फटकारलं होतं. 'घरात लहान मुलं हैत. त्यांना कळत न्हाय म्हणून तुलाबी कळत न्हाय का ? जरा अंग संभाळून काम करत जा. का डोळं फुटल्यात तुझी ?' तेव्हापासून मीही

कोंड्या महाराला 'शिवू नको, दूर हो' म्हणायचो. कोंड्या तसा आमच्या आजोबाच्या वयाचा. म्हातारा माणूस. पण सर्वजण त्याला 'कोंड्या' म्हणायचो. इतका म्हातारा कोंड्या, त्याला आम्ही शिव्या देयाचो. तो फिदीफिदी हसायचा. मला 'धाकले पाटील' म्हनायचा. मला त्याच्या स्वभावातील आणि आमच्या कुत्र्याच्या स्वभावातील लाचारपणा एकच जाणवला.

कोंड्याचा रंग, त्याचं नाकडोळं, त्याच्या अंगावरील फाटके कपडे बघितले की तो एका वेगळ्याच गावाचा माणूस वाटायचा. हा आपल्या गावाचा नाही. त्याची भाषा, त्याचा स्वभाव, त्याचं वागणं हे आमच्या गावचं नव्हं. तो कुठल्या प्रदेशातून येतो ? तिथली माणसं कुत्र्याची वंशज आहेत का ? कोंड्या कधीच ताठपणे बोलू शकत नाही. कुत्र्याच्या शेपटासारखा नेहमी तो आजोबाच्या शब्दाबरोबर झुलत असतो. मला कोंड्याची वस्ती पाहिली पाहिजे. तो महारवाड्यात राहतो. गावाबाहेर. म्हणजे गावाबाहेर एक कोंड्याचं गाव असणार. त्या महारवाड्यातील माणसं रोज उठून 'जोगवा' मागायला येतात. भीक मागायला येतात. तोंडाला शेंदूर फासलेला पोतराज घेऊन येतात. परवा आमचा बैल मेला, तेव्हा चार महारांनी तो ओढून नेला. आई म्हणत होती, आता महारं बैल कापून खातील. म्हणूनच आजोबा कोंड्याला शिवू नको म्हणतोय. नाहीतर आमचा कुत्रा किती छान. आम्ही त्याला शिवतो. त्याच्याशी खेळतो. आजोबा आमच्यावर कधीच रागवत नाहीत.

दुपारची वेळ. कोंड्या जनावरांचा गोठा साफ करत होता. आजोबा चौफळ्यावर झुलत होते. आमचं कुत्रं भुंकू लागलं. कोणीतरी नवा माणूस घरात आला असणार. कोंड्या महार पळतच आला. कोंड्याच्या गावचा माणूस असावा हा. अंगावर कपडे चांगले होते, पण कोंड्याचा चेहरा असलेला माणूस. त्याने आजोबाला जोहार घातला. आजोबांनी त्याची विचारपूस केली. हा नवा मास्तर होता. कुलकर्णी गुरुजींच्या जागी आलेला. आमच्या घरी सांगायला आला होता.

आपल्याला आता हरिजन मास्तर शिकवणार म्हणून खूप वाईट वाटलं. हरिजन मास्तरला पोत्यावर बसवलं होतं. कुलकर्णी गुरुजींची बडदास्त वेगळीच. ते आले की घरातील वातावरण बदलून जायचे. आई त्यांच्यासाठी दूध गरम करायची. आता हरिजन मास्तरसाठी आम्ही काय करणार ? आईनं हरिजन मास्तरला वरून पाणी वाढलं. मला वाईट वाटलं. किती केलं तरी हरिजन मास्तर आमचे गुरुजी होते. आता आम्हांला त्यांच्या पाया पडता येणार नव्हतं.

हरिजन मास्तर निमूटपणे बसले होते. धरून आणल्यासारखे. केविलवाणे दिसायचे. इतका बिचारा मास्तर आमच्यावर रागवेल तरी कसा ? मास्तर खूप बोलायचे नाहीत. पण कोंड्याला आनंद झाला. आपल्या जातीचा मास्तर आपल्या गावाला आलाय याचं त्याला कौतुक वाटत होतं. तो सर्व कामं सोडून मास्तरशीच बोलत

बसला होता. इतक्यात आमचे बाबा बाहेरून आले. आजोबानं हरिजन मास्तरकडं खोकतच बोट करून दाखवलं. मास्तरनं कोंड्यासारखा 'जोहार' घातला. हरिजन मास्तर गावाला येणं म्हणजे आफतच. त्याच्या राहण्याचा प्रश्न. वाण्या-बामणाची पोरं त्याच्या हाताखाली कशी शिकणार ?

मास्तर असला म्हणून काय झालं. शेवटी तो हरिजनच की.

शाळा मस्जीदीत भरत होती म्हणून हळूहळू मुलंही कमी कमी येऊ लागली. मास्तर आपलं शिकवत असायचे. कोणाला हात लावायचे नाहीत. रागावायचे नाहीत. त्यांना गावात घर मिळाले नाही. ते महारवाड्यातल्या तक्क्यात राहायाचे. शाळा शिकवताना ते कधी पाणी मागायचे नाहीत. त्यांना कोणीच नमस्कार करायचं नाही. जोगवा मागणारी बाई किंवा रस्ता झाडणारी महारीण, मास्तर दिसले की डोईवर अदबीने पदर घेऊन दूर उभ्या राहायच्या. आम्ही घरी गेलो की, पाण्यात बुडायचो. मगच स्वयंपाकघरात जायचो. हरिजन मास्तरमुळं दिवसातून दोन वेळा स्नान घडत होतं.

दुपारची वेळ होती. आम्ही भावंडं अभ्यास करीत बसलो होतो. हरिजन मास्तर शिकवणीला येत नव्हते. आठ दहा दिवसांपासून ते शाळेलाही येत नव्हते. उद्या मोहरमचा सण. पंजे बसतील. शाळेला सुट्टी मिळेल.

कोंड्या महार कामाला आला. तो आजोबाला सांगत होता, 'आता हरिजन मास्तर बदली करुन घेणार हाय म्हणं. त्यांना गावात त्रास होतोय.'

आई कोंड्याला मुसरं वाढत म्हणाली,

'बिच्चारा हरिजन मास्तर'

कोंड्या पसाभर हसला तेव्हा हरिजन मास्तरसारखा दिसला.

हरिजन मास्तरची बदली होईल. परत दुसरा मास्तर येईल.

आई म्हणाली, 'आता कोणत्या जातीचा मास्तर येईल रं कोंड्या ?'

'काय की बा ?' म्हणत कोंड्या उठला. वाढलेलं मुसरं घेऊन गेला.

हरिजन मास्तर शिकवायला चांगले होते. त्यांचं शिकवणं आणि त्यांची जात कोणालाच विसरता येणार नाही.

❖❖

दलित ब्राह्मण
दलित ब्राह्मण
दलित ब्राह्मण
दलित ब्राह्मण

२१

पायरी

मी अजय. अनुसूचित जातीचा. बी. ए. बी. एड्. झालेला. आमच्या गावातला मी एकटाच पदवीधर. एज बार होत चाललेलं; लग्नाचं आणि नोकरीचंही. दलितांना सामाजिक न्याय मिळावा म्हणून भारतीय राज्यघटनेमध्ये दलितांसाठी राखीव जागांची तरतूद केलेली आहे. योग्य उमेदवार मिळत नाही म्हणून सवर्ण उमेदवाराची निवड केली जाते आणि पुढे तोच कायम होतो. आम्ही मोठ्या संख्येने बेकार होत आहोत. आमच्या तोंडाला घटनेची पाने पुसली जात आहेत.

मी शिकलो नसतो तर बरे झाले असते, सवर्णांची सेवा-चाकरी केली असती; त्यांचा अन्याय सहन केला असता. परंतु शिक्षणामुळे माझा स्वाभिमान जागा झाला आहे. आमच्यासाठी वेगळी वस्ती, वेगळा पाणवठा, वेगळी स्मशानभूमी का म्हणून निर्माण केली ? मंदिरात पायरीजवळ, शाळेत पायरीजवळ, हॉटेलमध्ये पायरीजवळच आणि सवर्णाच्या घरात पायरीजवळच आमची जागा. आम्ही ही पायरी ओलांडू शकत नाही. मी स्वाभिमानाने आत बाहेरून झोपडीसारखा पेटलो आहे. जळून खाक होतो आहे. माझ्या मनातली लाचारी. पण व्यवस्था ? ती मात्र आहे तशीच. पुन्हा मला गुलाम करण्यासाठी ती अधिक सतर्क झालेली आहे.

आमच्या गावाजवळच रामपूर नावाचं गाव आहे. तिथं शहारातल्या सर्व सोयी आल्या आहेत. आता ते छोटं शहरच झालेलं आहे. तिथं हायस्कूल आहे. आमच्या गावाला हायस्कूल नसल्याने आमच्या गावाची मुले इथेच शिकायला जातात. मला या हायस्कूलमध्ये ओळखीनं

नोकरी मिळाली होती. एक वर्ष पगार न घेता नोकरी करायची होती. मी होकार दिला होता. मी ह्या संस्थेतला पहिला मागासवर्गीय शिक्षक. बी. ए. बी. एड. असून एस. एस. सी. डी. एड. वर नोकरीत हजर झालो होतो. बाकीचे शिक्षक रामपूरचेच होते. बहुतेकजण संस्थाचालक श्री. जोशी ह्यांच्या नात्यातीलच होते. संस्थाचालकाचा मुलगा मुख्याध्यापक होता. सुनही नोकरीला होती.

माझ्या जातीचा एक शिपाई होता. निवृत्ती त्याचं नाव. सर्वजण त्याला 'निवऱ्या' म्हणायचे. मुख्याध्यापक मात्र त्याला 'निवृत्तीनाथा' म्हणून हाक मारायचे. तो अशिक्षित होता. त्याला सही करायला शिकवलेलं. तो माझ्याशी दबूनच वागायचा.

आमच्या हायस्कूलला स्वत:ची इमारत नव्हती. गावाबाहेर राजाचा बंगला होता. तिथेच वर्ग भरायचे.

देवकोट संस्थानातलं रामपूर हे अत्यंत रम्य आणि देखणं गाव. गावाला भलीमोठी नदी आहे. डोंगराच्या पोटात वसलेलं गाव. झाडी झुडपानं हिरवंगर्द वाटणारं. राजा शिकारीसाठी रामपूरला आला की ह्या बंगल्यात उतरे. दिवसभर शिकार करी. रात्री मुक्काम व्हायचा. पूर्वी येथे माणसांपेक्षा हरिण व सशांची संख्या अधिक होती. मोर तर चिमण्यांसारखे दिसायचे. रामपूरला बस येऊ लागली आणि वन्य जीव पसार होऊ लागले. आता कधीतरी चुकून एखादा ससा दिसतो. हरिण आणि मोर तर बेपत्ताच झाले आहेत.

बंगल्याच्या पूर्वेला घोड्यांसाठी पागा बांधलेल्या. आज त्यांची पडझड झालेली. उत्तरेला राजासाठी संडास बांधलेला. संडाससाठी बांधलेल्या खोलीचीही पडझड झालेली. बंगल्याच्या पश्चिमेला भटारखाना. इथं शिकारीचा स्वयंपाक व्हायचा. भटारखान्याच्या मागे विहीर आहे. मी ह्या विहिरीचं पाणी पितो. दक्षिणेला बंगल्याचे प्रवेशद्वार. प्रवेशद्वारापासून एका हाकेच्या अंतरावर नदी. पूर्वी या नदीला खूप पाणी असायचं. आता दुष्काळामुळे ती कोरडी पडली आहे.

गावाच्या पूर्वेला शंभर झोपड्यांची वस्ती. ही माझ्या जातीच्या लोकांची वस्ती. निवऱ्या इथंच राहायचा. दणकट शरीराचा. राकट चेहऱ्याचा. मुख्याध्यापकासोबत तो बॉडीगार्डसारखा फिरायचा. मला अनेकवेळा दलित वस्तीत जायचा मोह व्हायचा. आपल्या लोकांशी बोलावं, त्यांची ओळख करून घ्यावी असं खूप वाटे. आपली जात जगजाहीर होईल म्हणून मी हा विचार टाळायचो. ह्या वस्तीतून दोन मुलं शिकायला यायची.

दर रविवारी मुख्याध्यापक हायस्कूलवर यायचे. निवऱ्याही यायचा. मुख्याध्यापक खूप वेळ काम करत राहायचे. निवऱ्या बाहेर बसून राहायचा. मी मुख्याध्यापकाच्या परवानगीने भटारखान्यात राहात होतो. त्यामुळे मला भाडे द्यावे लागत नव्हते. मुख्याध्यापकाला रात्री हायस्कूलला एक पहारेकरी मिळाला म्हणून समाधान वाटले. मी निवऱ्याला हाटकलं 'तू का इथं राहात नाहीस ?' तो चक्रावला. 'पयलं मी ऱ्हायचो. पर आता न्हाय. मला भ्या वाटतं. पोरगी फिरत असत्याय रात्री' निवऱ्याचं बोलणं ऐकून

मी हबकलो. 'जया नावाची पोरगी. दहावीच्या वर्गात हुती. तिनं ह्या हीरीत जीव दिलाय. तिचं भूत राती फिरत असतं. तुमाला आजपातूर गाठ पडलं न्हाय' मी इतके दिवस राहतोय. मला काहीच दिसलं नाही. हा भ्रम आहे. निवऱ्या काहीच न बोलता, न ऐकता शांत बसून राहिला. कदाचित मला भीती दाखवण्याचा हा प्रकार असावा.

मला रात्री शांत झोप आली. सकाळी उठून विहिरीवर गेलो. कपडे काढले. विहिरीत उडी टाकली. जयानंही अशीच उडी टाकली असेल. या निळ्याभोर पाण्यात ती कासावीस होऊन मरण पावली असेल. मी तात्काळ विहिरीच्या पायऱ्यांवर येऊन उभा राहतो. पाणी चवथाळून उठलेलं असतं. लाटा उसळत असतात. माझ्या अंगावरून पाण्याचे थेंब निथळत असतात. माझ्या मनाला भितीचा स्पर्श होतो.

मी भितीला झटकतो आणि विहिरीत सूर मारतो. पोहू लागतो पण मनातली भीती हटत नाही. जयाचं भूत आपलं पाय धरून ओढेल, आपल्या गळ्याला पडेल ह्या भितीनं मी पाण्याकडं पाहून दचकतो. मला विहिरीची भीती वाटते. मी विहिरीबाहेर येतो.

दुसऱ्या दिवशी विहिरीच्या पायरीवर बसून अंघोळ करतो. पोहत नाही. विहिरीतलं पाणी घेताना भीती वाटू लागली. मी पाण्यात तांब्या बुडवायचो आणि अंगावर शहारे यायचे. भूत माझं हात पकडेल आणि तळाला घेऊन जाईल म्हणून घाबरायचो.

मी वर्गातल्या मुलाला एकटे गाठून विचारतो 'या विहिरीत मुलीनं आत्महत्या केलीय ?' तो भीत होकार देतो. 'सर, तुम्हांला ती दिसली का ?' त्याचा प्रतिप्रश्न आणि भयप्रद चेहरा. मी चेष्टेने 'होय' म्हणतो. तासाभरात माझे उत्तर सर्व मुलांमध्ये पसरते. 'सर इथंच राहतात. रात्री त्यांना भूत भेटलं असणार. सर कसे खोटे बोलतील ? आता त्यांना जागा बदलावी लागेल.' मुलांची चर्चा मुख्याध्यापकांच्या कानावर पडते. ते मला बोलावून घेतात. त्यांचा चेहरा संतापाने फुललेला. मी मुख्याध्यापकाच्या केबीनमध्ये जाताना निवऱ्या शांतपणे माझ्याकडे पाहात असतो.

'तुम्ही भूत पाहिलं का ?'

'नाही.'

'मग मुलांमध्ये चर्चा कशी होतेय ?'

'मी एकाची सहज चेष्टा केली.'

'तुम्हांला अक्कल नाही. तुमच्या चेष्टेमुळे आमचे हायस्कूल बंद पडेल. आता मुलांपुढे ही गोष्ट कबूल करून माफी मागा. नाही तर ही चर्चा गावभर पसरेल.'

'ठीक आहे.'

मी विद्यार्थ्यांपुढे माफी मागितली आणि खोटं बोललो म्हणून कबूल झालो. पण विद्यार्थ्यांचा माझ्या बोलण्यावर विश्वास बसला नाही. मुख्याध्यापकांच्या दडपणामुळे मी माफी मागतोय अशी त्यांची समजूत झाली.

रात्री मला झोप येईना. सर्व मुलांपुढे माफी मागणं हा माझा अपमान होता. रोज

दहाला गाढ झोपी जायचो. आता बारा वाजलेत तरीही झोप येत नाही. एक वाजतो. दोन वाजतात. झोपेचा पत्ता नाही. मी वैतागतो. भटारखान्याबाहेर येतो. सर्वत्र सामसूम. वारा वाहत नाही. झाडांची पाने हलत नाहीत. जरासुद्धा पान हलत नाही. ही झाडी नाही. जणू हे झाडीचं चित्र आहे. रातकिड्यांचा आवाज ऐकू येतोय. आभाळात चांदणं पडलं आहे. रात्र महापुरासारखी ओसरत आहे. मी अवतीभोवती पाहतो. जयाचं भूत येईल म्हणून. ती खूप सुंदर होती. तिचं चित्रकलेच्या शिक्षकावर प्रेम होतं. तिची चिठ्ठी सापडली होती. संस्थेनं शिक्षकाचा जबरदस्तीने राजीनामा घेतला. पुढे काही दिवसांनी जयाचं प्रेत विहिरीत सापडलं. आता तिनं विहिरीतून उठून यावं. मी तिला सोडणार नाही.

मी विहिरीत उतरतो. 'हेऽ तू येऽ' म्हणून ओरडतो. आवाजाचा प्रतिध्वनी ऐकू येतो. ती येत नाही. मी ओंजळीत पाणी घेतो. ओठाजवळ नेतो. ती पाण्यात दिसते. मी तिचे ओठ पितो. तिची जीभ, तिचा चेहरा, तिचे डोळे मी पाण्याबरोबर पितो. ती माझ्या शरीरात धडकू लागते. शरीर शिवशिवू लागतं. तिचा विवस्त्र देह कल्पनेपुढे उलगडू लागतो.

मी कपडे काढतो. पूर्ण नग्न होतो. चंदेरी प्रकाशात मी माझा देह न्याहाळतो. मी विहिरीत उडी टाकतो. विहीर हादरते. पाण्याचा प्रचंड स्फोट होतो. लाटा उसळतात. माझी उडी खोलवर जाते. तिने आता मला आलिंगन द्यावे. मी हळूहळू वर येतो. पाणी खवळलं आहे. मी बेभान होऊन पोहू लागतो. पाणी शरीराला कुरवाळू लागतं. मी ओरडतो. मला स्त्रीचा स्पर्श हवाय. पुन्हा प्रतिध्वनी निनादत राहतात. मी पोहून थकतो आणि विहिरीबाहेर येतो. तोच गावातल्या मंदिरातून घंटानाद ऐकू येतो. भल्या पहाटे काकड आरतीसाठी हा घंटानाद होत असे. मी भटारखान्यात येतो आणि शांत झोपी जातो.

सकाळी मी उठलो नाही. शनिवार असल्याने सकाळची शाळा होती. मी उठलो तेव्हा दारात मुख्याध्यापक आणि निवऱ्या उभे असलेले दिसले. त्यांनीच मला जागं केलं होतं. मुख्याध्यापक आत आले. शेजारी बसले. निवऱ्या उभा होता. माझे डोळे लाल झाले होते. अंगात ताप भरला होता. मुख्याध्यापकानं विचारलं 'काय होतय ?' मी शांतपणे सांगितलं 'मी संपूर्ण रात्र विहिरीत बसून जागलो. भूतबित काही नाही. ही अफवा आहे.' ते खवळले. 'अहो सर, तुम्ही असे झोपल्यामुळे सर्व विद्यार्थी घाबरले आहेत. तुम्हांला भूतबाधा झालेली आहे अशी चर्चा सुरू आहे. तुम्ही कृपा करून वर्गावर चला.' मी तयार होऊन वर्गावर गेलो. प्रत्येकजण माझ्याकडे भयभीत नजरेने पाहात होता. 'आता सरांचे दिवस भरले' अशीच प्रत्येकाची नजर बोलत होती.

हळूहळू मीही विचलीत झालो. मलाही भीती वाटू लागली. भटारखाना सोडून गावात राहायला गेलं पाहिजे. मी माझ्या वर्गातल्या विद्यार्थ्यांना तसं सांगितलं. मला भाड्याने घर हवं आहे. पण कुणीही होकार दिला नाही. खरं तर हा माझा मूर्खपणा होता. माझ्यासारख्या दलित शिक्षकाला भाड्याने जागा कोण देईल ? मला गावात घर मिळालं नाही. मी भूताला भिऊन गावात घर शोधतोय अशी चर्चा मात्र वाढली. मी

माझी अडचण मुख्याध्यापकांना बोलून दाखवली. ते म्हणाले 'तुम्ही तुमच्या वस्तीत रहा. त्यात लाज कसली ? सर्वांना तुमची जात माहीत आहे. तुम्ही दलित वस्तीत राहिल्यामुळे काही फरक पडणार नाही. उलट तुमच्या लोकांना आनंद होईल.'

मी निवऱ्याकडे चौकशी केली. वर्गातल्या दलित मुलांना विचारलं. वस्तीत एकही घर नाही असंच उत्तर मिळालं. एका दिवशी मीच वस्तीत गेलो. ग्रामपंचायतीच्या सदस्याच्या झोपडीपुढे जाऊन उभा राहिलो. तसे त्यांचे कुत्रे अंगावर आले. मी गोंधळलो. झोपडीतून एक म्हातारी बाहेर आली आणि तिने कुत्र्यांना आवरले. मी माझी ओळख करून दिली आणि माझी अडचण सांगितली. तिने मला पाणी दिलं. थोड्या वेळाने माझ्याभोवती माणसांची गर्दी जमा झाली. आपल्या जातीचा मास्तर म्हणून प्रत्येकजण पहायला येत होता. मला चहाही मिळाला.

म्हातारीनं मास्तरला घर हवंय म्हणून जाहीर केलं. गर्दीतला एकटा पुढे आला. त्याने सर्वांचं लक्ष वेधलं 'आमच्या पाठ भिंतीला चार पत्रे टाकून रहा.' मला त्याचा विचार आवडला.

पंधरवड्यात माझं घर तयार झालं.

वस्तीतून सर्वात अगोदर निवृत्ती निघून जायचा. मग दोन मुले आणि त्या पाठोपाठ मी. मी दलित वस्तीत रहायला गेल्यावर त्याची गावात चर्चा झाली होती. कुणी म्हणायचं 'मास्तरनं भुताला भिऊन बंगला सोडला,' तर कुणी म्हणायचं 'मास्तर हरिजनांचे असल्यामुळे त्यांना गावात कोणी घर दिले नाही. ते आपल्या जातीत रहायला गेले.' विद्यार्थ्यांमध्येही भूताची आणि माझ्या जातीची सारखीच चर्चा झाली.

रविवारच्या रिवाजाप्रमाणे निवऱ्या हायस्कूलवर निघून गेला. हास्कूलवर मुख्याध्यापकही येतील. आज मीही जायचं ठरवलं. मी बी. एड. असताना डी. एड्. वेतनश्रेणीवर काम करत होतो. मुख्याध्यापकांना बोलावे तर त्यांना वेळ नसतो. आज वेळ आहे म्हणून मी निघतो. आपल्याला बी. एड्. वेतनश्रेणी मिळावी म्हणून मी एक अर्ज लिहिला. त्यात मी अनुसूचित जातीचा आहे हेही लिहिलं. हायस्कूलवर गेलो. मुख्याध्यापकानं माझं हसत स्वागत केलं.

मी माझा प्रश्न तपशीलवर सांगितला. त्यांना याची पूर्वकल्पना असावी अशा रितीने त्यांनी माझं म्हणणं शांतपणे ऐकून घेतलं. अर्ज घेतला. 'ठीक आहे, तुम्ही या' अशा पद्धतीनं मला निघायला सांगितलं. मला माझ्या प्रश्नाचं उत्तर मिळालं नाही म्हणून मी चिडलो.

'माझ्या वेतनश्रेणीचं काय ?'

'नोकरी करायची असेल तर करा. नाही तर निघून जा.'

मुख्याध्यापकाचे निर्वाणीचे आणि निर्ढावलेले उत्तर ऐकून मी बाहेर पडलो. उगीच मुख्याध्यापकांना भेटलो असं वाटलं. दुसऱ्या बाजूनं भयंकर चीडही आली.

आमच्या हायस्कूलमधल्या सर्व राखीव जागा भरल्या नाहीत. राखीवमध्ये मी एकटाच आहे. माझी मागणी अयोग्य नाही. तरीही मुख्याध्यापक माझ्यावर चिडले. मी वैतागलो.

मी बी. एड्. वेतनश्रेणीची मागणी केल्यापासून माझ्याविरुद्ध तक्रारी सुरू झाल्या. माझा मानसिक छळ सुरू झाला. वार्षिक परीक्षा सुरू होत्या. मी वर्गावर सुपरवायझर म्हणून काम करत होतो. मुले प्रश्नपत्रिका सोडवत होते. दुसऱ्या बाकावर बसलेली रूपाली नावाची मुलगी कॉपी करत होती. मी तिची कॉपी पकडली. तिची उत्तरपत्रिका आणि कॉपीचे कागद हिसकावून घेतले. तिला परीक्षा हॉलबाहेर जायला सांगितले. घडला प्रकार वरिष्ठांच्या कानावर घातला. रूपाली थोड्यावेळाने आपल्या पालकाला घेऊन आली. तिने माझ्याविरूद्ध आपली लेखी तक्रार दिली. उत्तरपत्रिका हिसकावून घेताना मी तिचे स्तन चोळले अशी ती तक्रार होती. मी हैराण झालो. माझ्या हातून असं काहीच घडलं नव्हतं. ही खोटी तक्रार होती. रूपालीला माझ्याविरूद्ध कोणी तरी चिथवलं होतं. तिची कॉपी पकडल्याबद्दल मला पश्चात्ताप होत होता. मी मुख्याध्यापकांना जाऊन भेटलो. त्यांनी विद्यार्थिनीची बाजू घेतली. मी हतबल झालो.

माझी विद्यार्थिनी माझ्याविरुद्ध अशी तक्रार करतेय यावर माझा विश्वास बसत नाही. याचे परिणाम काय होतील. गावातल्या लोकांना कळालं तर ? माझ्या विद्यार्थ्यांना काय वाटेल ? मला आत्महत्या करावी वाटू लागली.

संस्थेने माझी वेतनवाढ रोखली. मला वेतनवाढ रोखण्याचं दुःख नव्हतं, पण मला वाईट पद्धतीनं बदनाम केलं जात होतं. माझी खूप नामुष्की झाली. मी शिक्षण संचालकांकडे तक्रार केली पण उपयोग झाला नाही. संस्थेच्या बाजूनेच निकाल लागला. दात काढलेल्या विषारी सापासारखी माझी अवस्था झाली होती.

यावर्षी बोर्डाकडून दहावीचे पेपर तपासण्यासाठी आले. मी बोर्डाचे रजिस्टर्ड पार्सल स्वीकारलं. हे पेपर आमच्या हायस्कूलचेच होते.

मुख्याध्यापकांनी मला घरी बोलावून घेतलं. त्यांनी मला त्यांच्या पुतणीचा नंबर दिला आणि तिला पास करायला सांगितलं. मी नकार दिला. मुख्याध्यापक माझ्यावर चिडले. 'माझं ऐकायचं नसेल तर राजीनामा द्या. नाहीतर मी तुम्हांला काढून टाकेन. तुमचे चारित्र्य चांगले नाही.' मी माझ्या भूमिकेशी ठाम राहिलो. 'माझी पुतणी ह्या वर्षी नाही पुढच्या वर्षी पास होईल. प्रत्येक वर्षी तिचे पेपर तुमच्याकडे थोडेच येणार आहेत ? माझं ऐका तुम्हांला बी. एड्. ची वेतनश्रेणी देण्याचाही आमचा विचार आहे. या उप्पर तुमची मर्जी.' मी काहीच न बोलता निघून आलो.

दुसऱ्या दिवशी स्वतः मुख्याध्यापक माझ्या घरी आले. बसले. आमच्या वस्तीत येण्याचा त्यांचा हा पहिलाच प्रसंग असावा. माझ्या घरचं त्यांनी पाणी पिलं. चहा पिला. त्यांनी हात जोडलं. 'सर, पोरगी पास झाली पाहिजे. नाहीतर तिचं लग्न होणार नाही.' मी शांतपणे विचार केला. 'मी निश्चित मदत करतो.' त्यांना वचन दिलं. मुख्याध्यापक

माझ्या घरी आल्याचं पाहून आमच्या वस्तीतल्या लोकांना कुतूहल वाटलं होतं. शाळकरी मुले मुख्याध्यापकांना चोरून लपून पाहात होते. मी मुख्याध्यापकांना वस्तीबाहेर पोहचवून आलो.

दोन दिवसांनी माझ्या घरी पोलिस आला. पोलिसाला पाहून मुले पळून गेली. बायकांनी दारं लावून घेतली. मी ही घाबरलो. 'साहेबाच्या बायकोनं तुम्हांला बोलवलंय' पोलिसाचा जाडा भरडा आवाज. तो दाराबाहेर उभा आहे. मी कपडे करतो. घराबाहेर येतो. दाराला कुलूप लावून पोलिसाबरोबर निघतो. 'साहेबाच्या बायकोचं माझ्याकडे काय काम असावं ?' मला काहीच कळत नाही.

पोलिसांनी मला पोलिस इन्स्पेक्टरच्या घरापुढे आणून उभं केलं. मी घरात गेलो. साहेबाची गोरीपान बायको पुढे उभी होती. तिने मला बसायला सांगितलं. पोलिस निघून गेला. मी मनातून हादरलो. 'ह्या मॅडमनं रूपालीसारखी तक्रार केली तर ?' मला पळून जावं वाटलं. मॅडमनं मला एक नंबर दिला आणि पास करा म्हणून हुकूम दिला. मी नकार दिला. ती खवळली. 'मी ह्यांना सांगून तुमच्या हातात बेड्या घालेन. मुख्याध्यापकाच्या पुतणीला कसं पास करता ?' माझा चेहरा उतरला. मी नंबर घेतला. 'चांगले मार्कस् मिळाले पाहिजेत' मॅडम पुन्हा दरडावल्या. मी 'जी' म्हणून निरोप घेतला.

हळूहळू हे प्रकरण सर्व मुलांना कळालं. सर्वजण मला दम देऊ लागले. ब्लॅकमेल करू लागले. मला सर्वांनाच पास करावं लागलं. हा एकच मार्ग मला सुचत होता. मी पूर्णपणे फसलो होतो.

मी हवालदिल झालो होतो. सर्व मुलांच्या मनाप्रमाणे झाले. आता मी सुटलो असं वाटलं. पण दुसऱ्या दिवशी पहिल्या पानावर सविस्तर बातमी छापून आली. सर्वजण घाबरले. मी मार्गदर्शनासाठी मुख्याध्यापकाचं घर गाठलं. त्यांनी मला भेटायला नकार दिला. मी हताश होऊन परतलो.

दहावीच्या बोर्डाने माझ्याकडून दंड वसूल केला. मी गावाकडचं शेत विकून दंड भरला. दंड भरल्यानंतर बोर्डाने माझ्यावर पोलीस केस केली. आता मला बेड्या पडणार हे उघड होतं. मी आयुष्यातून उठलो होतो.

आज रविवार. निवऱ्या हायस्कूलवर गेला. मी घरातला सुरा घेतला. तो कोणाला दिसणार नाही ह्याची खात्री करून घेतली आणि हायस्कूलकडे निघालो. वाटेत वस्तीतली म्हातारी भेटली 'बाळा घडलं ते खरं हाय का ?' मी 'होय' म्हटलं. तिच्या डोळ्यात पाणी आलं. तिचा आवाज गदगदला 'त्यांनी तुला जाळ्यात पकडलं. त्यांचा सत्यनाश होईल.' म्हातारी काठी टेकत हळूहळू निघून गेली. मी तिच्या दूर जाणाऱ्या आकृतीकडं पाहिलं आणि झपाट्याने हायस्कूलकडे निघालो. निवऱ्या फुलझाडांना पाणी घालत होता. मला पाहून तो स्तंभित झाला.

'सर आलेत ?'

'आलेत की.'
'मला भेटायचंय.'
'त्यांनी तुमाला परवानगी नाकारली. अगोदरच सांगून ठेवलंय.'
'निवऱ्या, मला सरांची भेट घेऊ दे. फक्त एकदा. दोन मिनिटं बोलायचंय.'
'काही उपयोग व्हणार नाय. तुम्ही परत जावा.'
'निवऱ्या, तुझ्या हात जोडतो. मला भेटू दे. माझ्यावर अन्याय झालाय.'
'मी म्हटलो ना, सरांना भेटून काय उपयोग व्हणार न्हाय. ते महत्त्वाच्या कामात हायेत. ते तुमाला भेटणार नाहीत.'
'निवऱ्या तुझे उपकार होतील.'
'सर, तुमी माझ्या जातीचे म्हणून सांगतो. तो उलट्या काळजाचा माणूस हाय. तुमी जा. काही उपयोग व्हणार नाही.'
'तरीही मला एक वेळ भेटू दे.'
'सर, आत त्या रुपालीला घेऊन बसलेत. तिला वापरल्याशिवाय सोडणार नाहीत. जयालाही त्यांनी असंच बोलावलं होतं. पोरीवर बलात्कार केला आणि विहिरीत टाकून दिलं. जयाचं घर इज्जतीला भिणारं होतं. इथंच पंचनामा झाला. इथंच माती झाली. आत रूपाली हाय. ही पोरगी चालू हाय. दोघेही रंगले असतील. तुम्ही कशाला अडथळा आणताव ?'
'निवऱ्या, मी आत तर जाईन, नाही तर पोलीस स्टेशनला तरी जाईन.'
'तुम्ही आत जावा. पर मी सोडलंय म्हणून सांगू नका. मी विहिरीकडं जातो पाणी आणायला.'

मी काही न बोलता आवेगानं वर गेलो. सर खुर्चीत बसले होते. रूपाली जवळ उभी होती. मला पाहून रूपाली खुर्चीत बसली. सर माझ्याकडे पाहात होते.

'बाहेर निवऱ्या नाही ?'
'नाही. तो विहिरीवर पाणी भरायला गेलाय.'
'काय काम आहे ?'
'मला तुमच्याशी बोलायचंय.'
'मला काही बोलायचं नाही. बाहेर व्हा.'
'सर, तुम्ही मला यात गोवलंय.'
'तुम्ही सज्ञान आहात.'
'पण तुम्हीच मला पुतणीला पास करायला सांगितलं.'
'मी एखाद्याचा खून कर म्हणेन.'
'मी तो करेन.'

मुख्याध्यापकांनी 'बिनडोक' म्हणून माझ्यावर खेकसलं. मी केबीनचा दरवाजा

बंद केला आणि हातात धारदार सुरा उगारून उभा राहिलो. सर हबकले. रूपालीच्या डोळ्यात पाणी आलं. मी बेभानपणे अंगावर सपासप वार केले. सरांची किंकाळी आणि रूपालीचा आक्रोश याचे मिलन होत होते. सरांचा देह धडपडत होता. माझं शरीर रक्तानं माखलं होतं. रक्ताचे दोन चार थेंब राष्ट्रपिता म. गांधीजींच्या फोटोवर उडाले होते. मी रूपालीवर ओरडलो. तशी ती शांत झाली. तिचा चेहरा खूप दिनवाणा झाला होता. 'मला तुझे स्तन चोळायचे आहेत.' तिने तात्काळ कपडे काढले. मी तिला पूर्ण विवस्त्र व्हायला सांगितलं. ती क्षणात नग्न झाली. तिचं शरीर थंड पडलं होतं. नजर गोठली होती. तिच्या मांड्यांवर दाताचे व्रण दिसले. मी ओरडलो 'तू या हरामखोराबरोबर झोपलीस ?'

तिने भयव्याकूळ होऊन मानेनेच होकार दिला, सुऱ्यावरील रक्त गोठलं होतं. मी बेभान झालो. ती रडू लागली. मी तिचे केस आवळून धरले आणि तिच्या नग्न देहावर माझा सुरा थयथया नाचू लागला.

बाहेर निवऱ्या दारावर थाप मारत होता. मी केबिनचं दार उघडलं. माझे कपडे रक्ताने माखले होते. निवऱ्याचा चेहरा बदलला. 'हे काय केलं सर ?' निवऱ्याचा आवाज भितीने कापत होता.

'तू पोलिसांना फोन कर. मी विहिरीत जाऊन अंघोळ करतो' मी सुऱ्यासहित विहिरीत उडी टाकली. शांतपणे पोहू लागलो. विहिरीचं पाणी खूपच सजीव वाटलं.

थोड्या वेळानं आरोळ्या ऐकू आल्या. गावकरी मोठ्या संख्येने विहिरीकडे येत असावेत. विहिरीवर निवऱ्या उभा होता आणि मला लोकांना दाखवत होता. लोक मला 'वर ये' म्हणत होते. शिव्यांचा भडिमार करत होते. पण विहिरीत उतरण्याची कुणाची हिंमत होत नव्हती. वरून दगडांचा वर्षाव सुरू झाला. मी पाण्यात डुबू लागलो. थोड्या वेळाने पोलीस पोहोचले आणि जमाव पांगला. गोंधळ मात्र खूप वाढला होता. जमाव प्रक्षुब्ध झाला होता.

निवऱ्या शेजारी आमच्या वस्तीतली म्हातारी काठी टेकून उभी होती. पोलीस म्हणत होते 'बाहेर ये.' म्हातारी ओरडली 'बाहेर येऊ नको. तुला हे मारतील.' म्हातारीला पोलिसांनी हुसकावून लावले. म्हातारी शिव्या देत निघून गेली.

पोलीस जमावाला काबूत आणत होते, पण जमाव अनावर झाला होता. दगडफेक चालूच होती. दगड पडला की मी पाण्यात डुबत असे.

जणू विहिरीनं मला पाठीशी घातलं होतं.

❖❖

२२

नागफणा

भारत स्वतंत्र झाला तेव्हाची गोष्ट. माझ्या आजोबाने अक्कलकोटच्या राजवाड्यावर तिरंगी ध्वज फडकाविला होता. अक्कलकोट संस्थानाचं विलिनीकरण झालं होतं. आमच्याकडे पाच गावांची पाटीलकी होती. स्वातंत्र्याने आमच्याकडील पाटीलकी गेली, पण पहिल्या सार्वत्रिक निवडणुकीत आमच्या तालुक्याचे पहिले आमदार म्हणून माझे बाबा अविरोध निवडून आले होते. ते सतत पंधरा वर्षे आमच्या तालुक्याचे आमदार म्हणून निवडून आले. या वर्षी आमचा मतदारसंघ राखीव म्हणून जाहीर होणार होता, नाहीतर बाबा मलाच निवडणुकीत उभे करणार होते.

माझ्या बाबांचे नाव विलास धर्मण्णा पाटील.

आमच्या घरी कोंडिबा नावाचा महार होता. तो आमच्या घरचा महार. कोंड्या बाबांसाठी काय वाट्टेल ते करायला तयार असे. तसं आमच्या घराण्यानं कोंड्याला, कोंड्याच्या सतरा पिढ्यांना पाळीव प्राण्यासारखं पाळलं होतं. कोंड्या महार आमच्या बाबांची मालीश करायचा, हात-पाय चोळायचा. बाबा बाहेरून आले की त्यांचे पाय धुवायचा. घरचा बाजारहाट करणं, शेतावर देखरेख करणं, मजुरांचे पगार करणं वगैरे कामं तो करायचा. तो बाबांना 'आण्णा' म्हणायचा. कोंड्याची बायको केरा आमच्या घरी शेणपाणी करायची. कामाला बाया लावायची.

बाबा आमदार झाल्यानंतर कोंड्या महार पी. ए. बनला. महार काय पी. ए. काय तसं एकच. पी. ए. झाल्यापासून कोंड्या

महाराची कामे वाढली होती. त्याच्या अंगावर खादीची कापडे आली होती. कोंड्या बाबांचा पी. ए., बॉडीगार्ड, शिष्य. बाबाच्या मागे मागे राहणे, त्यांच्या नावाच्या घोषणा देणे, अशी कामे तो चोख करी म्हणून बाबांची त्याच्यावर खूप मर्जी होती.

माझे आजोबा सनातनी प्रवृत्तीचे होते. ते खूप भेदाभेद पाळणारे, धार्मिक वृत्तीचे, कडक शिस्तीचे होते. 'महारांना डोक्यावर चढवू नये. नोकरांना जोड्यात वागवले पाहिजे' अशी त्यांची ठाम धारणा होती. मला लहानपणाची गोष्ट अजूनही आठतेय. मला तहान लागलेली, जवळपास कोणी नव्हते. विहिरीत जाऊन पाणी पिणे जीवावर आलेले. मी कोंड्या महाराला हाक मारली. विहिरीतून पाणी आणून देण्यास सांगितले. तो तयार होईना. कोणी पाहिलं तर काय होईल म्हणून तो विहिरीत जायला टाळत होता. मी हट्ट धरूनच बसला होतो. कोंड्या पाणी आणण्यासाठी विहिरीत उतरला. मी पहारा देत होतो. इतक्यात आजोबा कोठून आले कोणास ठाऊक ?

आजोबांनी कोंड्या महाराला विहिरीत उतरताना पाहिलं होतं. मी निघून गेलो. आजोबांनी कोंड्याला जोड्याने फोडून काढले. त्याने विहीर बाटवली होती. महारांनी विहीर बाटवली तर शेतातील लक्ष्मी पळून जाईल. महार अमंगळ असतोय. कोंड्या ओरडत होता. धाकल्या पाटलानं पाठवलं. म्हणत होता. आजोबा खवळलेला. 'धाकला पाटील गू खा म्हणतोय. खातूच ? आरं महार हैच की, तू जात इसरलास का ? माज आलाय तुला.'

कोंड्या महाराचा मुलगा दौल्या माझा दोस्त. आम्ही दोघं एकदमच सातवी पास झालो होतो. सातवीनंतर हायस्कूलला गावापासून दोन मैलांवर जावे लागे. हे हायस्कूल आमच्या आजीच्या नावाने स्थापले होते. पाच गावची मुले येथे येऊन शिक्षण घेत असत. सुंदर बाग, भव्य इमारत, मोठे क्रीडांगण, मन रमायचं. पाच गावची मुले जमायची. त्यामुळे वातावरण खेळीमेळीचं असायचं. मी आणि दौल्या दोघे मिळून शाळेला जात असू. रस्त्यात अंदाप्पाची विहीर लागायची. तिथं आम्ही जेवायचो. मला दौल्याची चटणी खूप आवडाची. ती तिखट असायची. मी दौल्याची चटणी खायचो. दौल्या माझी भाजी खायचा. येता-जाता दौल्या माझं दप्तर घेत असे. आमच्या दोघांच्या शाळेच्या पिशव्या तोच घेई. केव्हा केव्हा माझे दौल्याचे भांडण होत असे. तेव्हा मला दम भरायचा, 'आमची चटणी खातूस म्हणून गावात सांगतू' म्हणायचा. मग मात्र माझी नांगीच थंड व्हायची. महाराची चटणी खाल्लेलं लोकांना कळालं तर आपली फजिती होईल असे वाटे.

एकदा माझं व दौल्याचं कडाक्याचं भांडण झालं. मी दौल्याला खाली पाडून मारले. दौल्या रडू लागला. आमची दोघांचीही त्या दिवशी शाळा बुडाली.

'माझी चटणी खाल्लेलं मी तुझ्या घरी सांगतो' - दौल्या.

'सांग ! काय करशील ? तूही माणूसच आहेस' - मी.

'महाराची चटणी खाऊन पाटील बाटला' - दौल्या.

संध्याकाळी आईनं मला जवळ घेतलं. मी त्या दिवशी जेवण करण्यास नकार दिला होता. आई माझी समजूत घालत होती. 'आपण पाच गावचे पाटील आहोत. महाराची जात हलकी असते. ते आपले नोकर आहेत. महार मेलेली जनावरे खातात. आपण त्यांच्या हातचे जेवण खाऊ नये. तुला चटणी खायची असेल तर मी चटणी करुन देईन. तू दौल्याची चटणी खाऊ नकोस.'

नंतर दौल्याची शाळा सुटली. मी आमच्या गावचा एकटाच शाळेत जाऊ लागलो. माझ्यासाठी बाबांनी सायकल घेतली होती.

त्यावेळी सायकल बघण्यासाठी सगळा गाव लोटला होता. मी सायकल शिकायचो. कोंड्या मला सायकल शिकवायचा. मी सायकलीवर बसायचा आणि कोंड्या सायकल धरून माझ्या मागे पळत असायचा. मी सायकल खेळायचो. कोंड्या माझ्यामागे जनावरासारखा पळायचा. आईची कोंड्याला सक्त ताकीद होती. 'मी सायकलीवरून पडलो असतो तर कोंड्या महाराला आजोबांचा जोड्यानं मार खावा लागला असता.' कोंड्या माझी खूप काळजी घ्यायचा.

कोंड्या थकला की त्याची बायको केरा सायकलीमागून पळायची. 'सायकल हळू चालवा मालक. पडच्याल. उतार हाय बरं का ?' केरा सारखी ओरडत राहायची. मी आपला सायकल पळवण्यात रमून गेलेला. सायकल उताराला लागलेली. मला ब्रेक मारण्याचं लक्षात राहिलं नाही. सायकल पळू लागली. कोंड्या पळतच आला. त्याला जनावरे वळवणं माहीत. तो 'है हो हो' म्हणत होता. सायकल थोडेच जनावर आहे थांबायला ? सायकल आणि मी खड्ड्यात जाऊन पडलो. मला लागलं होतं. केरानं मला अलगद उचललं. लुगड्यानं माझं अंग पुसलं. मला केरा महारणीत माझ्या आईचं दर्शन घडलं.

सुगीचा हंगाम. ज्वारीचा ऐन भार. पीक हुरड्याला आलेलं. शेतात केरा पाखरं मारायच्या कामावर. दौल्याही आता आमच्या शेतावर राबत होता. सर्व शिवारात पाखरांचे थवे. गोफणीची राखण. डोलणारं पीक. मी सायकलीवरून शेताकडे निघालेला. रविवारचा दिवस. बाबा तालुक्याला गेलेले. आजोबानं मला शेतावर पाठवलेलं. शेतात दहा गडी राहायचे.

मी बांधा बांधानी निघालेला. कोपऱ्यावर स्त्रिया लपताना दिसल्या. मी सायकल लावली आणि तिकडे धावलो. दोघी महारणी शेतात शिरून पिकाचे शेंडे घेत होत्या. त्यांच्या कपड्यात कणसांचा ढीग दिसला. मला बघून त्या चपापल्या होत्या. मी दोघींच्या झिंज्या धरून ठोकण्यास सुरुवात केली. त्या गयावया करीत होत्या. त्यातली एक तर खूपच जवान होती. मी त्यांना वाड्यावर आणून आजोबांच्या ताब्यात देणार होतो, पण त्या माझ्या पाया पडायच्या. मला त्यांची दया आली, मी त्यांना सोडून

दिले.

पुढे याच स्त्रिया रास करताना दिसल्या. त्यांनीच पीक काढण्याचं गुत्तं घेतलं होतं. मला बघितल्या की गालातल्या गालात हसायच्या. मलाही हसू आवरायचं नाही. वाटायचं, परत एकदा या दोघींना बडवून काढावं.

कोंड्या महाराची आमच्या जनावराच्या गोठ्याजवळ खोली होती. तो तिथे झोपायचा. आमच्या घराची राखण त्याच्यावर आणि मोत्या कुत्र्यावर सोपवलेली. दोघेही खाल्ल्या अन्नाला जागणारे. कोंड्या आमच्या घरी नोकर असला तरी तो महारांचा पंच होता. प्रत्येक वर्षी तो बाबांकडून आंबेडकर जयंतीची पट्टी घेयाचा. आमचे गावचे महार आंबेडकर जयंतीही करायचे आणि मेलेली जनावरेही ओढायाचे. मी एकदा त्याला विचारलं तर तो कसा बोलला होता ? 'आमाला बाबासायबबी पायजे. गावबी पायजे. घरात बुद्ध आला म्हणून काय वडिलांच्या डोईनं चालत आलेली परडी टाकून द्यायची ? आमी दोघालाबी भजणार. शेवटी परडी आन काठीवर महाराचं जगणं हाय न्हवं ?'

यावर्षी आमचा मतदारसंघ राखीव म्हणून जाहीर झालेला. बाबांनी पंधरा वर्षे आमदारकी भोगली होती. राजकारणात बाबांच्या शब्दांना खूप मान होता. आजोबांना पाच गावं देवासारखे मानायचे. बाबांनी कोंड्याला निवडून आणायचं ठरविलं होतं. कोंड्या होयबा महार होता. नोकर होता.

कोंड्या बाबांचे पाय चेपीत बसला होता. बाबा त्याला निवडणुकीविषयी समजावून सांगत होते. त्याच्यासाठी ते पैसा खर्च करणार होते. कोंड्या महार 'जी आण्णा, जी आण्णाऽ' करत होता. बाबांनी कोंड्याचा अर्ज भरायचं पक्कं केलं आणि कोंड्या जनावरांचे शेणपाणी करण्यासाठी निघून गेला.

त्या दिवशी मी, बाबा, कोंड्या आणि आजोबा निवडणुकीचे फॉर्म भरण्यासाठी तालुक्याला निघालो. बाबांनी जीप बाहेर काढली. तालुक्यात आमच्याकडे आणि अक्कलकोटच्या राजाकडे अशा दोनच जीप होत्या. आम्ही अक्कलकोटला गेल्यावर स्वामी महाराजांचे दर्शन घेतले. आशीर्वाद घेतला आणि निवडणुकीचा फॉर्म भरला. पेढे वाटले. आपल्या घरचा महार विधानसभेत जाणार याचा आजोबाला किती आनंद ?

दौल्यानेही निवडणुकीचा अर्ज भरल्याचे समजले. तो लग्न झाल्यापासून सासऱ्याकडे अक्कलकोटलाच राहात होता. त्याचा सासरा रिपब्लिकन पक्षाचा पुढारी होता. त्याची लाकडाची वखार होती. गेली दहा वर्षे दौल्या घरजावई म्हणून त्याच्याच घरी राहत होता. त्याला दोन मुलेही झाली होती. दौल्यानं फॉर्म भरल्याचं कळाल्यावर आजोबांची तळपायाची आग मस्तकाला गेली. दौल्याची मस्ती त्यांच्या नजरेत भरली.

आजोबा स्वतः दौल्याकडे गेले आणि त्याला अर्ज मागे घे म्हणून सांगितले. मी स्वतः आजोबांबरोबर गेलेलो. आम्ही त्याला पन्नास हजार रुपये घे पण अर्ज काढून घे

म्हणून समजावले. पण तो ऐकत नव्हता. आजवर ज्याचा शब्द मोडला नव्हता, त्या आजोबांना हे सहन होणे शक्य नव्हते. रात्री आजोबांनी केरा आणि कोंड्याला हंटरने मारले होते. बाबा मध्ये पडले म्हणून प्रकरण निवळलं.

आजोबा इरेला पेटलेले. दौल्याला आमच्या गावात प्रवेशबंदी होती. तरीही हा दौल्या पाच पंचवीस तरुणांच्या ताफ्याबरोबर आमच्या गावात आल्याचं समजलं. आजोबा ओरडतच वाड्याबाहेर आले. हा हा म्हणता गाव जमा झाला आणि आम्ही महारवाड्याकडे झेपावू लागलो.

दौल्याची सभा उधळली होती. दोन-चार झोपड्या पेटल्या होत्या. आक्रोश आकाशाला भिडला होता. सर्वत्र हाहा:कार माजला होता. मीही बेभान झालो होतो. दिसेल त्याला हंटरने फोडून काढत होतो. बायका मुलेही माझ्या हातून सुटले नाहीत. आजोबा पारावर उभे होते आणि आम्ही धुमाकुळ घातला होता. दौल्या मात्र सही सलामत सुटून गावाबाहेर पळत होता. आम्हांला कोणीतरी वर्दी दिली आणि आम्ही दौल्याचा पाठलाग चालू केला. आम्ही सर्वजण इरेला पेटलो होतो. दौल्या पुढे पळत होता, आम्ही मागे. ससा आणि शिकारी कुत्र्यांची ही धावपळ होती.

दौल्या जीव मुठीत घेऊन रानोमाळ पळत होता आणि आम्ही हातात काठ्या, कुऱ्हाडी घेऊन पाठलाग करीत होतो. सर्वजण ओरडत होते. दौल्या जीवानिशी धावत होता. आम्हीही पिसाळलो होतो. अंदाप्पाच्या विहिरीजवळ दौल्या कोसळला. जिथे मी आणि दौल्या जेवायचो. मला त्याची चटणी आवडायची. मी दौल्याजवळ पोहोचेपर्यंत त्याच्यावर अनेक वार झाले होते. तो रक्ताने माखला होता. त्याचे धड धडपडत होते. हातपाय थरथरत होते. दौल्याची नजर मात्र माझ्यावर नागासारखी खिळलेली दिसली. जेव्हा जेव्हा माझं आणि दौल्याचं भांडण व्हायचं तेव्हा तेव्हा दौल्या माझ्याकडे असाच बघायचा.

आज पाच-सहा वर्षांनंतर आम्ही कोर्टाच्या बाहेर पडताना या सर्व आठवणी मनापुढून हटेनात. आजोबा कोर्टाबाहेर पेढे घेऊन उभे आहेत. आम्ही निर्दोष सुटलो आहोत. आजोबांनी जज्ज साहेबांना झाकली मूठ दिली होती. तेव्हा मला पैसे नाकारणारा दौल्या आठवला होता. आम्ही कोर्टाबाहेर आलो. मी, बाबा आणि आमदार कोंडिबा कांबळे जीपमध्ये बसलो. आजोबा पेढे वाटत होते.

कोर्टातून बाहेर पडणाऱ्या दौल्याच्या बायकोकडे मी पाहिले. तिच्या नजरेत मला दौल्याची नजर दिसली. ती नजर अजुनही माझा पाठलाग करीत आहे. मी पळत आहे आणि हजारो विषारी काळे नाग मला दंश करण्यासाठी पाठलाग करीत आहेत. या कोर्टाच्या भिंतींनी किती नागांचे दात काढले असावेत ?

❖❖

२३

मिरवणूक

देवगड हे नगर जिल्ह्याजवळचं खेडं. देवगडची मुलं शिकण्यासाठी नगरला जायची. सिटीबस गावापर्यंत येत होती. गावातली माणसं बाजारहाट करायला नगरलाच जायची. देवगडमधली खूप मुलं शिकली पण खूप कमी मुले महाविद्यालयात गेली. महाविद्यालयात जी दहा पाच मुले गेली ती गावातली होती. भीमनगरमधील मुले परिस्थितीमुळे मध्येच शाळा सोडून द्यायची.

दलितांना आपल्या मुलांना शाळा शेवटपर्यंत शिकवणं झेपायचं नाही, त्यामुळे त्यांच्या मुलांची शाळा अर्ध्यावरच सुटायची. अर्धी शाळा शिकून त्याचा उपयोग व्हायचा नाही. त्यापेक्षा मुलांना गावकीची कामं मिळाली की घर चालवायला त्यांची मदत व्हायची. लहानपणीच मुलं कामाला तयार व्हायची. त्यामुळे मुलांना शाळेत घालण्यापेक्षा गावकीच्या कामाला जुंपणे फायद्याचे वाटे. म्हणून दलितांची मुलं शाळेला जाण्यापेक्षा जनावरांप्रमाणे फिरायची.

दिवाकर अत्यंत हालाखीत शिकला. एस्. एस्. सी. पास झाला. तो कॉलेजमध्ये जाणारा भीमनगरमधला पहिला मुलगा होता. दिवाकरच्या आईचं, काशीचं ऊर भरून आलं होतं. नवरा मेल्यामागं तिनं दिवाकरला वाढवलं होतं. शिकवलं होतं.

दिवाकर एस्. एस्. सी. पास झाला. तो आता महाविद्यालयात जाणार म्हणून भीमनगरमधल्या लोकांनी त्याचा सत्कार ठेवला. जोतिबांनी पुढाकार घेऊन वर्गणी जमा केली. घरागणिक पैसे जमवले. आजूबाजूच्या खेड्यांतूनही वर्गणी जमा झाली. दिवाकरचं शिक्षण थांबू नये म्हणून

जोतिबा निधी जमवत होता. म्हणून दलितांनाही अप्रूप वाटत होतं. दिवाकरच्या शिक्षणासाठी दहाजण मदत करत होते. काशीला स्वर्ग दोन बोटे उरला होता. तिचं पारणं फिटलं होतं. दिवाकरपाठोपाठ एकेक मुलं शिक्षणात पुढे येऊ लागली. शिकू लागली. दिवाकरसारखं मोठं होण्याचं स्वप्न प्रत्येक झोपडीत फुलू लागलं.

देवगड, जिल्ह्याजवळचं गाव होतं. त्यामुळे वीज, सडक, शाळा, दवाखाना, पोस्ट अशा सोयी उपलब्ध झाल्या होत्या. गावाचं जुनं रूप झपाट्याने बदलत होतं. मात्र जातियता होती. भीमनगरमध्ये विजेचे खांब आले, शिक्षणाचं वारं आलं, पण गाव आणि भीमनगर यातलं सनातन अंतर मिटलं नाही. जग झपाट्यानं जवळ आलं. प्रत्येक खेडं शहराला जोडलं गेलं, पण गाव आणि दलित वस्ती यातली जातियतेची दरी नष्ट झाली नाही. देवगडला दरवर्षी पिण्याच्या पाण्याची टंचाई भासे. उन्हाळ्यात तर पाण्याचे हाल व्हायचे. गावात दोन विहिरी होत्या. एका विहिरीवर सवर्ण पाणी भरायचे, तर दुसऱ्या विहिरीवर अस्पृश्य पाणी भरत. प्रत्येक वर्षी पिण्याच्या पाण्यावरून तंटा होई. गावगुंड अस्पृश्यांच्या विहिरीत विष्टा टाकत. पिण्याचं पाणी घाण करत. यावेळी अस्पृश्यांच्या विहिरीत मेलेले कुत्रे पडले होते.

भीमनगरमध्ये अस्वस्थता माजली. भीमनगरमधील लोक या छळाला कंटाळले होते. गावाविरुद्ध तक्रार कुणाकडे करायची ? गाव सोडून जाणार तर कोठे ?

दलितांच्या विहिरीत गाववाल्यांनी मेलेले कुत्रे टाकले आहे ही बातमी दिवाकरला कळाली. शिक्षणामुळे दिवाकरला नवी पालवी फुटली होती. त्याला आपल्या गावाची लाज वाटली. दिवाकरने झाला प्रकार होस्टेलवरच्या सर्व विद्यार्थ्यांना सांगितला. दलित विद्यार्थ्यांमध्ये असंतोषाची भावना निर्माण झाली. प्रत्येकजण सुडाची भाषा बोलू लागला. सर्वजण एकत्र आले. भाड्याने सायकली घेतल्या आणि देवगड गाठले.

शंभर दीडशे सायकलस्वार गावातून निषेधाच्या घोषणा देत फिरले. गावात चावडीवर छोटी सभा झाली. गावकऱ्यांच्या दहशतीविरुद्ध संताप व्यक्त करण्यात आला. देवगड हवालदिल झाले होते. दलित विद्यार्थ्यांना कोणीच अडवू शकले नाही. विद्यार्थ्यांनी गावातल्या मंदिरात प्रवेश केला. सवर्णांच्या विहिरीवर जाऊन पाणी पिलं. गावात एक प्रकारची भीती पसरली. या सगळ्या कार्यक्रमाचा म्होरक्या दिवाकर होता.

भीमनगरमधील दलितांना समाधान वाटले. आपली ताकद कमी नाही. आपल्यावर अन्याय झाला तर जगातून माणसं येतील. आता पूर्वीचा काळ राहिला नाही. गावकऱ्यांना भिण्याचे कारण नाही. अशी चर्चा सुरू झाली. जोतिबा भीमनगरमधल्या लोकांना सांगत होता. शिकवत होता. वस्तीत हालचाल सुरू झाली होती. दलितांच्या मनांत ठिणग्या पेटत होत्या. एक नवी अवस्था हळूहळू जन्माला येत होती.

दलितांनी एक झालं पाहिजे. संघटितरित्या अन्यायाचा प्रतिकार केला पाहिजे. दलितांना संघटित झाल्याशिवाय प्रतिकार करता येणार नाही आणि संघर्षाशिवाय

त्यांच्यामध्ये स्वाभिमान निर्माण होणार नाही म्हणून दिवाकरने भीमनगरमधील दलितांना संघटित करण्याचे ठरवले. जोतिबाने गावात आंबेडकर जयंती सुरू केली होती पण मिरवणूक निघत नव्हती. दिवाकरने यंदा मिरवणूक काढण्याचा निश्चय जाहीर केला. सर्वजण कामाला लागले.

वर्गणी जमा झाली. जय्यत तयारी झाली. भव्य मंडप उभारण्यात आला. नावाजलेल्या गायन पार्ट्यांना निमंत्रण दिलं. नगरहून बाबासाहेब आंबेडकरांची भव्य प्रतिमा आणली. विद्युत रोषणाईनं भीमनगर उजळलं. सर्वांनी उत्स्फूर्तपणे सहभागी होऊन जयंतीची शोभा वाढवली. भीमनगरमध्ये आनंदाचं आणि उत्साहाचं वातावरण पसरलं होतं. आजूबाजूच्या खेड्यातून दलित मंडळी जमा झाली होती. प्रत्येकजण काम बुडवून घरी राहिला होता. भीमनगर पूर्णपणे सजलं होतं.

गावात शिवजयंती उत्सव साजरा होत होता. कधी गणेश उत्सव आणि मोहरम एकत्र यायचे, तर कधी आंबेडकर आणि शिवजयंती एकत्र यायच्या. त्यामुळे गावातील गुंड संधी साधून हल्ला करायचे. यंदा शिवजयंती आणि आंबेडकर जयंती एकत्र आल्याने गावात तेढ निर्माण झाली होती.

आंबेडकर जयंतीपेक्षा शिवजयंती चांगली झाली पाहिजे या इर्ष्येने गाववाल्यांनी तयारी केली होती. गावातल्या प्रमुख चौकात भव्य मंडप उभारला होता. शिवरायाची विलोभनीय प्रतिमा बसवली होती. सुंदर देखावा उभा केला होता. रात्र न् दिवस गाण्याच्या ध्वनिमुद्रिका वाजत होत्या. गावात ठिकठिकाणी विद्युत रोषणाई केलेली होती. सायंकाळी बाबासाहेब आंबेडकरांच्या प्रतिमेची गावातून सवाद्य मिरवणूक निघाली. मिरवणुकीच्या अग्रभागी लेझीम पथक होते. त्यानंतर घोषणा देणारे युवक होते. दिवाकर निळ्या गुलालाने पूर्णपणे रंगला होता. सर्वांच्या अंगावर नीळ उधळली गेली होती. जोतिबाच्या संपूर्ण चेहऱ्याला नीळ फासली होती. अधून मधून कोणीतरी दिवाकरवर नीळ उधळे. निळ्या रंगात न्हालेला दिवाकर पाहून काशीला आनंद होत होता.

मिरवणूक प्रत्येक चौकात थांबे. तिथे कसरतीचे प्रयोग होत. लेझीमचा डाव होई. मग मिरवणूक घोषणा देत पुढे सरके. मिरवणुकीच्या शेवटी शृंगारलेली बैलगाडी होती. बैलगाडीत बाबासाहेबांची प्रतिमा ठेवलेली होती. बैलगाडीमागे दलित स्त्रिया आणि मुले भीमगीते गात चालली होती. रोज ह्या गावातून लाचारपणे फिरणारी दलित मंडळी आज रस्त्यावरून घोषणा देत आनंदाने नाचत गात जात होती. आंबेडकर जयंतीची मिरवणूक गावातल्या प्रमुख चौकात आली. चौकात गावातले तरुण मुद्दाम लेझीम खेळत होते. गजाढोल जोरजोरात वाजत होता. खेळ रंगला होता. मिरवणुकीला पुढे जाण्यासाठी रस्ता नव्हता. त्यामुळे मिरवणूक थांबली. गावातल्या तरुणांनी लेझीमचा खेळ मध्येच बंद करून मिरवणुकीला रस्ता द्यायला नकार दिला. मुळात त्यांना

आंबेडकर जयंतीची मिरवणूक अडवायची होती. दिवाकर आणि जोतिबांनी गावकऱ्यांना विनंती केली. 'मिरवणुकीला रस्ता द्या. मिरवणूक पुढे गेल्यानंतर पुन्हा लेझीम खेळा.' शिवजयंतीच्या अध्यक्षांनी जोतिबा आणि दिवाकरची विनंती साफ धुडकावून लावली. 'मिरवणूक माघारी न्या, आम्ही खेळ थांबवणार नाही.' अशी भूमिका गाववाल्यांनी घेतली. 'तुमचा खेळ संपेपर्यन्त मिरवणूक येथेच थांबेल. त्यानंतर आम्ही मिरवणूक पुढे नेऊ' असा खुलासा दिवाकरने केला. गावातले त्यालाही तयार झाले नाहीत. हळूहळू एकेकजण जोतिबा आणि दिवाकरभोवती जमू लागले. सर्वजण भगव्या गुलालाने माखले होते. दिवाकरने दलितांना रस्त्यावर बसण्यास सांगितले. गाववाल्यांनी मिरवणूक विसर्जित करा आणि परत जा असा हेका धरला. दिवाकर आणि जोतिबांनी नकार दिला. तशा 'जय भवानी जय शिवाजी'च्या घोषणा गर्जल्या आणि मिरवणुकीवर हल्ला झाला. गोंधळ आणि आक्रोश सुरू झाला. लोक सैरावैरा पळू लागले. काशीला जबर मार लागला. दिवाकर आणि जोतिबा जखमी झाले. बाबासाहेबांच्या प्रतिमेची मोडतोड झाली.

काशी शुद्धीवर आली तेव्हा तिला भगव्या गुलालाने माखलेले अक्राळविक्राळ चेहरे दिसू लागले. ती भिऊ लागली. दिवाकर आईला शुद्धीवर आणण्याचा प्रयत्न करू लागला. पोलिसांनी गावकऱ्यांना अटक केली. वर्तमानपत्रात बातम्या आल्या. राज्यात देवगड आणि दिवाकरचं नाव प्रसिद्ध झालं.

दिवाकरला नेतृत्वाचं वेड लागलं. तो सतत नेता होण्याचे स्वप्न पाहू लागला. विधानसभेच्या निवडणुका तोंडावर आलेल्या. प्रत्येक पक्षाने मोर्चेबांधणी केलेली. दिवाकरनेही विधानसभेच्या निवडणुकीसाठी अर्ज भरला. राखीव मतदार संघातली ही निवडणूक. दिवाकरने रिपब्लिकन पक्षाच्यावतीने आपली उमेदवारी जाहीर केली. रिपब्लिकन पक्ष हा दलितांचा राजकीय पक्ष. बाबासाहेब आंबेडकरांच्या विचार आणि चळवळीचा वारसा असलेला पक्ष. दिवाकर सर्व प्रतिस्पर्ध्यांमध्ये सर्वच दृष्टीने सरस होता. कार्यकर्ता म्हणून त्याला नाव होते. गेले एक दशक तो सामाजिक चळवळीत झपाटून काम करत होता. त्याच्या नावाला प्रसिद्धी आणि प्रतिष्ठा याचे वलय होते, पण हे वलय जातीच्या ग्रहणाने ग्रासले होते.

सत्ताधारी पक्षाने आपली उमेदवारी दाजिबाला दिली होती. दाजिबा हा सवर्ण पुढाऱ्यांचा हुजऱ्या होता. खरी लढत सत्ताधारी पक्षाचा उमेदवार दाजिबा आणि दिवाकर यांच्यातच होणार होती.

महार ही कडवी जात. आक्रमक आणि शिवराळ. बाबासाहेब आंबेडकरांच्या विचाराने जागी झालेली. महारांनी शिकलं. संघटना बांधल्या. संघर्ष केला. त्यामुळे महार जात इतर अस्पृश्य जातींपेक्षा सर्वच क्षेत्रात अग्रेसर राहिली. त्याचे फायदेही या जातीला मिळाले. महारांच्या मानाने अन्य अस्पृश्य जाती मागासलेल्या आहेत.

महारांच्या बंडखोरीमुळे सवर्ण समाज दुखावला आहे. तो महारांचा द्वेष करतो. सवर्ण महारांना मतं देत नाहीत म्हणून सवर्ण आपली राजकीय उमेदवारी महारांना देत नाहीत. सवर्ण राजकीय पक्ष आपला उमेदवार महारेतर अस्पृश्य जातीतून निवडतात आणि त्याला महाराविरुद्ध उभं करतात. महार उमेदवार कितीही लायक असो, तो निवडणूक हरतो. बाबासाहेब आंबेडकरांचाही असाच पराभव झाला. तिथे दिवाकरचा काय पाडाव लागणार ? निवडणुकीचा निकाल लागला. दाजिबा प्रचंड मताने विजयी झाले, तर दिवाकरची अनामत रक्कमही जप्त झाली होती. दाजिबाची विजयी मिरवणूक निघाली. त्या दिवशी दिवाकरच्या घरावर दगड पडले होते आणि मतदार संघातल्या चारपाच गावात गावकऱ्यांनी महारवाड्यात हल्ले केले होते. लढाऊ महार जात अशी वेगळी काढून ठेचली जात होती. महारांच्या विरोधात अन्य मागासवर्गीय जाती सवर्णाबरोबर जात होत्या. जीवनाच्या हरेक क्षेत्रात महार उमेदवाराला बाजूला काढले होते. दाजिबाची विजयी मिरवणूक संपली. जाहीर सभा सुरू झाली. मतदारांचे आभार मानणारे पुढारी. मतदारांना आश्वासन देणारे नेते. सत्तेचे स्वप्न पाहाणारे कार्यकर्ते. टाळ्या वाजवणारी जनता. आपल्या जातीचा माणूस निवडून आला आहे म्हणून जमा झालेली गर्दी. गर्दीपासून दूर उभ्या असलेल्या गरीब बायका. त्यांना यातलं काहीच कळत नाही. त्या अवाक् होऊन गर्दीकडे पाहात होत्या.

क्षणात आग भडकते. शॉर्ट सर्किटमुळे संपूर्ण मंडप आगीच्या भक्ष्यस्थानी पडतो. लोकांची एकच धावपळ, आक्रोश, गोंधळ. प्रत्येकजण आपला जीव वाचवू पाहातोय. अचानक लागलेल्या आगीमुळे सर्वजण वाट मिळेल तिकडे धावू लागतात. मरणाच्या भीतीने मोकाट पळाल्यामुळे चेंगराचेंगरी होते. या चेंगराचेंगरीत वीस लोक मरण पावतात. कित्येकजण जखमी होतात. सर्वत्र शोककळा पसरते.

दिवाकर आपल्या पराभवाचा अंतर्मुख होऊन विचार करत होता. या देशाचं राजकारण एका जातीच्या आधारावर करता येणार नाही. हा देश अनेक जातींत विभागला आहे. निवडणुकीतल्या विजयासाठी एका जातीला दुसऱ्या जातीवर अवलंबून राहावे लागते. त्यामुळे व्यापक सामाजिक ऐक्याशिवाय पर्याय नाही. सवर्णांची मतं दलितांना मिळत नाहीत. संपूर्ण बहुजन समाज एक झाला तर, या देशातल्या जातियतेविरुद्ध लढता येईल. बुद्ध, फुले, कबीर, आंबेडकर होऊन गेले. हा समाज आहे तसाच आहे. तिथे आपण कुठे पुरणार ? दिवाकर आतल्या आत भुईसपाट होत होता. त्याला निराशेने घेरले होते. पोटनिवडणूक जाहीर झाली. दिवाकरने तडजोड केली. सत्ताधारी पक्षाकडे तिकिटाची मागणी केली. दिवाकरने सत्ताधारी पक्षाचा उमेदवार म्हणून निवडणुकीचा अर्ज भरला. दिवाकरने राजकीय संधीसाठी आपली भूमिका बदलली होती. तो आपल्या भूमिकेचं समर्थन करत होता. आपली भूमिका खरी वास्तव आणि व्यापक आहे. तिच्यामुळे चळवळीला नवी दिशा मिळेल असे विवेचन करत होता. दलित कार्यकर्ते

दिवाकरच्या विरोधात गेले होते. दिवाकर स्वार्थासाठी सत्ताधाऱ्यांना विकला गेला अशी संतप्त प्रतिक्रिया संपूर्ण समाजात पसरली गेली होती. दिवाकरच्या उमेदवारीमुळे सत्ताधारी पक्षामध्येही वादळ उठलं होतं.

सत्ताधारी पक्षातील दलितांनी दिवाकरविरोधी भूमिका घेतली होती. आम्ही पक्षात अनेक वर्षांपासून आहोत. आम्हांला तिकीट न देता पक्षाशी निष्ठा नसणाऱ्या उपऱ्याला तिकीट देणे योग्य नाही अशी बंडखोरांची भूमिका होती. निवडणुका झाल्या. दिवाकर प्रचंड मताने निवडून आला. दिवाकरची विजयी मिरवणूक निघाली. भीमनगर दिवाकरच्या स्वागतासाठी सज्ज झालं होतं.

काशीच्या आनंदाला सीमा नव्हती. दिवाकरची कार आली. त्यामागून मोटारींचा ताफा, घोषणा, फटाक्यांची आतषबाजी, मंगलवाद्यांचा गगनभेदी आवाज. दिवाकर घरी न येता गावात जातो. गावातल्या ग्रामदेवीचं दर्शन घेत होता. आपला उमेदवार निवडून आल्यामुळे लोकांना आनंद झाला होता. आंबेडकर जयंतीच्या मिरवणुकीला विरोध करणारे लोक दिवाकरचा जयघोष करत होते. दिवाकरचे संपूर्ण शरीर भगवे झाले होते.

मिरवणूक हळूहळू भीमनगरकडे जात होती. दिवाकरला कधी एकदा आईला भेटू असे झाले होते. सर्व भीमनगर मिरवणुकीच्या वाटेला डोळे लावून उभे होते. काशी, जोतिबा सर्वांच्यापुढे होते. घोषणा ऐकू येत होत्या. फटाक्यांचा, वाद्यांचा आवाज ऐकू येत होता. भीमनगर आनंदाने वेडेपिसे झाले होते. गर्दीचा अनावर लोंढा भीमनगरकडे सरकत होता. एक भगवे चक्रीवादळ घोंघावत येत होते आणि स्वागताला मोडके तोडके भीमनगर लहान मुलासारखे उभे होते. अमाप गोंधळ, अक्राळविक्राळ भगवी गर्दी, सणसणत येणारे लोक, कानठळ्या बसणारा पिसाट आवाज. भीमनगर हादरले. दलित मंडळी गर्भगळित झाली. त्यांची पाचावर धारण बसली. नाचत येणारी भगव्या रंगाची गर्दी पाहून काशीला आंबेडकर जयंतीच्या मिरवणुकीवर झालेला हल्ला आठवला. काशीची शुद्ध हरपली. काशीने भीतीने किंकाळी फोडली आणि क्षणात भीमनगर होत्याचे नव्हते झाले. सर्वजण जीव मुठीत घेऊन पळू लागले.

काशी बेशुद्ध होऊन जमिनीवर कोसळली होती. जोतिबा तिला शुद्धीवर आणण्याचा प्रयत्न करत होता.

मिरवणूक विजयोन्मादाने हळूहळू भीमनगरकडे येत होती.

❖❖

२४

गोहत्या

म्हादबानं आपली गाय याकुब खाटकाला विकली. खूप दिवसांपासून गाय विकायची होती. एक तर ती दूध देत नव्हती, शिवाय वांझ होती. मग असं जनावर घरात ठेवून काय उपयोग ? ते विकलं तर चार पैसे येतील म्हणून म्हादबानं आपली गाय विकली. याकुब खाटकाने पैसे दिले आणि गायीचा कासरा हातात घेतला. याकुबला बरं वाटलं. बुधवार बाजारासाठी जनावर मिळालं. जिवंत गाय विकली तर पाचशे रुपये मिळतात, पण तीच कापून विकली तर शंभर-दीडशे अधिक मिळतील. आज खाणारी माणसंही वाढलीत. अलीकडं म्हणही पडलीय नव्हं, 'म्हारानं पुस्तक महाग केलं तर बामणानं मटण महाग केलं.' पुस्तक न वाचणारी जात पुस्तक वाचू लागली आणि मटण न खाणारी जात मटण खाऊ लागली.

याकुबने गाय ओढून गोठ्यातून बाहेर आणली. गाय हंबरली. गोठ्यातली जनावरं मूकपणे जाणाऱ्या गायीकडं बघत होती. गायीचा गोठा सुना वाटत होता. म्हादबाच्या डोळ्यांत पाणी आलं. मालकिणीनं गायीला शेवटची भाकर चारली. घरातील मुलं गायीच्या पाया पडली. याकुबने गाय पुढे ओढली. म्हादबनं गायीला हाकललं. गाय घराच्या उंबरठ्याबाहेर पडली.

याकूब गाय घेऊन जात होता. गायीच्या मागून याकूबचा मुलगा हुसेन चालत होता. तो गायीला हाकलत होता. याकूब खुशीत होता. त्यानं गायीच्या शरीराला अनेक वेळा न्याहाळलं. जनावर महागात पडलं नाही. गाय चांगली जाईल. शंभर-दीडशे मिळाले तरी

चालतील. मोहर्रमला मुलांना कपडे घेता येतील. याकूब विचार करीत गाय ओढत होता. गाय निमूटपणे याकुबच्या पाठीमागे जात होती.

याकूब गाय घेऊन खुशीत चालला होता. रस्त्यात गणा महार भेटला. त्यानं गायीला पाहिलं. याकूबला हटकलं. 'चांगलं जनावर मिळालंय, किती रुपयात सौदा सुटला ?' म्हणून चौकशी केली याकूबनेही हसत त्याच्या प्रश्नांना उत्तरं दिली. गणा जाताजाता 'माझ्यासाठी गायीची जीभ ठेवा. दुसऱ्या कुणाला विकू नका,' म्हणून सांगून गेला. याकूबला गिऱ्हाईक लाभल्याचा आनंद झाला.

याकूबला शेखरनं अडवलं. शेखरचे मित्रही मदतीला आले. त्यांनी याकूबला पकडलं. गाय ताब्यात घेतली. गोमातेला मुस्लिमाच्या हाती पाहून त्यांच्या भावना भडकल्या होत्या. त्यांनी याकूबला दम दिला. याकूबने प्रतिकार केला. त्यांच्यात वाद सुरू झाला. शेखरचा राग अनावर झाला. त्यानं याकूबची गच्ची पकडली. रस्त्यात भांडण सुरू झालं. मुस्लीम मोहल्ल्यातून माणसं आली. हिंदूही जमले. मारामारी सुरू झाली. एक-दोघांचं रक्त सांडलं. वातावरण बिघडलं. मुक्या गायीनंही हंबरलं.

शेखरनं गाय परत आणली. दावणीला बांधली. त्याने आपल्या वडिलांना खडसावले. वडिलांचे हे कृत्य त्याला आवडले नव्हते. तो संतापाने फणफणला होता. 'बाबा, गोमातेला तुम्ही विकून पाप केलं आहे. अहो, गोमाता वांझ म्हणून काय झालं ? आपण वांझ आईला विकलं असतं ? तुम्ही आईला विकण्याचा अपराध करताय' म्हादबा वैतागला होता. हिंदू जमून त्याची कानउघडणी करीत होते. शेखरसारख्या कट्टर हिंदुत्ववादी कार्यकर्त्याच्या घरी असा प्रसंग घडावा हे सर्व कार्यकर्त्यांना पटणारं नव्हतं. कार्यकर्ते चिडले होते. शेखरचं अध्यक्षपद धोक्यात आलं होतं, म्हणून त्याने वडिलांना वेठीस धरले होते.

'गाय ही माता आहे. हिंदू संस्कृतीत गायीला पवित्र मानलं जातं. इतकेच नव्हे तर गोमूत्रालाही पवित्र मानलं जातं. गाईच्या शरीरात तेहतीस कोटी देवता वसत असतात. गाय हा उपयुक्त प्राणी आहे. गाय म्हणजे शेतकऱ्याची कामधेनूच. गाय दूध देते, गाय वासरू देते, गाय पवित्र असते. अशा गाईचा वध थांबला पाहिजे.' शेखर जोरजोरात भाषण करीत होता. गावात गोवधबंदीच्या प्रचारार्थ सभा आयोजित केली होती.

'गोमाता तुम्हांला पवित्र असेल. पण आम्हाला गोमांस आवडते. गाय आमचं अन्न आहे. आमच्या खाण्यावर ही कसली बंदी ?' अशी चर्चा मुस्लीम व महार मोहल्ल्यात ऐकू येत होती. पण गावाच्या विरोधात कुणीच बोलत नव्हतं. 'तुम्ही चोरून गाय कापा. आम्ही चोरून मटण खातो.' असंही बोललं जात होतं. 'आता खटिकखानाच बंद झाला पाहिजे' अशी मागणी हिंदू पुढे करत होते. गावात पोलीस आले होते. स्वातंत्र्याच्या पंचेचाळीस वर्षांनंतर पहिल्यांदाच गावकऱ्यांनी आपल्या गावात पोलिसांना

वावरताना पाहिलं होतं. गायीमुळं गाव राज्यात चर्चित ठरलं होतं. गायीमुळं शेखरचं नावही लोकांच्या तोंडी आलं होतं. त्यानं आपल्याच वडिलांविरुद्ध घेतलेला बंडखोर पवित्रा पाहून त्याला जिल्ह्याच्या कार्यकारिणीत सामावून घेतलं होतं. म्हादबाला आपली चूक कळून आली होती. 'गाय म्हणजे माय' हे त्याला पटलं होतं.

गावाचे व्यवहार सुरळीत झाले. पोलीसही निघून गेले. याकूब बाहेरगावाचे जनावर रात्रीच आणायचा. रात्रीत कापायचा. गाववालेही आता हळूहळू विसरून जात होते. गोमांस खाणारे खात होते. रोज गायीचा गळा सोडवला जात होता. धारदार सुऱ्याच्या पात्याखाली गायीचं हंबरणं गाडलं जात होतं. शेखरला नव्या जबाबदाऱ्या मिळाल्या होत्या. तोही उमेदीनं काम करीत होता. गावात सलोख्याचं वातावरण नांदत होतं.

गाव पहाटेच्या घंटानादाने जागा व्हायचा. मंदिरातला घंटानाद गावभर व्हायचा. माणसं जागी व्हायची. मंदिराच्या वाटेला लागायची. पहाटे काकडारती व्हायची. पहाटेच्या पूजेला सर्वजण जमा व्हायचे. प्रत्येक पहाट प्रार्थनेनं पुनित व्हायची आणि गावापलीकडं असलेल्या खाटिकखान्यातील गायीच्या हंबरण्यानं भेदरून जायची. देवळातला घंटानाद ऐकला की याकूबही उठायचा. हुसेन सुरा घ्यायचा. गाव मंदिरात जमा झालेला असायचा. याकूब गायीचे चारीही पाय बांधायचा. गायीला खाली पाडायचा. गाय धडपडायची. याकूबचं घर मदतीला यायचं. हुसेन याकूबच्या हाती सुरा द्यायचा. याकूबची पत्नी मालन तांब्या भरून पाणी आणून द्यायची. याकूब गाईला शेवटचं पाणी पाजायचा. गाय हंबरायची. गायीच्या डोळ्यांत अभंग दाटून यायचे. अभंगांत तल्लीन झालेला गाभारा गळ्यात भरून यायचा. याकूब सुरा पाहून घ्यायचा. गायीच्या गळ्यावर ठेवायचा. अंगातली ताकद एकवटून सुरा चालवायचा. रक्ताच्या चिळकांड्या उडायच्या. गायीचा हंबरडा पहाटभर पसरायचा. गायीची तडफड व्हायची. हळूहळू गायीचं धड थंड व्हायचं. काकडारती संपून सर्वजण प्रसाद घ्यायचे, घरी जायचे. गाय देवाघरी पोहोचायची. याकूब गाय सोलायचा. कातडं बाजूला काढायचा. हळूहळू सूर्य उगवायचा. सूर्यकिरणं गायीच्या रक्तात माखायची. एकेक गिऱ्हाईक यायचं. गोठ्यातील गाय चुलीवर शिजायची. हंबरायची. पुन्हा काकडारती. पुन्हा हंबरडा.

'गोहत्या प्रतिबंधक कायदा झाला पाहिजे' या मागणीसाठी शेखरनं आमरण उपोषण करण्याचं जाहीर केलं. पुन्हा वातावरणानं वेगळं वळण घेतलं. चर्चेला ऊत आला. वर्तमानपत्रांचे रकाने भरू लागले. गोहत्येच्या विरोधी आणि बाजूने मतं मांडली जाऊ लागली. 'आपले राष्ट्र निधर्मी आहे. निधर्मी राष्ट्रात असा कायदा पास होऊ शकत नाही.' असंही ऐकायला मिळत होतं. आंदोलनानं उग्र रूप धारण केलं. शेखर उपोषणाच्या तयारीला लागला.

शेखरच्या घरातील वांझ गाय मरण पावली होती. शेखरला खूप वाईट वाटले.

त्याला आजच उपोषणासाठी निघायचं होतं. म्हादबानं गणा महाराला निरोप पाठवला. गणा महार चार जणांना घेऊन आला. चौघांनी गायीच्या धडाला बांधलं. उचललं. गाय म्हाराच्या ताब्यात दिली होती. 'माय मेली असती तर महारांना ओढून नेण्यासाठी सांगितलं असतं ?' शेखर गाडी चुकेल म्हणून उपोषणासाठी जिल्ह्याच्या ठिकाणी रवाना झाला. गणा महारानं गाय गावाबाहेर आणली. काळ्या रानात ठेवली. गणानं गायीच्या गळ्याला सुरा लावला. गाय सोलली. तिचं कातडं ताब्यात घेतलं. नंतर माणसं आली. त्यांनी गायीचं मांस मिळवलं. नंतर कुत्री आली. त्यांनी गायीच्या हाडांचे लचके तोडले. नंतर गिधाडे आली. त्यांनी गायीच्या सांगाड्यावर झडप घातली. नंतर याकूब आला. त्याने गायीची हाडं ताब्यात घेतली आणि ती हाडं त्याने विकली. खरंच, गाय किती उपयुक्त प्राणी आहे ! शेखरनं उपोषण मागं घेतलं. त्याला आता लोकसभेचं तिकीट मिळणार होतं.

रोज पहाट यायची. पुजाऱ्याचे हात तीर्थानं माखायचे आणि याकूबचे हात गायीच्या रक्ताने पवित्र व्हायचे.

❖❖

२५

समाधी

त्या रात्री आभाळ भरून आलं होतं. वारा घो घो वाहत होता. अधून मधून विजा ओरडत होत्या. रात्री पाऊस पडणार हे कुणीही सांगू शकलं असतं. वातावरणात पावसाचं आगमन निश्चित झालं होतं. परभणी जिल्ह्यातील पिंपरी देशमुख गावंही पावसाच्या भयानं घर धरत होतं. चुली पेटल्या होत्या. थकली-भागली माणसं जमीन धरत होती. गावातलं भजनी मंडळ मंदिरात एकेक करून जमा होत होतं.

स्वातंत्र्य मिळाल्यानंतर देशाच्या दहा संसदीय निवडणुका झाल्या, पण पिंपरी देशमुख गावातलं सनातन वातावरण बदललं नाही. या देशाचा इतिहासच असा आहे. राजे बदलतात, राज्ये बदलतात, पण इथला समाज मात्र त्याच्या गतीनेच बदलतो. माणसं आहेत तशीच आहेत. या गावात अजूनही दलितांना मंदिरप्रवेश दिला जात नाही. सवर्णांच्या विहिरीवर पाणी भरू दिलं जात नाही. ग्रंथाला वाळवी लागावी तसा एखादा माणूस हजारो वर्षांच्या इतिहासाची मोडतोड करून जन्मतो.

गाव भजनात दंग झाला होता. देवधर्मानं त्यांना प्रतिष्ठा दिली होती. इथला परमेश्वरही माणूसद्रोही आहे. तो सवर्णांना एका पारड्यात तर शूद्रांना एका पारड्यात जोखतो. सर्व हक्क-अधिकार तो सवर्णांना देतो. इथल्या धर्मनियमांनी समाज जखडला आहे. धर्मग्रंथातल्या पानापानांवर शूद्रांचा अपमान व छळ करण्याच्या आज्ञा दिल्या आहेत. या धर्मग्रंथाच्या पानापानावर बसून हागावं वाटतं. माझ्या मुताने भिजले

पाहिजेत हे मंत्र. या मंत्रांनीच आमचं माणूसपण नाकारलं, आम्ही त्यांचं मंत्रपण नाकारतो. आम्हांला अपवित्र मानणाऱ्या परमेश्वराच्या डोक्यावर बुटाचा पाय देऊन उभा राहतो, 'भडव्या, आमच्या किती रूक्मिणी नासवल्या, आमच्या किती स्त्रिया पळवल्या, आमच्या किती पार्वती मारल्या ? तू आम्हांला नंदी केलंस. अरे, तुझी सोंगं तरी किती ? तुला गळ्यात विषारी साप चालतो आणि पुढे नंदीबैल, पण आम्ही नाही. अरे, तू विष पचवतोस, पण आमचा मंदिर प्रवेश नाही. तुला समूळ उखडून टाकावं वाटतं. तू ईश्वर कसा ? माणसामाणसांत भेद रुजवणारा. तमाम पुजाऱ्यांच्या गांडीवर हंटर ठोकून बाहेर काढावं वाटतं. भडव्यांनो, दगडाचे कित्ती स्तोम माजवणार आणि माणसांना किती नाकारणार ?' कोतवाल अंबादास साबणेच्या डोक्यात आग्या मोहळासारखे विचार घोंघावत होते. अंबादास साबणे या गावचा कोतवाल. दलित कोतवालाने गावची सेवा केली पाहिजे. सवर्णाची चाकरी केली पाहिजे. कुठल्याही समाजनियमांचं उल्लंघन करता कामा नये. समाजनियम मोडले तर पंच आहेत, परमेश्वर आहे, पापपुण्य आहे. किती कावेबाज, कुटील कारस्थानांनी धर्मग्रंथ भरले आहेत. या धर्मग्रंथांना महारोग झालाय.

मंदिरात भजनी मंडळी भक्तिगीत गात होती. चारदोन प्रतिष्ठित गावगुंडही भजनी मंडळातल्या बायकांसाठी जमले होते. पुजारी पंचा सावरत आतबाहेर करीत होते. मृदंग निनादत होता. टाळांनी ताल धरला होता. सर्वांच्या आवाजाची तार जमली होती. विणेचा स्वर हार्मोनियमच्या स्वरांबरोबर एकरूप झाला होता. म्होरक्या हातवारे करून गात होता. गौळण गाणाऱ्या स्त्रीनं छातीवरून ढळणारा पदर सावरल्यामुळे एकतारी वाजवणाऱ्याची नजर तिच्या छातीकडं गेली. तिला छाती नव्हती. पुजाऱ्याचे स्तन तिच्या स्तनांपेक्षा मापाने मोठे भरतील.

आभाळानं थयथयाट सुरू केला. पावसाचे टपोरे थेंब पडू लागले. रस्त्यावरची माणसं आडोसा शोधू लागली. हा पाऊस आज रात्रभर पडेल. पावसाच्या दाराला खिळे ठोकले पाहिजेत. आज पावसानं रौद्र रुप धारण केलं होतं. उद्या भीमनगरमध्ये डॉ. बाबासाहेब आंबेडकरांचा पुतळा बसवायचा होता. सगळ्या वस्तीने वर्गणी जमा केली होती. दगडाचा पुतळा कोरून घेतला होता. उद्या दलित वस्तीचा सण होता. उद्या वस्ती गाणार होती, नाचणार होती. बाबासाहेबांचा पुतळा बसवणार होती. वस्तीत बाबासाहेबांचा पुतळा बसवायचा पुढाकार कोतवाल साबणेनं घेतला होता.

कोतवाल साबणेला स्वाभिमानाची जाणीव झाली होती. तो गावात स्वाभिमानाने जगत होता, पण दलिताचा स्वाभिमान सवर्णाच्या नजरेत नागाच्या फण्यागत सलत होता. साबणेचं स्वाभिमानी जगणं गावाला मान्य नव्हतं. त्याच्या चांगल्या कापडावर गाव जळायचा. दलितांनी फाटकीमळकी वस्त्रं वापरली पाहिजेत. या गावात 'जी मायबाप' म्हणून जगलं पाहिजे. त्यांनी झोपडीत राहिलं पाहिजे. त्यांनी चांगलं घर बांधू

नये. साबणे तर याला अपवाद होता.

उद्या भीमनगरमध्ये बाबासाहेबांचा पुतळा बसणार म्हणजे आपल्याविरुद्ध एक बंड जन्मणार. देवकीला पुत्र झाल्यानंतर कंसला जे वाटायचं, तेच बाबासाहेबांविषयी गावाला वाटत आलं आहे. पाटलानी साबणेची त्याच्या कृत्याविषयी कानउघाडणी केली होती. दलित वस्तीत पुतळा बसणार म्हणून गाववाल्यांच्या चार-दोन बैठका बसल्या होत्या. गाव पुतळ्याच्या विरोधात होता. बाबासाहेबांचा पुतळा हा केवळ पुतळा नव्हता. तो आत्मसन्मानाचा ज्वालामुखी होता. गावकुसाबाहेर हा ज्वालामुखी धगधगत राहणं गावाला कसं परवडलं असतं ? दलित माणूस जोड्यात कसा वागला असता, त्यानं जुलूम कसा सहन केला असता ? दलितांना जोवर गुलामीची जाणीव होत नाही, तोवर गावाचं राज्य अबाधित आहे. आपल्या पायाखालची वाळू घसरते आहे, याची जाणीव गावाला होत होती. गावात एक धुसपूस नांदत होती.

पावसानं जोर धरला. कडाडून वीज कोसळली. भिजणारा साबणे कोतवाल मंदिराच्या आडोशाला आला. मंदिरात परमेश्वराचं नामस्मरण चाललं होतं. ईश्वराला प्रसन्न केलं जात होतं. समया जळत होत्या. नंदादीपाच्या प्रसन्न प्रकाशात परमेश्वराचा चेहरा उजळत हाता. गाभारा भक्तीनं भारावला होता. साबणे कोतवालाच्या पायाचा स्पर्श मंदिराच्या पायरीला झाला अन् पायरीपासून कळसापर्यंत परमेश्वराचं अस्तित्व हादरलं. शरण आलेल्यांना मरण नसतं. या हिंदू देवता खूप उदार आहेत. त्या भक्तांचं रक्षण करतात. परमेश्वर एखाद्या जनाबाईचे दळण कांडेल. चोखामेळ्याची जनावरे ओढेल. एखाद्या द्रौपदीचे वस्त्रहरण होत असेल वर वस्त्र पुरवेल. पण दलित स्त्रीच्या नेसूला हात घालताना मात्र तो तटस्थ राहील. साबणे कोतवाल ईश्वराच्या आडोशाला आला होता. साबणेला पाहून टाळ थबकले, वीणा हादरली, एकतारीला कंप सुटला, ओव्यांची जागा शिव्यांनी घेतली. भजनी मंडळ क्षणात प्रक्षुब्ध झाले. त्याची तल्लिनता पळून गेली. नामस्मरण नष्ट झाले. साबणे मंदिरात येतोय आणि आमच्या पवित्र परमेश्वराला विटाळ करतोय, हे पाहून पुजाऱ्याचा पंचा थरथरा कापू लागला. पाटील अस्वस्थ झाले. चारदोन प्रतिष्ठित गुंड भडकले. साबणेच्या एका पावलानं मंदिरातलं भक्तिमय वातावरण काळवंडून टाकलं होतं.

साबणे मंदिराच्या दाराशी ठामपणे उभा होता. जणू आभाळातली एक कडाडणारी वीज दरवाजा धरून उभी होती. मंदिरात परमेश्वर आणि दारात कोतवाल साबणे. पावसाच्या आवाजानं गाव चिडीचूप झालं होतं. साबणे कोतवाल शांतपणे उभा होता. गुंड उठले. पाटीलही त्यांच्या पाठोपाठ. मंदिराला आता वेगळंच वळण लागलं होतं.

गुंडांनी साबणेला पकडलं. टाळकरी धावत आले. सर्वांनी त्याला घेरलं. खाली पाडलं. मारहाण सुरू केली. पुजारी जोरजोरात घंटा बडवत होते. गावकरी पिसळून साबणेला बडवत होते. साबणे आक्रोश करीत होता. पाऊस वादळी वेगानं कोसळत

होता. साबणे विव्हळत होता. गुंडांना चेव चढला होता. त्यांनी लाथाबुक्क्यांनी साबणेला मारलं. मंदिराच्या कळसावर कडाडणारी वीज कोसळली आणि मंदिरात एक खुनी शांतता नांदू लागली. धोधारी पावसात एकेक जण घर गाठू लागला. पुजाऱ्यानेही परमेश्वराला एकटे सोडून पावसात घर गाठले. मंदिर रिकामे झाले. मंदिरात आता दोन प्रेतं होती. एक दलित कोतवाल साबणेचं, तर दुसरं परमेश्वराचं.

पाऊस कोसळत होता. विजा कडाडत होत्या. मंदिरात तेवणारी नंदाज्योत जळत होती. गाभाऱ्यातला एकुलता एक उंदीर इकडे-तिकडे पळत होता. मंदिराच्या भिंती गळू लागल्या. वादळ आलं. गारा पडल्या. अंधार वाढला आणि प्रचंड वीज कोसळली. गाव काळोखातही जागा व्हावा इतका मोठा आवाज झाला. पायरीपासून कळसापर्यंत मंदिराच्या भिंतीला तडे गेले आणि मंदिराचा एक बुरुज कोसळून पडला.

उद्या सर्वप्रथम पुजारी येईल आणि जाहीर करेल, 'साबणे परमेश्वराच्या दर्शनाला आला होता. तो भक्तीत इतका तल्लीन झाला होता की मंदिराची भिंत कोसळतानाही तो पळून गेला नाही. तो देवाचा लाडका होता. तो देवाघरी गेला. तो संत झाला.' गाव जमा होईल. वर्गणी जमा करेल. संत साबणेची समाधी बांधेल चोखामेळ्यासारखी आणि तेच खुनी जमतील भजनं गाण्यासाठी.

❖❖

दलित ब्राह्मण
दलित ब्राह्मण
दलित ब्राह्मण

२६

जोहार

विठ्ठलाचं गडगंज मंदिर. पुण्य मागणाऱ्यांची रोजच गर्दी. हार, तुरे, उदबत्त्या, गुलाल, अबीर विकून जागणारी दुकानं. अवतीभवती प्रसादाच्या मिरवणुका. नवसाचा जयघोष. दुरदुरून येणारी टाळमृदंगाची माणसं. त्यांच्या दगडी डोळ्यांत देव फुललेला. 'विठ्ठल रूक्माई' च्या भक्तीनं भारलेले हे भक्तगण. या भक्तीवर डवरलेली बडव्यांची पूजा. या मंदिराचं एक वेगळंच अर्थशास्त्र.

मातीतूनही मृदंगाचा आवाज निनादावा इतकं दुमदुमलेलं हे शहर. गोणपाटानं विटलेली माणसं. गुलालबुक्क्यानं गहिवरलेली कपाळं. हरिनामाच्या गजरानं पुनित झालेले कान. भाविकांच्या अलोट गर्दीनं डोळ्यांचे फिटलेले पारणे. भक्तांच्या रांगेतून पुढं सरकणारा नवस, बंदोबस्त करताना हैराण झालेल्या पोलिसांच्या मनात विसावलेला विठ्ठल. भक्तांना प्रसाद देताना घाई करणाऱ्या बडव्यांच्या काळजात आडोशाआड झालेला विठ्ठल.

पुष्पहारांवरून भाविकांची ठरणारी योग्यता. देणगीच्या रकमेवरून तोंडभरून मिळणारा आशीर्वाद. या सर्वांपासून दूर वाहत असलेली चंद्रभागा. तापल्या वाळवंटात दुथडीभरल्या पात्रातून पापाच्या सावल्या वाहून गेलेल्या. ही नौका ऐलतीरीही नाही, पैलतीरीही नाही; मध्येच विठ्ठलाधीन झालेली. त्यांच्या ओठांतला जयघोष पाण्यात गुदमरलेला. चंद्रभागेच्या तळाशी त्यांना जलसमाधी मिळालेली. येतील कधीतरी तरून वर तुकारामाच्या गाथेसारखे. आता मात्र वर्तमानपत्राच्या बातम्या झाले आहेत.

विठ्ठलाच्या मंदिराबाहेर चोखामेळ्याची समाधी. गावाबाहेरचा हा वारस. भक्तिमार्गात सर्व समान आहेत. चोखामेळा, सेना न्हावी, गोरा कुंभार, सावता माळी, जनी, रोहिदास यांच्या अपूर्व भक्तीमुळे विठ्ठलाच्या सावळ्या रुपाला सामाजिकता आलेली.

विठ्ठल कुणाचं दळण दळतो. कुणाची जनावरं ओढतो. भक्तांसाठी अहोरात्र झिजणारा हा काळीजपहाड. मी चोखामेळ्याच्या समाधीजवळ बसलेलो. चोखा महार हा विठ्ठलाचा भक्त. त्याची भक्ती अमर झाली. चोखा महाराचा आदर्श घेऊन गावोगावी चोखा महार निर्माण झाले. खांद्यावर विठ्ठलाची पताका घेऊन वारीत वावरू लागले. विठ्ठलाच्या वारीत अनेक जातीजमातींची माणसं असतात. वारी विठ्ठलाच्या दरबारी जाते. प्रत्येकजण आपल्या कुवतीप्रमाणे, पायरीप्रमाणे विठ्ठलाचे दर्शन घेतो. वारीत असलेले वारकरी जात-पात विसरून विठ्ठलाचा धावा करतात. वारीहून गावी आल्यावर आपापल्या जातीत बंदिस्त होतात.

चोखा महार हा गावाबाहेरचा संत. त्यानंही विठ्ठलाची मनोभावे सेवा केली. चोखा महाराचा असला तरी तो विठ्ठलाचा लाडका भक्त होता. विठ्ठलाची चोख्यावर अमाप माया होती. आपल्या सर्व संतांना दुजाभाव न करता साक्षात्कार घडविणारा विठ्ठल अगाध आहे. 'बोला पुंडलिक वर दे हरी विठ्ठल, श्री ज्ञानदेव तुकाराम, पंढरीनाथ महाराज की जय. ।'

विठ्ठलानं जनावरं ओढली. जनावरं ओढणं हे महाराचं काम. ते त्यानं इमानेइतबारे केलं पाहिजे. कर्तव्यनिष्ठा हीच ईशपूजा. जनावर ओढणं हे वाईट काम नाही. कुठलंही काम वाईट नसतं. महात्मा गांधींनी संडास साफ केलेलं आठवतं.

आपण आपलं परंपरेनं चालत आलेलं काम केलं पाहिजे. त्याबरोबर परमेश्वराची प्रार्थना केली पाहिजे. परमेश्वर आपल्याला मदत करतो, जनावरं ओढतो, धुणं धुतो, दळण कांडतो, चोखा महाराची भक्ती नजरेपुढे ठेवून माझ्या वाडवडिलांनी या विठ्ठलाला 'जोहार' घातला आहे.

'जोहार माय बाप जोहार
मी संतघरचा महार.'

(आम्ही होतो पाटलाचे महार.)

विठ्ठलाचा महार, संतघरचा महार, पाटलाचा महार.

काही असो, ही नगरी पुण्यवान आहे. इथं मोक्ष नांदतो. अनेकांचं पाप धुऊन जातं. लोकांना पुण्य मिळतं. हजारो, लाखो माणसं परमेश्वर भक्तीनं वेडी होऊन येतात. मला दांडीयात्रा आठवते. मूठभर मिठासाठी छेडलेल्या सत्याग्रहाने दीडशे वर्षे लादल्या गेलेल्या गुलामीविरुद्ध स्वातंत्र्याचं आंदोलन छेडलं गेलं. मला महाडचा चवदार तळ्याचा सत्याग्रह आठवतो. ओंजळभर पाण्यासाठी केलेल्या सत्याग्रहानं हजारो वर्षे निमूटपणे चालत आलेल्या जातीव्यवस्थेविरुद्ध समतेचं आंदोलन छेडलं

गेलं. मला या वाऱ्या, दिंड्या दिसताहेत. अजूनही राष्ट्रातली रात्र संपली नाही. तरीही या लाखो लोकांचे श्रम वाळवंटात विरत आहेत.

'ठेविले अनंते तैसेची रहावे
चित्ती असो द्यावे समाधान.'

विठ्ठलानं मेलेली जनावरं ओढली. डॉ. आंबेडकरांनी जनावरं ओढू नका म्हणून सांगितलं अन् आमचं घर जळालं.

आंबेडकरी चळवळीचं लोण खेड्यापर्यंत वादळगतीनं पोहोचलं होतं. गेल्या वर्षी आमच्या गावी आंबेडकर जयंती साजरी झाली होती. आम्हा सर्वांनी हिंदू धर्म सोडून बौद्ध धर्म स्वीकारला होता. महारवाड्याचं नाव आता 'भीमनगर' झालं होतं. आम्हांला 'नवबौद्ध' म्हणून सरकार दरबारी ओळखलं जात होतं. अजूनही आम्ही गावाबाहेरच राहत होतो. धर्मांतर झालं तरी आमच्या डोईवरचं छप्पर तसंच होतं. आमच्या गरिबीत काहीच फरक पडला नव्हता. एवढं मात्र खरं, की आमच्यात पौरुष निर्माण झालं होतं.

सकाळची वेळ होती. गावात कुणाचं तरी जनावर मेलं होतं. महारांना ते ओढून नेण्यासाठी सांगण्यात आलं. महारांनी जनावर ओढायला नकार दिला अन् गावकऱ्यांनी झोपड्यांना आगी लावल्या. त्यात आमचं घर जळालं.

'आम्ही आता बौद्ध झालो आहोत.'

'तुम्हाला बौद्ध व्हायला कुणी सांगितलं ?'

'आम्हांला गावाबाहेर ठेवण्यासाठी तुम्हाला कुणी सांगितलं ?'

उलट प्रश्न विचारण्याची ताकद आमच्यात आली होती. निमूटपणे थुंकी झेलण्याचे दिवस संपले होते. आम्हांला स्वातंत्र्य मिळालं होतं, हक्क मिळाले होते. माणूस म्हणून मान्यता मिळाली होती. हे अमान्य सत्य होतं. म्हणून आमचं घर जळालं. आम्ही गप्प बसलो. कारण भाकरीचा प्रश्नही अजून अनिर्णित होता.

आम्ही गाव सोडलं, घरदार सोडलं, खेडी सोडली अन् शहरात आलो. इथं कायद्याचं संरक्षण मिळू शकेल, अशी आशा घेऊन.

संत चोखोबाची समाधी एक जगण्याचा आधार आहे. भाविक माणसं येतात विठ्ठलाच्या दर्शनाला. मी त्यांची पादत्राणं सांभाळण्याचं काम करतो. प्रत्येक पादत्राणाला पंचवीस पैसे मिळतात. त्यांना मी बिल्ला देतो. त्यांचे जोडे सांभाळतो. भाविकांचे जोडे सांभाळण्यातही पुण्य आहे. काही भाविक माझ्याशी भांडतात. जोडे दुसरीकडंच सोडतात. जोडे चोरीला गेल्याशिवाय यांना माझं महत्त्व कळणार नाही.

लहानपणी मी या मंदिरात यायचो. एखादी चांगली चप्पलजोड हेरायचो, पायांत घालायचो. निघून जायचो. या कामात मला माझा लहान भाऊ मदत करायचा. एखादा सुटाबुटातला माणूस येत असला की त्यावर पाळत ठेवायचो. तो चप्पल कुठं

सोडतो हे बघायचो. तो मंदिरात गेला की हळूच चप्पलेजवळ जायचो. इकडंतिकडं बघायचो, सराईतपणे चप्पल पायांत घालायचो अन् ऐटीत निघून जायचो. पुढे मारलेल्या चपला, बुट, सॅण्डेल चार पैसे कमी घेऊन विकायचो. घर चालवायचो. आता पादत्राणं सांभाळण्याचं काम करतोय.

सध्या आषाढी-कार्तिकी असल्यामुळं माझा धंदा चांगला चाललाय. चार पैसे मिळतात. विठ्ठलाची कृपा आहे. एम. ए., बी. ए. शिकलेले लोक बेकार आहेत, प्रामाणिकपणे लोकांची पादत्राणं सांभाळावीत, 'हरी हरी' करीत जीवन घालवावं.

थोड्या वेळानं पोलिसानं एका बाईला ओढत आणलं. ती गरोदर होती. पोलीस तिला शिव्या देत होते. ती रडत होती. तिनं कुणाचं तरी मंगळसूत्र चोरलं होतं. यात्रेला चारदोन चोर येणारच. आता प्रत्येकाची विठ्ठलानं कशी काळजी घ्यायची ? खिसे कापणाऱ्यांपासून सावध राहिलं पाहिजे. खिसे कापणाऱ्यानं खिसा नाही कापला तर तो जगणार कसा ? पोलीस मंगळसूत्र चोरलेल्या बाईला बडवीत होते. तिला पोलीस चौकीवर नेलं.

मुंग्यांसारखी माणसांची गर्दी. गोंगाटानं वातावरण ढवळलेलं. हवेत गुलाल-बुक्का उधळत होते. टाळमृदंगाच्या तालात वारकरी नाचत होते. हरिनामाच्या गजरानं मन उल्हसित झालं होतं. माणसाच्या मनातला पशू पसार झाला होता. माणूस परमेश्वरमय झाला होता.

'अहो बाईसाहेब, इथं चप्पल सोडा.'

'किती पैसे ?'

'पंचवीस.'

'नाही, आम्ही दुसरीकडं ठेवतो.'

'यांच्या चपला कुणीतरी चोरल्या पाहिजेत.'

मी लोकांच्या चपला ताब्यात घेत होतो. त्यांना बिल्ले देत होतो. बिल्ले घेऊन लोकांच्या चपला परत करीत होतो. धंदा चांगलाच चालला होता. मला एकट्याला इतकी पादत्राणं सांभाळणं कठीणं होत होतं. सकाळपासून जेवण नाही. दुपार टळून जातेय. आईनं अजून जेवण आणलं नाही, थोडा वेळ बाप इथं बसला असता तर मी जेवण करुन आलो असतो, पण मला उपाशी ठेवून बाप या वारकऱ्यांत फिरतोय, कीर्तनात रमतोय. घरापेक्षा त्याला वारीचीच अधिक काळजी असते.

थोड्या वेळानं एका माणसाला पोलिसानं पकडून आणलं. पोलीस त्याला बडवीत होते. चप्पलचोर म्हणत होते. तो माझा बाप होता. मी बेभान झालो होतो. मला काहीच कळत नव्हतं. माझ्याजवळची सर्व पादत्राणं मी फेकून मारीत होतो. भाविकांची गर्दी गोंधळली होती. मी अनावर झालो होतो.

❖❖

दलित ब्राह्मण
दलित ब्राह्मण
दलित ब्राह्मण
दलित ब्राह्मण

२७

धडका

अंगाची लाही लाही करनारं ऊन, हैवानावानी वारा भकू लागलाय. सगळे लोक देशोधडीला लागल्याती. आभाळानं डोळं पाढरं केल्यालं. कसंबसं लोक दुष्काळी कामावर कटत हैती. मुक जनावराचे हाल तर बगवनात, लोक तोंड फुटील तिकडं चालल्यात, अख्खा गाव ओस पडलाय, मायीची लेकरावरची माया कमी झाल्याय. कसली गांडू येळ आल्याय सर्वावर ? 'आले देवाजीच्या मना तिथे कुनाचे चालेना.' पाप जास्त झालंय म्हणून तर पाऊस पडत न्हाय. गेल्या जत्रंत पुजाऱ्याने भविष्य सांगितलेलं खरं झालं.

मेसूसुरी लै सत्याची. नवसाला पावतीया. ज्येला मूलबाळ न्हैय त्येला लेकरू व्हतंया. घरात तिप्पल आलं तर त्योबी तिडा सोडवतिया. पाचाचं पन्नास करतीया. ज्येची न्हेत चांगली त्येचा पदर खाली राहानार न्हाय. यंदा दुस्काळातंन काय तर वाट निगीलं. मेसुबाई आपल्याच लेकराचा अजून कित्ती गोळ बगील ?

परश्या, धा वर्सानं गावावर आलाय, मेसूबायच्या जत्रंत परश्याचा ल्योक धडक घेनार हाय. दुस्काळात परश्यानं गाव सोडलं. त्येला म्हमय पावलीय. गुरा ढोरावानी राबून परश्यानं माया कमावलीय. परश्याची बायकु सुभद्रानं बोरमाळ घितलाय. न्हैतर हिथं शेनपान्यातंच जल्म गेला असता. रया राहिली नस्ती. म्हमयीत गु का काढीना पर गावात तैठ आलाय. खेड्यात काय माती हाय ?

उद्या जत्रा. पावने रावळे येऊ लागल्याती. देवळाची जागा फुलु लागल्या. पटांगणाची पाडेवारानी साफसफाई केलीया. रंगबी

दिलाय. बाया घरं उभआडवं सारवून काढत हैती. धुणं, न्हाणं चाललंय. इटाळ चंडाळ राहू ने म्हणून सगळं पाक करू लागलेत. परश्याच्या मायीनं तर तांब्याभर गवतर घरात आणून ठिवलंय. कुनाबुनाचा पदर लागू ने म्हणून घराघरात म्हातारी माणसं नजर देत हैती, परश्याची माय उद्या दंडवत घेनार हाय. कंबाराएवढा बोकूड घितलाय. कंदुरी करायचीयं. पावन्यानं घर भरलंय.

उद्या म्हशा धडक घेणार म्हणून परश्या चितागती झाल्ता. परश्याला त्येची धडक आठवली. रक्तानं भरलेलं त्येचं डोस्कं आठवलं. परश्या मरता मरता आईच्या कृपेनं वाचल्ता. परश्याच्या चुलत्यानं धडक घितली न्हाय तर त्येचा वस बुडाला. परश्याला धडक भरल्याय. देवाच्या मर्जीपुढं कुनाचं चालतंय ? जल्माला घालनारा तोच हाय, आन् मारनाराबी तोच हाय.

मेसूबाईच्या देवळाभवती जत्रा भरल्ती. हवश्या नवश्यांची गर्दी झाल्ती.

नारळ, हळद, कुंकू, उदबत्त्या, फुलांचे हार आन् चोळीच्या खणांची दुकानं देवळाच्या बाजूलाच लावल्ते. लोकांची झुंबड उडाल्ती. आजुबाजूला गावगावच्या बैलगाड्या सोडल्या होत्या. प्रत्येक गाडीखाली बोकूड, कोंबडा न्हैय तर हाल्या मेसुबायला कापाय आनला हाय. सगळे आपल्याच गुर्मीत हैती. तीन दगडांच्या चुली सगळीकडे पेटल्या हैती.

गावचा पाटील आन् चार महारं गुडीजवळ उभारल्यात. जत्रा ऐन भरात आलीया. तोबा तोबा गर्दी झालीय. बोकडं कापलेत. कोंबड्यांची तर दादच न्हैय. देवळापुढी रक्ताचा चिकुल झाला. गुडीच्या दारावर रक्ताच्या हाताची छाप मारले हैत. हालग्या वाजत हैती. पोतराज आरवत-मिरवत हैती. अंगात आलेल्या बाया देवळाच्या फौळीत नाचत हैती. उद नारळाचा खच पडलाय. दर्शनाला रीघ लागल्याय, पोलिसांची गांड गळ्याला आल्याय. गर्दीला कित्ती म्हन आवरतील ?

थोड्या येळांन धडका सुरू व्हनार व्हता. परश्यानं आपल्या पोराला न्हावू पिवू केलं. त्येला धडका कसा घेयाचा हे समजावून सांगितलं. 'जोरात धडक घेयाची न्हैय. जोरात धडक बसली की मेंदूला इजा व्हतीया. बुद्धी जातीया. माणूस गचकतो बी.तवा मेसूबाईला दुखवायाचं न्हैय म्हणून धडक घियाची. मेसुबाईचा धावा इसरायाचा न्हाय.' परश्या उलट सुलट आपल्या शेंडेफळाला समजावून सांगत हुता. म्हशा भिन्न फुटुन ऐकत हुता. 'असला धडका का बिडका' म्हशा वैतागून बोलला. तसा परश्या जोरात उसळला. 'आरं आसं बोलू नग. माय मेसुबाई बघून घील तुला. उलट्या टांगड्या करून जाचील. तोबा तोबा कर. बकरु लावायचं, निवदबोनं करायचं. दंडवत, आयार. मगच जेवणं. मग धडका बगायच्या. लोक देवीला फुलं चढवत होते. तेल जाळत हुते. बाया आपलं धाकलं पोरगं गर्दीत चुकील म्हणून हात धरून चालत हुत्या. 'खिसा कापलाय, भडवा.' म्हणून लोक एका गरीब माणसावर तुटून पडले होते. पोलिसांनी

त्याला धरून न्हेलं. वाजत गाजत नवस येयाचा.

धडक्याची वेळ झाली. वाजत गाजत मिरवणूक येत व्हती. पुढं पोतराज, 'आय धाव, आय धाव' म्हणून लिंबू, हळद, लिंबाचा पाला उधळत येत होते. सवासनी बायांनी पंचारती घितल्ती. धडका घेनारी माणसं हार बीर घालून देवीच्या देवळाकडं बळीच्या बकऱ्यावानी निगाल्ते. मागून लोकांची व्हरमाळगी लागल्ती, गुडीपुढं कालवा व्हत व्हता. माणसं माय मेसुबाईचा धावा करीत होते. हलग्या जोरजोरात वाजत हुत्या. नारळाचा शिडगा मारत हुते. सगळीकडं धांदल उडाली व्हती.

परश्या, परश्याची माय, सुभद्रा, म्हशा आन् त्येचं गणगोत एका बाजूला हुभारल्त. म्हशाच्या गळ्यात हार घातलं होतं. देवीचा अंगारा धुपारा केल्ता. सुभद्रानं माय मेसुबायपुढं पदर पसरून पाया पडली.परश्याच्या मायीनं तोबा तोबा केलं. सगळीकडं तोबा गर्दी झाली व्हती. आता धडका सुरू व्हनार व्हता.

धडका घिनाऱ्याच्या काळजात काळजी सलत व्हती. गेलसाली धडक घेऊन गेनुदादा चक्रम झालता. बाया पोरं दिरींग व्हवून बगत व्हती. येसु धडका घेयाय दारू पिऊन आल्ता. त्याचे हात पाय थरथरत व्हते. लोक झाडावर चढून बसल्ते. पुजारी, पाटील, पाडेवार, पोलीस तय्यारीत व्हते. गुडीवर जनावराचं रक्त सांडलं व्हंत. आता महाराच्या रक्ताचा सडा पडणार व्हता. महाराच्या जातपंचायतीनं माय मेसुबायची मानाची पूजा केली. मेसुबाईनं चांगला कौल दिला. दुष्काळ हटनार. रोगमारी थांबनार, सगळ्यांनी माय मेसुबाईचा उदोउदो केला.

येमा पैल्यांदा धडक घेनार व्हता. वीस पंचवीस फुटावरनं येमा पळत सुटला. हलग्याचा आवाज वाढला. पुजाऱ्यानं देवीचा अंगारा उधळला. पोतराजानं 'आई धाव धाव' म्हटलं. येमा देवीच्या देवळाच्या भिताडावर धडक घेऊन नवस फेडनार व्हता. जनावरासारखं भिंतीसंग टक्कर खेळायाचं. जीव धोक्यात घालायचा. हा वर्सानं वर्स चालत आलेला रिवाज. बिनबोभाट्यानं महार पाळत आल्ते. मुकी झवली हाक ना बोंब, असंच काय तर म्हणत्यात.

येमा पळू लागला. त्येनं भिताडावर धाड् म्हन धडक घेतली. आन डोस्कं धरून मटकन् खाली बैसला. पाडेवारांनी त्याला बाजूला केलं. पुजाऱ्यांनी अंगारा लावला. लोकांनी डोस्क्यात हळद भरली. येमा भवताली धा लोक जमा झाल्ते. हालग्या जोरजोरात बडवित व्हते. पोतराज आरडत हुता. लिंबु तोंडात धरून नाचत हुता. लिंबाच्या डहाळ्या कचाकचा चावत हुता. लोक गिल्ला करत हुते. सगळीकडं माय मेसुबाईचा दरारा व्हता. सवासनी पंचारती घिऊन वडाखाली थांबल्या होत्या.

आता भिमशाची पाळी व्हती. भिमश्या धडक घेयाय तयार झाला. त्येच्या मायीनं त्येच्यावर फुलं उधळली. अंगारा लावला. कानावरनं बोटं मोल्डी. मेसुबाईला मागून घितली. हालग्याचा जोर वाढला. भिमशा पळू लागला. गर्दी भिमश्याकडंच

बगत व्हती. भिमश्यानं भिताडावर मस्तक आपटलं, चिरकला. आन् भुईवर पल्डा. चार लोकांनी त्येला बाजूला केलं. पुजाऱ्यानं अंगारा लावला. पोतराजानं त्येच्या डोक्यात हळद भरली. भिमशाची दातखिळ्ळी बसल्ती. हालग्या दम न्हैते वाजत हुत्या.

हे सगळं बघून परश्याचा घसा वाळ्ळाकोळ्ळा पल्डा. त्येनं आपल्या ल्येकाकडं बगितलं.

म्हशा धडक घेयाय तयार झाला. परश्यानं माय मेसुबाईला हात जोडले. परश्याच्या मायीनं लोटांगण घातलं. सुभद्रा टुळूटुळू बगत हुती. तोबा तोबा करीत हुती. तिच्या डोळ्यात पानी भरलं व्हतं. 'जलम दिनारी बी तूच हैस, मारनारी बी तूच हैस. माझ्या लेकाला पोटात घे.' म्हणून सुभद्रा मेसुबाईला हात जोडली. पोतराज फेर धरून नाचत हुता. त्याचं शेंदूरलेलं तोंड भयानक वाटत व्हतं.

म्हशा पळू लागला. गर्दी त्येच्याकडंच बगत हुती. म्हशानं धडक घितली.

मुकाट्यानंच धरणीवर कोसळला. चार लोकांनी त्येला बाजूला केलं, म्हशाचं हातपाय थर्थरत व्हतं. डोळे पांढरे पडल्ते. रक्ताच्या चिरकांड्या उडत व्हत्या. पुजारी अंगारा लावत हुता. पोतराज हळद भरत हुता. हालग्या वाजत हुत्या. लोक चेकाळले व्हते. धडका ऐन भरात आल्ता. परश्याचे हातपाय गळाटले व्हते. सुभद्राला काय बी कळत न्हौतं. म्हशा बोलत नव्हता. रडत नव्हता. सुभद्रानं गर्दीत शिरलं. आन् तिच्या डोळ्याला सत्तरा धारा लागल्या. पोतराज 'रडू नको' म्हणत हुता. 'पाप लागेल. तोंड बंद करा. मेसुबाई सगळं करतीया.' पुजारी बडबडत हुता.

म्हशानं पाय खोडून जीव सोडला. हालग्या वाजतच व्हत्या. सुभद्रा पळत गेली आन् भिताडावर धडाधडा डोस्कं आदळू लागली. तिच्या डोस्क्यात रक्ताच्या धारा वाहू लागल्या. सगळी गर्दी हवालदिल झाली. 'माझ्या लेकाला जित्तं कर, तू सत्याची हैस. न्हैय तर म्या जीव देते' म्हणून सुभद्रानं धडक घितली, आन् जमिनीवर कोसळली. तिचं अंग रक्तानं न्हालं व्हतं. चार लोकांनी तिला बाजूला केलं.

गडी माणसानं धडक घियाची असत्याय. बाई माणसानं धडक घिऊन गावावर आपत आनल्याय. आता आमचं कसं व्हईल ह्याच काळजीत सगळेजण चिंतातूर झाल्ते. देऊळ भितीनं गांगरल्त. सुभद्रा आन् म्हशा मरून पडलेले बगुन परश्या आत बाहीर फाटला व्हता. सुभद्रा आन् म्हशाची मडी बळीच्या बकऱ्यावानी देवळापुढी पडल्ती. हालग्या वाजत व्हुत्या. बर्म्या धडका घियाय तयार झाल्ता. सगळेजन माय मेसुबायचा धावा करत व्हते.

हाराचा, नारळाचा ढीग पडल्ता. पल्याड बाया नाचत हुत्या. पोतराज लिंबू कापून चार दिशेला टाकत व्हता. जात पंचायत देवळाच्या फौळीत हुभारल्ती. सवासनींच्या आरत्या डबडबल्या हुत्या. पुजाऱ्यानं अंगारा उधळला. पाडेवार गर्दीला आवरत व्हते.

बर्म्या धडक घेयाय पळत व्हता. ज्येचं माप त्येच्या पदरात पडतया. काय तर

चुकल्याबिगर माय मेसुबायचा कोप व्हत नाय. देवाला पाची बोटं सारखेच. परश्याचं काय तर चुकलं असलं पायजे. परश्याच्या मायीला काहीच सुचत न्हौतं. पापाच्या भयानं ती व्याकुळ झाल्ती. धांदरल्ती. तिच्यावर आभाळ कोसळल्यावानी झाल्तं. तिची घडी घडी दातखिळ्ळी बसत हुती. परश्या मातूर बेभान झाल्ता.

बर्म्या धडक घेयाय पळत हुता. आन् परश्याबी गर्दीत घुसून पळू लागला. पोतराज मधी आला. परश्यानं त्येला ढकलून दिलं आनं देवळात घुसला. पुजारी आडवा आला. परश्यानं त्येच्या झिंज्या धरून खाली लोळवलं. परशा देवळात घुसला. पाडेवार देवळात घुसले. परश्या मेसुबाईच्या माथ्यावर चढला. आन् थयथया नाचू लागला. त्याचे दोन्ही पाय शेंदराने भरले होते. जणू मेसुबायचं डोस्कं परश्याच्या पायाखाली चेंदामेंदा व्हवून गेल्तं. आन् परश्याचे पाय मेसुबायच्या रक्तानं भिजल्ते. पुजारी आवाक झाल्ता. पाडेवारांनी परश्याला धरलं. खाली वढलं.

गुडीबाहीर गोंधुळ वाढला हुता. आन् धडाका बंद पडला हुता.

पोतराजाच्या तोंडाचं पाणी पळालं हुतं. बायांच्या अंगात आलेलं पळून गेल्तं. हालग्या बंद झाल्त्या. सवासनी पळून गेल्त्या. गर्दी ऊसळली व्हती. बाया पोरं जीव मुठीत घिऊन आपापल्या जागी निघाल्ते. देवापुढं लोकांनी गडबड सुरू केली होती.

पाडेवारांनी परश्याला देवळातून उचलून बाहीर आणलं. लोकाला परश्याचे शेंदरानं भरलेले पाय दिसत व्हते. आन् परश्या पिसाळल्यावानी माय मेसुबायला शिव्या हासडत हुता.

❖❖

२८

सूर्यफूल

त्रिमुख ओसरणाऱ्या पुरागत थकत चालला होता. पांगणाऱ्या वादळागत खचत होता. त्याचे पुढे पडणारे प्रत्येक पाऊल गुरुत्त्वाकर्षण शक्तीतून निखळणाऱ्या उल्केगत निखळून पडत होतं. त्याची नजर कोसळणाऱ्या झाडागत त्याच्यापासून उखडून पडत होती, त्याचे पोट उद्ध्वस्त धर्मशाळेगत ओसाड झाले होते.

त्रिमुख चौदा-पंधरा वर्षाचा मुलगा. तो काशीला निघाला होता. अनवाणी चालत. आईची हाडे घेऊन. त्यांच गाव त्याच्यापासून किती दूर गेलं होतं. अजून काशी किती दूर होती हेही त्याला माहीत नव्हतं. त्याच्याजवळ पैसा नव्हता ना अन्न-वस्त्र. त्याच्याजवळ होतंच काय त्याच्याशिवाय. आईची हाडे काशीला टाकायची एवढीच मातृश्रद्धा घेऊन तो निघाला होता. गावोगाव ओलांडत. दोन दिवसाने रेल्वे स्टेशनला पोहचेल म्हणून ऐकत होता. तो अजून रेल्वेत बसला नव्हता. त्याने रेल्वे पाहिली नव्हती. रेल्वे, काशी, आईची हाडे या गोष्टी त्याच्या हृदयात धरणासारख्या तुंबल्या होत्या.

आज त्रिमुख चालून चालून खूप थकला होता. त्याची भूकतहान त्याला हैराण करत होती. तो थोडेच आईची हाडे खाऊ शकत होता ? तो पूर्ण थकला होता. त्याच्या अंगावरील फाटके कपडे, वाढलेले डोक्यावरील अस्ताव्यस्त केस, अंगावर साचलेली धूळ, हप्पाळ पोट आणि खोल गेलेले डोळे, सोबत असलेले हाडाचे गाठोडे यामुळे तो घृणास्पद वाटत होता.

त्रिमुख संभा मांगाचा मुलगा. त्याच्या मनात हीनत्वाची भयावह

पोकळी होती. त्याची जात त्याचा राक्षसी पाठलाग करीत होती. तो आपला न्यूनगंड विसरू शकत नव्हता. त्याच्या जातीने त्याला पूर्ण पोखरले होते. त्याच्यातील मानव्य केव्हाच मेले होते. उरली होती फक्त किळसवाणी जात. त्याच्या मनावर जातीचं दडपण होतं. तो मर्यादा ओलांडू शकत नव्हता.

'मी मांग आहे' एवढेच त्याला माहीत होते. अनेक वेळा तो उपाशी राहिला पण त्याने आपली पायरी ओलांडली नाही. त्याला चालत आलेल्या धर्माविरुद्ध वागून पाप करायचे नव्हते. तो बुजरा होता. भित्रा होता. त्याला त्याच्या जातीने लाचार बनविले होते. तो रस्त्याने चालताना, गावातून फिरताना तारेवर चालल्यासारखा आपल्या जातीचा तोल सावरत वावरायाचा.

कुणीतरी रस्त्याच्याकडेला विटलेला भात टाकलेला होता. कुत्रे तो भात खात होते. त्रिमुख झपाटून त्या भाताच्या ढिगाजवळ बसला. कुत्रे पळून गेले. तो विटलेला भात खाऊ लागला. वीस-पंचवीस मजली इमारतीला आगीने वेढावे तसे त्याला भुकेने वेढले होते. त्रिमुखचे गात्र न् गात्र अधाशी भूक बनले होते. त्रिमुखची भूक फुटलेल्या धरणासारखी अक्राळविक्राळ झाली होती.

समोरच्या वाड्यापुढे त्रिमुखला तुळशीची पूजा करणारी नववधु दिसली आणि त्याची तहान चोराच्या हातासारखी तुळशीपर्यंत पोहोचली. त्याच्या तहानेच्या मुळ्या तुळशीच्या मुळ्याशी जखडत होत्या वेड्यासारख्या. तो पालीसारखा वाड्याच्या दाराकडे सरकला.

त्रिमुखवर कुत्रे भुंकत होते. कुत्र्याच्या रुपात ते घरच त्याला नाकारत होते. त्या कुत्र्यातले जनावर केव्हाच मेले होते. शिल्लक होता फक्त पाळीव माणूस. मनोभावे तुळशीची पूजा करून नववधु घरात गेली. तिच्या न्हालेल्या केसासोबत, ढळलेल्या पदरासोबत, गोल नितंबासोबत त्रिमुखची नजर घरात दिसेनासी झाली. थोड्या वेळाने घरगडी आला. तो त्रिमुखवर खेकसला.

तुळस एक पाळलेले कबुतर.

कुत्रे एक पाळीव माणूस.

घरगडी एक तयार केलेले जनावर.

इतक्या लख्ख सूर्यप्रकाशातही वाड्याच्या सावलीत त्रिमुखची सावली कुठे हरवली कुणास ठाऊक ? रणरणत्या उन्हात त्रिमुख कासावीस होत होता. तो वाड्याच्या सावलीत रेंगाळला. त्याला आपल्या मालकाच्या वाड्याची आठवण झाली.

अख्ख्या गावात उठून दिसणारा शिवाजी पाटलाचा वाडा. त्रिमुखचा वडील शिवाजी पाटलाचा मांग. शिवाजी पाटलानेच संभा मांगचा संभाळ केला होता. संभा मांग पाटलाच्या मुसऱ्या आसऱ्यावर मोठा झाला होता. पाटलाने कर्ज देऊन संभाचे लग्न लावले होते. अजून लग्नाचे कर्ज फिटले नव्हते. संभा मांगाची बायको मरण

पावली होती आणि संभा गेली पाच वर्षे जेलमध्ये सडत होता. शिवाजी पाटील पंचक्रोशीतील एक बडी अस्वली ताकद, पण गावच्या निवडणुकीत सर्जेरावने पाटलाच्या पार्टीचा पराभव केला होता. निवडणुकीत महारवाड्याने पाटलाच्या विरोधात मतदान केले होते. सर्जेरावची पार्टी निवडून आली होती आणि पाटील दुखावला होता.

पाटलाने आपल्या पराभवाचा वचपा काढण्यासाठी पाच-पन्नास गुंड घेऊन महारवाड्यावर हल्ला केला होता. चार-पाच झोपड्या जाळल्या होत्या. दगडू महाराचा खून झाला होता. महारवाडा उद्‌ध्वस्त झाला होता. या अत्याचाराचे पडसाद सर्वत्र उमटले होते. अनेकांवर खटले झाले होते आणि पाटीलकी गेली होती.

पाटीलकी दगडू महाराच्या पोराला मिळली होती. शिवाजी पाटील अपमानाने भडकत होता. त्याच्या इभ्रतीची, घराण्याची किंमत मातीमोल झाली होती. सर्वत्र नामुष्कीने मुसक्या बांधल्या होत्या. पाटील सूडाने पेटला होता. महाराच्या घरी आपली पाटीलकी जावी हे त्याला केव्हाही न पटणारे होतं. 'महार पाटील झाला' ही वेदना तो सहन करू शकत नव्हता. जिवंतपणी त्याचा खून होत होता.

शिवाजी पाटलाने संभा मांगाला खुनाची सुपारी दिली. संभाला मुसऱ्याला जागणे भाग होते. पाटलाचे उपकार न फिटणारे होते. पाटलाच्या शब्दाचा अवमान करणे संभा पाप समजत होता. मालकासाठी तो जीव देण्याला तयार होता. मालक म्हणजेच मोक्ष अशी त्याची धारणा होती. 'संभा, माझं सारं शेत गेलं तरी हरकत नाही, मी तुला सोडवून आणेन. तुझ्या बायको-मुलांचे कल्याण करेन. त्याची काळजी तू करू नकोस. माझ्या वाटेतील काटा तेवढा काढ.'

संभाने दगडू महाराच्या पोराचा भर दिवसा खून केला. त्याचे मुंडके तोडून आणून वेशीत बांधले आणि पाटलाचा धिन् गाजविला. गावात भीतीची प्रचंड लाट धडक देऊन गेली.

पाटील संभा मांगाच्या बायको मुलाचा संभाळ करीत होता. सारजा पाटलाच्या शेतात मरमर राबायची आणि पाटील पोटाला घालायचा. त्रिमुख जनावरे राखायचा. सारजा पोराला आपलं नशीब म्हणून वाढवत होती. दिवसामागून दिवस वाऱ्यासारखे निघून जात होते. सारजा पाटलाच्या दावणीतील एक जनावर होती. पाटलाच्या हातापायात दिवसाढवळ्या, रात्री-बेरात्री जगत होती. पाटलाचा शब्द, थुंकी, नजर, इच्छा या तिच्या आयुष्याच्या लक्ष्मण रेषा झाल्या होत्या. संभामागं ती पूर्ण पाटलाच्या ताब्यात होती. पाटील सांगेल ते काम करायचं, देईल ते खायचं.

सारजाला पाटलापासून दिवस गेले. पाटलाच्या विरोधात उभा गाव होता. त्यात हा तेरावा महिना झाला होता. सारजाचे पोट गव्हाने वाढत होते. ती पोटऱ्यात येणाऱ्या शिवारासारखी फुलत होती. पाटलाची झोप हैराण झाली होती. संभाचे खुनी हात त्याचा रात्रंदिवस पाठलाग करीत होते.

सारजा साप चावून मरण पावली म्हणून पाटलाने सारजाची माती केली.

त्रिमुख गोगलगायीसारखा न्हाणीच्या डबक्याकडे हळूहळू सरकू लागला. त्याने हाडाचे गाठोडे खाली ठेवले. ओंजळीत पाणी घेतले. ओंजळी ओठाजवळ आल्या. पाण्याला साबणाचा वास येत होता.

तोपर्यंत तिथे लहान मुले धावत आली. त्यांनी त्रिमुखला छेडण्यास सुरू केले. ते त्याला खडे मारू लागले. कपाळावर दगडं बसल्यानंतर त्रिमुखने डोके हलवले. स्टोव्हमधील रॉकेल संपल्यानंतर स्टोव्ह जसा हलका वाटावा तसे त्याला त्याचे डोके हलके वाटले. भळभळत येणाऱ्या रक्ताला त्यानं थोपवलं आणि जोरात किंचाळला. मुलांची खसखस पिकली. त्यांना ते विचित्र ओरडणं ऐकून मजा वाटली.

त्रिमुख गावाबाहेर आला. ऊन लाही लाही करत होतं. त्रिमुख विचित्र पक्ष्यासारखा ओरडला. त्याने दोन-तीन उड्या मारल्या. माती उधळली आणि पळू लागला. हवेबरोबर पाचोळा उडत जावा तसा. त्याच्या हृदयावर आईच्या आठवणी पाखराच्या थव्यागत उतरत होत्या. पाटलाचे शब्द त्याच्या कानांत घोंघावत होते. 'तू तुझ्या आईची हाडे काशीला नेऊन टाक. तिच्या मृतात्म्याला शांती मिळेल. तू तिचा मुलगा ना ?'

मृगजळात नाचणारे उजाड माळरान. धामणीगत आवाक्यात न येणारी वाट. पारव्याच्या गळ्यात दाटलेला प्रहर. आजुबाजूचे चिडीचूप वातावरण. डोक्यावर घणागत कोसळणारे ऊन आणि हैराण त्रिमुख. त्रिमुख उन्हातान्हात वाट तुडवीत होता.

त्रिमुख वाटेत एका चिंचेच्या झाडाखाली निचेष्ट पहुडला. जमिनीवर पडलेला चिंचेचा पाला खाऊ लागला. आंबट आंबट रस गळ्याखाली खेचू लागला. त्याचे पोट कसलीच प्रतिक्रिया करत नव्हते. आंबट चवीमुळे जिभेवर शिरशिरी येत होती. तोंड हुडहुडून येत होतं. त्रिमुखला उलट्या झाल्या. अंगावर मुर्च्छेच्या हजारो अंधार लाटा घोडेस्वारागत धावून येत होत्या. त्रिमुखने आईची हाडे उशाला घेतली आणि डोळे मिटले. ग्लानीच्या ताब्यात झाला.

त्रिमुख उठला. दिवस मावळतीकडे झुकत होता. आता पुढील गाव जवळ करायला हवे होते. तो एका नव्या शक्तीने चालू लागला. त्याला मंगल वाद्ये ऐकू येत होती. त्याची आशा उफाळली होती. पुढल्या गावात कुण्यातरी पाटील, सरपंचांच्या घरी गाव जेवण असणार आणि आपणाला निदान मुसरे तरी मिळेल या आशेने तो चालत होता आणि त्याचे पोट केव्हाच गावात जाऊन घरोघर फिरत होते.

गावाबाहेर, भीमनगरमध्ये डॉ. बाबासाहेब आंबेडकरांची जयंती साजरी होत होती. समस्त बौद्ध मंडळी उत्साहाने जमली होती. दलित कार्यकर्ता आवेशाने भाषण करीत होता. त्रिमुख त्या आवेशाचा एक अविभाज्य भाग बनला होता. त्याला तिथे जेवण मिळाले. रात्री तो तिथेच मंडपात झोपला.

दुसऱ्या दिवशी सकाळी तो परत आपल्या प्रवासाला निघाला. आज तो

जवळच्या शहरातील रेल्वे स्टेशनवर पोचणार होता. रेल्वे पाहणार होता. रेल्वेत विदाऊट तिकीट बसणार होता. तो एकेक पाऊल पुढे पुढे टाकत होता.

त्रिमुखने भीमनगर सोडले. गावाबाहेर त्याला जनावराच्या मांडीचे हाड मिळाले. तो पुढे चालत गेला, संसर्गजन्य रोग्यासारखा. त्याला जनावराच्या बरगडीचे हाड मिळाले. त्रिमुखने जनावराची हाडे जमा केली. त्याच्या जवळ जनावराची हाडे आणि आईची हाडे जमली होती. तो पुढे गेला. गावाबाहेर एक झोपडी होती. त्या झोपडीत वृद्ध अम्मा खोकत बसली होती. तिचा हाडे विकत घेण्याचा धंदा होता. ती खूप थकलेली होती. तिला वृद्धत्वामुळे कमी दिसत होते. तिचा एकुलता एक मुलगा हाडे विकत आणण्यासाठी सकाळीच सायकलीवर खेडोपाडी गेला होता.

त्रिमुखने अम्माला जनावरांची हाडे दिली. अम्माने ती हाडे जोखली. त्रिमुखच्या डोळ्यापुढे अम्माचा हात न्यायदेवतेच्या हातासारखा तराजू घेऊन उभा होता. जनावरांच्या हाडाचे वजन कमी भरत होते. त्रिमुखच्या मनातील काशी तराजूगत खाली वर होत होती. त्रिमुखने तराजूच्या परड्यात आईची हाडे टाकली आणि त्रिमुखला एक रुपया मिळाला. आज संध्याकाळपर्यंत तो रेल्वे स्टेशनला पोहोचला असता. त्याने मागे वळून पाहिले. हाकेच्या अंतरावर भीमनगर दिसत होते. त्रिमुख भीमनगरच्या दिशेने निघाला. हजारो वादळांच्या वेगाने सूर्यफुलासारखा.

त्रिमुखला हाडे विकून मिळालेला रुपया डॉ. बाबासाहेब आंबेडकरांच्या पुतळ्यासाठी निधी म्हणून जमा करावयाचा होता.

❖❖

२९

चट्टा

म्या पैलीत हुतो तवाची ही याद हाय. मला पेन्सिल खायाचा लैय नाद हुता. एका दिसात एक पेन्सिल खाऊन उडवायाचा. पेन्सिल खाल्ल्याबिगर जीव बार पडायचा न्हैय. रोजीना माय पेन्सिल कुठून इकत घिऊन दिणार ? म्या दुकानात गेलो की पेन्सिल इकत घ्यायचा. ढबू पेन्सिल मला लैय आवडायची. शाळंत म्या पोरावाच्या पेन्सिल चोरण्यात पक्का हुतो. पेन्सिल चोरली की सुपारी खाल्ल्यावानी खाऊन टाकायचो. त्यामुळे चोरी सापडायची न्हैय. पेन्सिल खाऊन तोंड पांढरं झाल्यामुळे मास्तरनं मला मारलं व्हतं. घरात मायबी मारायची.

येकदा पेन्सिल खायची लैय तलफ झाल्ती. पर पेन्सिलच सापडीना. मग म्या माझी लिवायची पाटी फोडली अन् पाटीचा तुकडा घिऊन चाटू लागलो. माझे हातपाय काडीवानी. पोट मातूर ढम्म फुगलेलं. डोईवर मायलक्ष्मीबायचे केस वाढलेले. म्या नवसाचा. मला चिवरीच्या लक्ष्मीला सोडलं व्हतं. माझं नाव कचरु. माझ्या जल्माचं बी तसं इपरीतच. माझी माय सटवी. उकिरड्यांनी काटंकुटं येचत हिंडत हुती म्हन. पाठीला काटकुट्याचं वझं आन् पुढं पोट हूऽम्हन आलेलं. दिस भरलेलं. सटवूमाय उकिरडं फुकत फिरत हुती. आन् श्रीमंत पाटलाच्या उकिरड्यावर तिचं पोट दुखू लागलं आन् तिथंच हाळजली. म्या कचऱ्यात जल्मलो म्हणून माझं नाव तिनं कचरू ठिवलं. सगळे मला 'कचऱ्या' म्हनायाचे.

दिवसा शाळंला जायचो. दुपारी गावात घर मागाय जायचो.

माझा बाप पोतराज हुता. तो साप चावून मेल्ता. त्येनं मेल्यावर चार वर्सानं म्या लक्ष्मीच्या नवसानं जल्मलो व्हतो. बापाच्या हालगीचं कडं मातूर मायीनं लैय जपून ठिवल्तं. माय रोज मला धुपारती शिकवायची. हालगीचा हात शिकवायाची. भीक कसं मागायाचं ते बी सांगायची. अंगावर एकादं बेरकी कुत्रं भुकत आलं तर पळून जायाचं न्हैय म्हनायाची. म्या सगळं ध्यान दिऊन ऐकायचा. सकाळी बगलंत शाळंची पाटी असायची. दुपारी लक्ष्मीची झोळी. पुढं पुढं पेनसिल खायाचं सुटलं. कवा बवा म्या मेकुड मातूर खायचो. घर मागाय जाण्याच्या अगुदर माय माझ्या तोंडाला शेंदुर आन् हाळदीमाती लावून रंगवायची. चार-पाच चोळीचे खण कमरला अडकावयाची. खांद्याला झोळी दियाची. 'कुत्रे सांभाळ, वाढलं तर घे, न्हाय तर पुढं हो' म्हनून सांगायची. म्या नगं म्हणायाचा, मग मात्र मला मारायची. 'मागत न्हैच तर खातूच काय ? माय लक्ष्मीबाय बघून घील की तुला ? तिचा अपमान करतूच, किडे पडून मरशील' म्हणायची. तरीबी म्या मागाय जायाचा न्हाय. मग माय खवळायची. झोळी दिऊन घराबाहीर हाकलायाची. म्या डोळं पुसत गावात निघायचो. शेंदरानं तोंड आकसून धरल्यावानी वाटायचं. वार्गीचे पोर माझ्याकडं 'देवाचा मानूस' म्हणून बगायचे. मला भांडाय भियाचे बी. कोंचकोंचे पोरं 'पोतराज' म्हणून चिडवायचे.

डोईला तेल ना फणी. केसं मातूर केकताडावानी वाढलेले. माझ्या केसाची वाढ बी लैय. आन् केस दाट हुते. ऊवा, लिका, उंबऱ्यानं येड लागायची पाळी आलेली. माय सदा कामाधामात. तिला तिच्या डोक्याची सुद्ध नव्हती. कवा कवा माझ्या ऊवा मारायची. केसाचा गुथडा झालेला. इचरताना लैय त्रास व्हायाचा. रडायाचो. डोक्यात कोंडा चावायाचा. जीव जाजावून जायाचा.

दरवर्षी आमी चिवरीच्या जत्रंला जायाचो. माय पै पै करुन पैसा जमा केलेली असायाची. कवा कोंबडं, कवा बकरु कापायाचं. यंदा हालगी मडवून घितल्ती. माझा पट्टबी बसवायाचा हुता. मला गुरु करायाचं हुंत. शाळा सुटली व्हती. पाटी सांदीला धूळ खात पडली होती. रोजीना म्या गाव मागाय जायाचो. सदा कोण वाढणार ? आजूबाजूच्या गावालाबी मागाया जायाचो. भाकरीचे तुकडे, पीठ, मीठ, मायंदळ मिळायाचं. चार गांव मागून गठुडं घिऊन येयाचो. माय खुशीत यायची.

कुणाच्याबी दारापुढी हालगी वाजवत हुभारायाचं. देवीची धुपारती म्हनायची. 'वाढ मायऽऽ' म्हणून आरडायाचो. कोन भक्तिभावानं वाढायाचे. म्या त्येनला भंडारा लावायाचो. कोन 'पुढं हो, वाढायचं न्हैय' म्हणून खेकसायाचे. 'भीक मागाय काय झालं, काम करून खा' म्हणुन बाया कुरकूर करायाच्या. कुत्रे भुकत मागं लागायाचे. पिळगेबी कुत्र्यावाणी मागं लागायाचे.

आता हालगीबी चांगली वाजवाय येऊ लागली. गाणंबी पाठ झाल्तं. कुत्र्याचं भी वाटीना झाल्तं, जरा धांड झाल्तो. लाज मोडली हुती. जवर वाढत न्हैत तवर

हालगी वाजवत हुभारायचो. मग आपुनच लोक वाढायाचे. केसंबी लैय वाढल्ते. आता माझे मला तोंडाला शेंदुर लावून घेता येत व्हतं. आरशात बगून म्या तोंड रंगवायाचो. गळ्यात झोळी आन् हालगी असायची. कमरंला आभरान, भंडारा, पायात तोडा, झन्झन् वाजायाचा. कमरंला घागरमाळ्या. लोक पाया पडायचे. तेवढंच बरं वाटायाचं. पोतराजकीचं महत्त्व पटायचं.

एकदा माय तेल लावून इचरत व्हती. म्या तिच्या पुढ्यात बसलो व्हतो. तिचं सहज ध्यान माझ्या दंडाकडं गेलं. तिनं माझं दंड धरुन खाजवलं. माझ्या दंडावर चट्टा पडल्ता. अंजूत आशील म्हणून मायीनं गरसोळीचा पाला लावला, पर चट्टा बुजला न्हैय. पुढं मायीनं परड्याबी भरल्या. पर चट्टा तसाच राहिला. एकदा मायीनं इच्यारलं, 'चट्टा खाजवतूय का ?' चट्टा खाजवायचा न्हैय. चट्टा सुंद हाय, सारका पसरतूया म्हणून माय काळजीत पडल्ती. पर मला त्येचं काय वाटायाचं न्हैय.

माझ्या दंडावरचा चट्टा पोरावाला कळाला. हा चट्टा थोरल्या रोगाचा हुता. पोरं मला दूर दूर ठेवायाचे. मला यल्ल्याची याद येयाची. त्येची झडलेली बोटं, नासके डोळे, त्येचं कण्हणं मला आठवायाचं. म्या घाबरा घुबरा व्हायाचो. माझी बी बोटं झडत्याल, नाक झडील. महारवाडा मला बाहीर काढील. मग हागंदारीत राहावं लागील. लगीन एव व्हनार न्हैय. यल्ल्याची डोळं माझा पाठलाग करायाची. माझी दमछाक व्हायाची. म्या चट्टा लपवायाचो. माय म्हणायाची 'तू देवीचा गुन्हा केलायच. मागून घे, चट्टा निघून जाईल' म्या देवीला नवस बोलायाचो. देवीचा धावा करावयाचो. लक्ष्मीच्या गुडीपुढं जाऊन हालगी वाजवायाचो. हालगीच्या आवाजानं भिनून जायाचो.

'म्या देवीचा पोतराज ? पर देवी माझ्यावरच का कोपावी ? म्या देवीचा भक्त. मग का करू नये बरं तिनं मला ? म्या इतका नवस बोलतो पर का पावत न्हैय देवी ? माझं कुठं चुकलं आशील ? देवीला माझी हालगी ऐकू जात नशील ? माय म्हनतीय मला सरकारी दवाखान्याला जा. दवाखान्यात रोग नीट व्हत आशील तर म्या देवीला का नवस करू ? मला महारोग तर व्हवू दे, मी देवीच्या दाराला काटे बडवीन.' माझं डोस्कं भणाणून जायाचं.

माझ्या हाताच्या थोरल्या बोटाला दुख झालं. आन् बोट नासू लागलं. पायालाबी चिरा पडू लागल्या. आता थोरलं दुखणं हळूहळू अंगावर वाढू लागलं. ताप येऊ लागला. म्या माझा रोग लपवून लोकात बसायाचो. उठायाचो. देवीची पूजा करायाचो. चार घरं मागायाचो. माय लागील तिथं कामाला जायाची. कसं बसं घर चालायाचं. सरकारी दवाखान्याला जायाय पैसा कुठला ? दुख पडले तर लक्ष्मीबायचा भंडारा लावायाचो.

थोरलं बोट झडून गेलं. दुसरी दोन बोटं नासू लागली व्हती. तोंड धोदरु लागलं व्हतं. पायातून पू-रगत गळू लागलं. लोकात बसणं मुश्कील झालं. लोक भिक्षा

वाढेना झाले. मला बगितले की दूर व्हायाचे. डाव्या पायाची टाच सगळी नासून गेल्ती. लंगडत लंगडत चालायाचो. यंदा जत्रंला गेलो पर मला देवळात कोनच घितलं न्हाय. म्या दूरुनच पाया पडलो. कंडक्टरनंबी मोटारीतंन खाली उतरवलं. हाटेलात च्या-पानी मिळायाचं न्हैय. जीव द्यावा वाटायाचा. अपमान वाटायाचा.

आज मंगळवार. देवीचा वार. चार घरं मागितलं पायजे. वाढत तर कोन न्हैय. रातीपासून अंग लैय दुखत व्हतं. ताप चढला हुता. पाय दुखत हुता. नाकाचा शेंडाबी धोदरला हुता. म्या आतबाहीरुन नासत हुतो. मायबी माझ्याकर्ता पानी लवनी बाजुलाच ठीवल्ती. म्या अंगणात बसलो, थुंकलो तर शेजारची सारजामाय भांडायाची. 'आमची लेकरं खेळतेती. तू हीथं बसत जावू नगं.' म्हणून खवळायाची. माझ्या अंगावरची कुस उडतीया. म्या दुसऱ्याला बी माझा रोग व्हवू दे म्हणून मुद्दाम सगळीकडं थुंकताव म्हणून सगळे शेजारी-पाजारी कावायाचे. 'याला महारवाड्याबाहीर काढा. यल्ल्याच्या जोडीला ह्येलाभी झोपडं घालून द्या' म्हनून भीमशानं चार लोक जमा केल्ते. राती लैय वाढूळ भांडण चालू व्हतं.

माझी माय म्हनायाची, 'देवीचा रोग हाय. आमच्या हातनं काय तर चुकलं आशील. आमी नवस मागून घितलाव. माझा ल्येक पोतराज हाय. माय लक्ष्मीबाय बरं करील माझ्या लेकाचं. तिनं का डोळं झाकून बसलीय ? माझा ल्योक तिची सेवा करतूया. तुमी आक्रत बोलू नगा. त्येला महारोग झाला न्हैय. कोन कोन त्येला पिडू लागल्येत, त्येला लक्ष्मीबाय बघून घिऊ दे. त्येचा सत्यानास व्हवू दे. खाना खराब व्हवू दे.' 'मायीचं बोलणं ऐकून भिमशा खवळला. आन् तिच्या अंगावर माराय गेला,' 'हे यल्ल्याचं बी हाय, आमाला शिकवू नकू शाळा ?'

म्या बाप मेल्यावर चार वर्सानं जन्मलो व्हतो म्हणून माय सांगायाची. देवीच्या नवसानं. बापाच्या येळंनच पोट राहिलं होत, पर संपलं व्हतं. देवीच्या कृपेनं परत वाढलं. आन् म्या जन्मलो. माय सदा काटंकुटं जमा करत हागंदारीनी उकिरडे फिरायाची आन् एकदा यल्ल्यानं तिला धरुन वढलं व्हतं. आन् मायीनं त्येचं थोरलं दुखणं उकिरड्यावानी आपल्या पोटात वाढवलं हुतं.

म्या अंग ठणकत व्हतं म्हणून घरात पडलो व्हतो. आज मंगळवार हुता. पर मागाया गेलो न्हैय. जीव भला तर परदेश भला. मलाच बरं न्हैय तर कुठली भिक्षा अन् काय ? डोळे जळजळ करत हुते. माय न जेवता रानात निघून गेल्ती. टोपल्यात शिळ्या तुकड्यांचा ढीग हुता. उंदीर तुकडे फोडत हुते. उंदराचं भाकर कुरतडणं मला माझं अंग कुरतडल्यावानी वाटत हुतं. मी उठून उंदराला हाकललो. थोड्या वेळानं दारात पोतराज आला. त्येनं धुपारती बोलली. हालगी वाजवू लागला. उगीच अंगावर आभरान असल्यावानी वाटलं. म्या टोपल्यातले दोन भाकरीचे तुकडं घेतलो आन् भिक्षा वाढाय पुढी झालो. मला बघून भिक्षा न घेताच पोतराज निगून गेला. माझ्या अंगातला

पोतराज निखळून पडला. खुंटीला टांगलेली हालगी म्या घितलो, आन् हालगीवर पाय आदळला. हालगी फुटली, 'दण्ऽ' असा आवाज झाला. मला माझ्या डोईवरच्या झिंज्या जड वाटू लागल्या.

ऊन चढत व्हतं. अंगात तापबी चढत हुता. माय कामावरून आली. परत मायीसंगं सारजानं भांडण उकरून काढलं. मला वस्तीतून बाहेर काढायाचं त्यांनी मनावर घेतलं व्हतं. म्या शाना झालो. वाकळ खांद्यावर घिऊन घराबाहीर पल्डो. मायनीबी इरोध केला न्हाय. म्या सरळ झोपडं गाठलं. यल्ल्या निजला व्हता. त्याच्या झिंज्या धरल्या आन् त्येला उठवून बसवलं. यल्ल्याच्या डोळ्यांत पानी भरुन आल्तं.

'यल्ल्या, माझा तुझा काय संबंध.'

'तू माझा ल्योक हैच ?'

यल्ल्याच्या तोंडाचा घाण वास येत व्हुता. त्येचा विद्रुप चेहरा अंगावर धावून आल्यावानी वाटत व्हुता. नाकाच्या जागी सळ्नळ्ळ बोक पडल्तं. हाताची दाही बोटं झडल्ती. यल्ल्या कण्हत व्हुता. यल्ल्याचे दोन्ही पाय नासले व्हुते. त्येनं कापडानं पाय बांधले व्हुते. चेहऱ्यावर सूज चढली व्हुती, दातावर हिरवं किटन चढलं व्हुतं. यल्ल्याचा महारोग माझ्या अंगावर बापासारखा वाटत व्हता. मी तसाच थोटक्या हातानं गळा दाबत हुतो. यल्ल्याची नासकी डोळं खालीवर व्हत हुती आन् त्येची जीभ कुत्र्याच्या जिभीवानी बाहीर लोंबत हुती.

यल्ल्याचं धड माझ्या हातातनं निसटून जमिनीवर पडलं.

दुसऱ्या दिशी यल्ल्याची माती झाली.

आता यल्ल्याच्या झोपडीत म्या राहात हुतो.

रोजीना माय जमील तसं घास मुटका आणून देत व्हती. आजूबाजूला उकिरड्यांची रांग, भवताली डुक्करावाची वर्दळ, हागंदारीत हागाय येणाऱ्या बाया, आन् माझी झोपडी. झोपडीत म्या, माझी हालगी, आभरान. आन् थोरलं दुखणं. दोन दिस माय आली न्हाय. भूक लागलेली. म्या झोपडी बाहीर पल्डो. लंगडत घराकडं निघालो. भिमशा घरात दिसत न्हौता. सारजामाय मला बगून दूर झाली. माझ्या नाकाचा शेंडा सगळा नासला हुता. म्या घरात गेलो. माय निजली हुती. घरात जातांना भ्या वाटत व्हतं. घर परक्याचं वाटत हुतं.

म्या भीत भीत पुढच झालो. मायीचं तोंड वासलं हुतं. डोळे उघडे पडले व्हते. तिला मुंग्या लागल्या व्हत्या. माझी माय मेली हुती. म्या मायीच्या उशाजवळ बसलो. तिच्या चेहऱ्याकडं बगितलं. तिच्या गालावर चट्टा पडला हुता. कदाचित यल्ल्यानं तिथं चावलं असावं.

❖❖

३०

मालकाचा पावणा

रासोळ गाडीत बसून मान-पाठ ताठल्ती. राती बाराला थोरला भौ राज्याला मधीच कुठंतरी मालकानं उतरिवलं. तवा माझं काळीज तिळतिळ तुटलं. आमी दोघं गाडीत बसताना माय-बाप हंबरुन रडत व्हते. माझी भैन पारु. तिलाबी आज नेत्याल. बापाच्या लगीनाच्या कर्जाच्या व्याजात आमी इकलो हुतो. थानचं लेकरू तेव्हढं मायीजवळ हुतं. ठेकेदारनं आमाला ताब्यात घितलं. बापानं हात जोडून 'नीट संभाळा बघा माझ्या लेकरावाला' म्हणून इनवलं. माय-बापापासून टाटातूट झाली. थोरला भौ मालकानं मधीच उतरविला. म्या डोळ्यात पाणी आनलो. पर काय उपेग ? म्या, किस्न्या, राम्या या गावात उतरलो. ठेकेदारच्या मागून आमी मूक जनावारांवानी चालत व्हतो.

बस स्टँडमधी लैय बस व्हत्या. रिक्षे, मोटारी, साइकली, दुकानं-बिकानं बगून म्या तर हादरलोच व्हतो. राम्या, किस्न्याचीबी तीच गत व्हती. जंगलातल्या झोपड्यात आमचं बालपण गेलं. पैल्यांदाच आमी गावात आल्तो. आमाला रस्त्यावरनं नीट चालता येत न्हौतं. या लोकांची भाषाबी कळत न्हौती. कुठल्या मुलखात आल्तो कुणास ठाऊक ? आता माय-बापाचं तोंड काय बगाय मिळणार न्हाय. बापबी असाच त्येच्या बापाच्या कर्जात राबत हुता. बापानं पारूला पाचशे रूपायला इकलं. आन् मायीला सोडवून घितलं. माय गेली दोन वर्ष शेठकडं गहाण पडून व्हती. माय घरला आली पर भैन घराबाहेर निगाली. न्हैय तर लेक मानूस घरची नसत्यातच. आमच्या

मावशीलाबी असंच इकलं व्हतं. पारूला दिल्लीला न्हेनार म्हनं. तिथं धंद्याला लावणार म्हनत्येत. पारूला माय काय बाय समजावून सांगत व्हती. पारू दिल्लीला गेल्यावर राजीव गांधीला बगील.

आम्ही 'राजकमल' हाटेलमधी आलो.

आमच्यासारखी पोरं कपबशा धुवत व्हती. आम्हाला तोंड धिवाय सांगितलं. च्या पाव मिळाला. जरा बरं वाटलं. रातभर झोप न्हौती. लगेच आमालाबी भांडे धुवाय लावले. इतक्यात काशा आला. काशा म्हंजी आमच्या काकाचा ल्योक. त्येला गेलसाली ठेकेदारानं पन्नास रूपयाला इकत घेतलं हुतं. काशा हाटेलात काम करीत व्हता. आता आम्हालाबी हिथंच काम करावं लागील.

चहा, दूध, साखर, शेव, भजी, चिवडा, पुरी, लाडू, वडा, सिरा, मलई, गुलाबजामून, बासुंदी, पापडी, आमलेट, इडली चटणी, उत्तापा, कपबशा, ग्लास, टेबल, पाणी, जग्ग, बील, गिऱ्हाईक असे कितीतरी नवे शब्द महिन्यातच म्या शिकलो. रोज सकाळी च्या मिळायाचा. दहाला नाष्टा. दोनदा जेवण. परत च्या. परत सांच्याला उरलेलं. हाटेलातला माल खायाला मिळायचा. दोन दिस लैय मजा वाटली.

'ये पानी आन बे'
'ये टेबल साफ कर'
'चार चहा घ्या'
'दोन पुरी आन् एक वडा'
'पहिली जोडी पन्नास पैसे घ्या'
'ये मादरचोद, गिऱ्हाईकाला पाणी दे की'
'कपबशा धीव, चमचा आन रे'
'चहा कर बे'
'मलई काढ'
'ये शेव खाऊ नको बे मालक बोंबलील'
'बील सांग बे'
'चार रुपये पन्नास पैसे घ्या'
'देतो साहेब'
'ये साहेबाला पाणी द्या रे'
'कपडा मार बे गांडू'

अशा किती गोष्टी शिकून घेतल्या. माझा थोरला भौबी कुठल्यातरी हाटेलात वेटर झाला आशील. पारु धंद्यावर बसली आशील. मी प्लेट धुवतोय. नळाला पाणी सुटलं. पाणी भरायाचं. फरश्या धुवायाच्या. झाडाला पाणी घालायाचं. हाटेलपुढी पाणी मारायाचं. दुधाचं भांडं धुवायाचं. बशा खंगाळायच्या. दुधाचं भांडं नीट धुतलं न्हौतं

म्हणून दूध फाटलं. मालकाने माझ्या थोबाडीत मारली. माय-बापाची याद काढून रडलो. नाष्टाबी मिळाला न्हाय. दुपारी काशाच्या हातून ग्लास पडून फुटला. मालकाने त्याला लाथा घातल्या. शिव्या दिल्या. त्येची बदली दुसऱ्या हाटेलला केली. काशाच्या जागी नवा पोरगा आला. तो उडपी हाटेलात कामाला हुता. पोरावाची अशी बदली सदा व्हायाची. माझी मातूर बदली झाली न्हाय. म्या मन लावून काम करायचो. माझ्या कामामुळे अनेक गिऱ्हाईकाच्या वळखीबी झाल्या. एका गिऱ्हाईकाने मला अंगी चड्डी दिली.

आमच्या हाटेलातले विज्या, म्हादबा, बाब्या आन् शंकऱ्याला आज पहाटं हैद्राबाद गाडीनं पाठवलं. त्येनला हिथं आणून तीन वर्ष झाली. लैय वळखी व्हवू लागल्या की पोरावाला मालक लगेच हालावायाची. हिकडं मालक मारायचे, आमचा छळ करायचे अन् लोकाला मात्र आमच्या नात्यातली पोरं हैती म्हणून सांगायचे. मालक मला माझ्या भावाचं पोरगं हाय म्हणून सांगायचा. मला बी तेवढंच समाधान वाटायाचं.

एका गिऱ्हाईकानं मला जवळ बोलावलं. म्या सगळ्यात बारका. सगळे मला जीव लावायाचे. नाव इचारायाचे. मी एकदा 'मला इकत आनलंय' म्हणून सांगितलं. किस्न्यानं मालकाला सांगितलं. मालकाने मला खोलीत घालून मारले. तोंडातून रगत पडलं. दोन दिस जेवण बंद व्हतं. म्या जीवाला काढून घितलो व्हतो. सारखं काम करायला लागायाचं. मालक म्हणायचा, 'मी मालकाचा पाहुणा आहे' म्हणून सांगा. पर मला खोटं बोलाय जमायाचं न्हाय. मालकाचा राग यायचा. एकदा म्या चोरुन च्या पिताना मालकानं बघितलं. आन् मला लैय मारलं. एका गिऱ्हाईकानं मला सोडवलं. दुसऱ्याच आठवड्यात मला सोलापुरला पाठवलं. सगळ्या दोस्तांवाची ताटातूट झाली. मला वाटावयाचे आपल्याला दिल्लीला पाठवावे, तेवढीच पारुची भेट व्हईल.

'हाटेल कृष्णा' मधी येऊन दाखल झालो. सोलापूर लैय मोठं शहर. सकाळ, संध्याकाळ हाटेलात गर्दी असायाची. मालक लैय कडू होता. वशा, केशा, राम्या, देव्या अशा नव्या पोरवांची गाठ पडली. भट्टीवाला आशा लैय रागीष्ट. दोन बायाबी कामाला यायच्या. त्या सोलापुरच्याच व्हत्या. मला मातूर हिथं काम वाटून दिलं होतं. आता मला बिलबी सांगाय येत व्हतं. बाहीरची ऑर्डरबी मीच घ्यायचो. आईतवारी हाटेलला सुट्टी असायाची. त्या दिशी व्हीडिओवर सिनेमा बघायाचो.

थोड्याच दिसात माझी बदली रेल्वे स्टेशन जवळच्या उडपी हाटेलात झाली. हितला आचारी चांगला व्हता. दुपारी कामाला येणारी बाईबी चांगली बोलायाची. तिचे मालकाचे संबंध व्हते. कामबी हिथे बरे व्हते. हाटेलबी मोठं व्हतं. झोपाय चांगली जागा व्हती. आचारी आन् आमची गट्टी जमली व्हती. चोरुन च्या पियाचो. शेव-चिवडा खायचो. आज दुपारी काम हाय का म्हणून एक खेड्यातलं पोरगं आलं होतं. मालकानं त्येला टेबल पुसायाचं काम दिलंय.

शिव्या हाटेल कामात लैय चलाख व्हता. कॉलेजची पोरं आली की बील कमी सांगायाचा. आन् आठवड्याला त्येंच्या खोलीवर जाऊन सिनेमाला पैसे वसूल करायाचा. पोरं-पोरी हाटेलात बसून खूप वेळ गप्पा मारायाचे. शिव्या टक देऊन ऐकायाचा. एकदा मालकानं त्येला मारलं व्हतं पर त्येचा गुण काय जायाचा न्हैय ? एकदा डिंकलाडू लैय कमी झाले. मालकाला कळलं. मालकानं सगळ्याला फोका फोकानं मारलं. डिंक लाडू हाटेलात कामाला येणाऱ्या बाईनं खाल्लं होतं. पर नाव कोन सांगणार ?

उशिरा हाटेल बंद व्हायाचं. लवकर उघडायाचं. त्यामुळे झोप मिळायाची न्हाय. हातपाय झिजल्यावानी झालेले. पायाला भेगा पडलेल्या. अंग दुखायाचं. डोळे जळजळ करायाचे. पर सांगायाचे कुनाला ?

काल चहा देताना चहाचे थेंब एका गिऱ्हाईकाच्या पँटवर पडले. गिऱ्हाईक लैय खवळले होते. मालकानी गचांडी धरून मला खोलीत नेले. लाथा-बुक्क्यांनी मारले. मालक मारताना कोनच सोडवायाचे न्हैय. सगळे घाबरुन बगायाचे. माझा मार बघून खेड्यातलं पोरगं पळून गेलं. आमी कसं पळून जानार ? आमाला तर इकत आनले व्हते. पळून तर कुठं जानार ? माय बापाकडंच की ? तिथं ठेकेदारांची माणसे असत्येत. अंकुशा पळून आल्ता तर त्येला कित्ती मारलं. परत धरून कामाला नेलं. आचारी पळून गेला. मालकानं त्येच्यावर चोरीचा आळ घितला. पोलिसांनी आचाऱ्याला जेलमधी घातलंय. आमचं मालकापुढी काय चालतंय ? पोलीस लोक मालकाचं ऐकतात. गरिबाचं कोन ऐकणार ?

आज रविवार म्हणून म्या पोरावासंगं फिराय गेल्तो. राती लवकर आलं पाहिजे अशी मालकाची ताकीद. शिव्यानं आमाला पांजारपोळकडं फिराय नेल्तं. तिथं धंदा करणाऱ्या बाया दारात लोकवाला हात करत उभ्या असलेल्या. एकटी त्यात पारुच्या वयाची व्हती. मला पारुची याद आली. म्या लैय रडलो. शिव्या आत जाऊन आला. रात्री माझ्या स्वप्नात माय-बाप, पारु, राज्या आले व्हते, राज्या आता कुठं आशील ?

त्या दिशी काही माणसं आली व्हती. मालकांचं त्येचं खूप भांडण झालं. पोलीस येऊन गेले. त्या दिशी हाटेल बंद व्हतं. ते माणसं हाटेल कामगार युनियनची व्हती. शिव्या हाटेल कामगार युनियनचा सभासद हुता. मालकाला माहीत न्हौतं. मालकानं त्या दिशी शिव्याला लैय मारलं. शिव्या जनावरावानी आरडत हुता. रातभर आमाला झोप न्हौती. म्या हादरून गेल्तो. शिव्याचं डोस्कं फुटलं व्हतं. अंगावर वळा उठल्या व्हत्या. तक्रार कुणाकडं करणार ? दुसऱ्या दिशी शिव्या झोपूनच व्हता.

रविवारी आमी मालकाची नजर चोरून हाटेल कामगार युनियनच्या लोकावाला भेटलो. शिव्या त्या लोकावाना कायकाय माहिती देत हुता. मला बी लैय वाटायाचे की आपल्याला ईकत आणल्यालं सांगावं म्हणून, पर मालकाला कळालं तर ? हे लोक

थोडंच शेठचं कर्ज फेडणार हैत ? आपलं कर्ज फिटून तरी काय उपयोग हाय ! बापाच्या लग्नाच्या कर्जाचं व्याज फिटेस्तोर आमाला राबावं लागील. परत आमी लग्नाला येणार. मालक आमालाबी कर्ज देणार. आमचं लगीन करनार. व्याजात आमची बायको, पोर वापरणार. हे युनियनच्या लोकांना सांगून काय उपेग ? ते सुटका बी करतील. पर काम कोन देणार ? पोटाचं काय ? हॉटेलातलं काम गेल्यावर जगायचं कसं ? कर्ज नाही फिटलं तर शेठ परत मायीला ताब्यात घील. त्येचं काय ? हे सगळं आठवलं की माझी वाचाच बसायाची.

राती आमी युनियनच्या लोकाकडं गेलेलं मालकाला कळालं व्हतं. युनियनच्या लोकांनी मलाबी सभासद करून घेतलं हुतं. मालकानं आमाला जवळ बोलावलं. मला भीती वाटत होती. पर मायेनं समजावून सांगितलं. युनियनमधी जाऊ नका म्हणून सिनेमाला पैसे दिले. आमाला मालक देवावानी वाटला. आमी त्या दिशी हसत खेळत कामं केली. युनियनचं या पुढी नाव काढायाचं न्हाय म्हणून ठरविलं. शिव्या काय इथलाच हुता. त्येचं काय कसंबी चालतंय. रोज त्याची पगार व्हायाची. एकदा त्येनं मला त्येच्या घरी न्हेलं होतं. त्याची माय बिड्या करायाची. बाप नरसिंह गिरजी मिलमधी जॉबर हुता. शिव्यानं शाळा सोडल्यामुळे त्येला हाटेल काम करावे लागत होते. त्येला उनाडटप्पूपणामुळे घराबाहेर काढलं व्हतं. शिव्या चोरून घरला जायाचा. न्हायतर त्येचाबी आमच्यावानी हाटेलातच मुक्काम.

शिव्याला मालकानं कामावरून काढून टाकलं. दुसऱ्या हाटेलवाल्यांनीबी कामावर ठिवलं न्हाय. शिव्या चार दिस वणवण फिरला. आखीरला मालकाचे पाय धरला. मालकाने कमी पगारावर त्येला परत कामावर घितले.

बापानी काढलेलं सावकाराचे कर्ज. त्या कर्जाचं वाढलेलं अव्वाच्या सव्वा व्याज म्हणजे आमी. हे न फिटणारं कर्ज आन् वाढणारे व्याज म्हणजे आमी. चंद्र, सूर्याला कर्ज चुकलं न्हाय. त्याच्या दारी बी सावकार येतूया आन् त्येलाबी गिऱ्हान लागते. ही देवाची गोष्ट. आमी तर माणसं.

भट्टी. भट्टीवर उकळणारं दूध. त्यावर धरणारी साय. कपाट. कपाटामधी खायचे पदार्थ. ओळीतील टेबलं, खुर्च्या, आचारी, बाई, मालक आन् आमी. रोजचा झालेला धंदा. रात्रीचा राखण करणारा गुरखा. सकाळी नियमित चहाला येणाऱ्या झाडुवाल्या. शिव्याची झोपीतली बडबड. माझं आंथरायाचं पोतं. राती आचाऱ्यानं माझ्यावर टाकलेली टांग, झोप. झोपेतलं स्वप्न. आयुष्याची गोळाबेरीज दोन कपबशा फुटल्या. मालकानं शिवी दिली. सकाळचा नाष्टा बंद केला.

चहात माशी पडली म्हणून गिऱ्हाईकानं चहा परत केला. एका गिऱ्हाईकाने दिलेली ऑर्डर रद्द केली. पाणी लवकर दिले नाही म्हणून एका गिऱ्हाईकाने शिवी दिली. मी टेबल वेळेवर पुसत नाही म्हणून शिव्यानं दम दिला. आचारी चोरून मलई

खात होता. आज कामावर बाई आलीं नाही. कदाचित तिला पाळी आली असावी. मालकाचे कपडे इस्त्रीला टाकून आलो. शिव्याला चारमिनारचे सिगरेट आणून दिले. उद्या रविवारी सुट्टी. कुठला सिनेमा बघायचा ?

शिव्या म्हणत हुता आज हॉटेल कामगारांचा मोर्चा हाय. मला काय त्याचे ? आपण काम करावे. मालकाशी गोडीने राहावे म्हणजे मालक आपल्यावर रागावणार नाही. युनियनवाले काय देऊन घिऊन चालवणार आहेत ?

रविवार म्हणून आज लई उशिरापातूर झोपलो व्हतो. सकाळीच युनियनचे लोक आले. आमी उठलो. मालक येण्याच्या आत हाटेलबाहेर पडलो. मोर्चात जावे लागले. शिव्यानं मला ओढून नेलं. दुपारी शंभर-सव्वाशेजण रस्त्याने घोषणा देत निघालो. मागे चार पाच पोलीस व्हते. पुढे युनियनवाले. आता माझं कसं व्हनार ? आमी दिस काढाय आलोय ? मोर्चा कचेरीवर गेला. पैल्यांदाच कचेरी बगितली. पुढाऱ्यांनी निवेदनं दिली. भाषणं केली. पोलीस पहारा व्हताच. मी गर्दीत बसलेलो. मालकाला काहीच कळू नये. कुठे गेल्तो तर सिनेमाला गेल्तो म्हणून सांगू. मी एकटाच न्हाय सर्व हाटेल कामगार हैत. त्येच्याबरोबर आपलंबी. त्येचं जे होईल ते आपलं. आपण काय जगावेगळं न्हाय ?

युनियनवाल्यांनी कुणाला काय बोलायचं का म्हणून इच्चारले. सगळीकडं सामसूम. शिव्या उठला. म्या हादरलो.

शिव्या बोलू लागला. पगार कशी कमी मिळतिया, मालक लोक छळ कसे करत्येत. काम कसे करुन घेत्येत. आमचा वाली कुनीच न्हाय. आमी सगळे ध्यान देऊन ऐकत व्हतो. शिव्यानं लगेच आवाज चढविला. त्येनं माझं नाव घितलं. हिथं आदिवाशाची पोरं हैती. त्येना पकडून आणलंय. बापाच्या लग्नाच्या कर्जाच्या व्याजात ते राबत हैत. युनियन त्येच्यासाठी काय करणार हाय ? मी घाबरलो. उठून पळू लागलो. मागं ठेकेदाराच्या माणसावानी युनियनची माणसं व पोलिसवाले लागले होते.

'मी मालकाचा पावणा हाय' म्हणून मी वरडत हुतो.

❖ ❖

३१

सीमा

मी नापास झालो होतो. घरी येईपर्यंत दादाला कोणीतरी सांगितले होते. आई स्वयंपाक करीत होती. मी नापास झाल्याचे ऐकून तिने मला शिव्या दिल्या. थोड्याच वेळानं दादा आले. आल्या आल्या त्यांनी मला जोड्यानं मारहाण सुरू केली. आई मध्ये पडली. दादानं आईलाही बदडले. मला खूप वाईट वाटले. माझ्यासाठी आईला मार बसत होता. शेजारची राणूआत्या पळतच आली. तिने सोडवासोडवी केली.

'पुढल्या वर्षी पास व्हईल. त्येचं काय वय झालंय त्येला जनावरावानी माराया ?' माय रडतंच बोलत होती. मी आईच्यामागे दडी मारून बसलो होतो.

'तू अशी चढवून ठिवल्यामुळे तर नापास झालाय. आता याला पाटलाकडं चाकरीस ठिवतो. जाऊ दे शेणपाणी काढायाला' दादाची जीभ आगीसारखी ढणढणा भडकत होती.

'शिकून काय मामलेदार व्हनार हाय. करंल शेणपानी' आईने पदराने डोळे टिपले.

'तू त्येला शेणपाणीच कराय लावशील. आपून महार हाय न्हे ? कसे सुधारणार ?'

दादा असंच काय तरी पुटपुटत घराबाहेर पल्डा.

राणू आत्या आईला कुठे मार लागला आहे ते बघत होती आणि मला शिव्या घालत होती. 'आरे कडू, तुझा बाप लैय मानानं जगलाय या गावात. तू त्येचा अपमान केलायच आज. आरं पंचाचा

ल्येक हैत की तू. नापास झालेलं ऐकून काय वाटले आशील त्येला. महारड्यात येकटा तर शिकत हुताच.' मला खूप वाईट वाटलं होतं. माझे दादा ग्रामपंचायतीचे सदस्य होते.

'माझा भिव्या मोप शाना हाय. नापास कसा व्हईल. त्या बामनाच्या मास्तरनं नापास केलं आशील त्येला.' आई गरम तव्यावर भाकर टाकून पानी लावत होती. 'जेव रे. जेवतूच का ? आज तुझा बाप जेवनार न्हाय.' आई उद्वेगाने बोलत होती. माझीही तहानभूक हरपली होती.

दादा बाबासाहेब आंबेडकरांच्या मर्जीतले. बाबासाहेबांवर त्यांची खूपच श्रद्धा. 'मीही बाबासाहेबांसारखा शिकून मोठा व्हावा, नाव कमवावं' असं नेहमीच त्यांना वाटायाचं. मी गाव सोडलं.

आपलं तोंड काळं केलं पाहिजे म्हणून मी निघालो. माझ्याबरोबर वारकाचा नेमिनाथ आणि कोळ्याचा सिद्धाण्णा असे तिघेजण निघालो होतो. तिघेही नापास झालेलेच. आमचा मुंबईला पळून जायचा विचार होता. बुऱ्हाणपूरचा माळ चढताना मी मागे वळून अनेकवेळा गावाकडे पाहायाचा. गाव दूर दूर जात होते. विठ्ठलाच्या मंदिराचा कळस मात्र उन्हात चमकत होता. आमचं घर दिसत नव्हतं. महारावाडा हळूहळू नजरेआड होत होता. देशपांडे गुरुजींचे घर मात्र अजूनही स्पष्ट दिसत होते.

देशपांडे गुरुजींचे घर उंच हुड्यावर होते. त्याला सर्वजण बामनआळी म्हणायचे. गावापेक्षा थोड्या उंचावर असलेला हा काळ्या धोंड्याचा वाडा. देशपांडे गुरुजींची मुलगी विमलने मला चिठ्ठी लिहिली होती म्हणून मीही तिला चिठ्ठी लिहिली होती. हे प्रकरण पाटलाच्या रेवण्यानं गुरुजीला दाखवून दिलेले होतं आणि त्यामुळे मी नापास झालो होतो. विमलचीबी कायमची शाळा सुटली होती.

हा माळ ओलांडल्यानंतर आपला गाव कायमचाच डोळ्याआड होणार म्हणून आम्ही तिघांनी थोडावेळ थांबून गावाचे दर्शन घेतले. रडलोही. विठ्ठलाच्या पाया पडलो. मी विमलचा चेहरा नजरेपुढे आणला. दादा आणि आई आठवल्यामुळे मी गदगदून गेला होतो. माझी छोटी बहीण इंदिरा आणि भाऊ श्रीकांतला येताना पाहिलं नव्हतं. परत घरी जाऊन या सर्वांना एकवेळ पाहावं असं वाटत होतं.

सोलापूरला पोहोचलो तेव्हा संध्याकाळ झाली होती.

कोठे उतरायाचे आणि काय खायाचे हा प्रश्न होताच. नेमिनाथकडे चार आणे होते. त्याचे चिरमुरे, फुटाणे विकत घेतले. तिघांनी मिळून ते खाल्ले. नळावर पाणी पिलो.

नेमिनाथचा सोलापुरात मामा राहतोय, त्याचा आम्हाला पत्ता काढायाचा होता. नेमिनाथची बहीण सोलापुरात दिली होती. पण स्टोव्हचा भडका उडून भाजून मरण पावली. तिच्या नवऱ्याने दुसरे लग्न केले. त्याचे नाव काशिनाथ. तो अंबिका हेअर

कटिंगमध्ये कामाला आहे. त्याच्याकडे जाण्याचे आम्ही ठरविले. एकेक चौक पार करीत एकदाचे अंबिका हेअर कटिंग गाठले. तिथे आल्यानंतर कळले की, त्याने अंबिका हअर कटिंग सोडून खूप दिवस झाले आहेत. मग मात्र आम्हाला रडूच कोसळलं. खूप थकलो होतो, भूक लागली होती. मी फूटपाथवरच बसलो. पाय दुखत होते. नेमिनाथ तिथेच ठाण मांडून उभा होता.

नेमिनाथ थोड्या वेळाने सलूनबाहेर आला. त्याचा मामा टिळक चौकात बालाजी हेअर सलूनमध्ये काम करतोय म्हणून कळाले होते. आम्ही आमचा मोर्चा टिळक चौकाकडे वळवला. रस्त्यामध्ये नेमिनाथ मला पढवत होता. मामाने तुला जात विचारली तर 'मराठा' म्हणून सांग. महाराचा म्हणून सांगू नको. मी 'हो' म्हणत होतो. मनातून खूपच वाईट वाटत होते. नेमिनाथच्या मामाला आपली जात कळाली तर कसे ? उगीच दुसऱ्याच्या घरी कशाला जा ? असे अनेक विचार सतावत होते. मी नेमिनाथ मागून चालत होतो. सिद्धण्णा तर काहीच बोलत नव्हता. जणू त्याची वाचाच बसली होती.

'टिळक चौक कुठे आहे ?' असे प्रत्येकाला विचारत टिळक चौकात आलो. रस्त्याने प्रत्येक दुकानाच्या नावाच्या पाट्या आम्ही वाचत होतो. बालाजी नावाची पाटी दिसली. आम्हाला खूप आनंद झाला. बालाजी हेअर सलून असेल म्हणून. पण ते बालाजी टी-हाऊस होते. नेमिनाथचा मामा नाही भेटला तर मी या हॉटेलात वेटरचे काम करण्याचे ठरविले. आम्ही बऱ्याच जणांना विचारायचे 'बालाजी हेअर सलून' कोठे आहे म्हणून, पण कोणीच नेमका पत्ता सांगायचे नाही. एका कोपऱ्यावर एक टपरी होती आणि हेच ते 'बालाजी हेअर सलून' होते.

'बघ नेम्या, हाय का तुझा मामा.'

सिद्धण्णा विव्हळतच अस्पष्ट बोलला. तसा नेमिनाथ उसळून म्हणाला, 'हा हाय.'

मला बरे वाटले. नेमिनाथच्या मामानं मला माझी जात विचारू नये. आम्हा सगळ्यांना त्याने घरी न्यावे, जेवण द्यावे म्हणून मी देवाचा धावा सुरू केला. नेमिनाथ झपाझप पावले उचलून खोक्याजवळ गेला. नेमिनाथच्या मामानेही ओळखले. तो दाढी करीत होता. दाढी करण्याचे सोडून त्याला तो बोलू लागला. मला खूप समाधान वाटले. काही का असेना नेमिनाथच्या मामाने दुसरी बायको करूनही ओळख दिली. पण आमचे काय ?

नेमिनाथने आम्हाला हात करून बोलावले. आम्ही हसतच निघालो. काशिनाथ मामा दाढी करीत होता. आम्ही बाकड्यावर बसलो होतो. बाकड्यावर वर्तमानपत्र पडले होते. सहजच मी चाळू लागलो. जुने वर्तमानपत्र होते. त्यात सैन्य भरती असल्याचे छापले होते. तारीख उद्याचीच होती. माझ्या डोक्यात सैन्यात भरती होण्याचा विचार

चमकून गेला. काशिनाथ मामाने दाढी संपवली. आम्हाला जवळच्या खोक्यावर नेऊन चहा पाजला.

त्यावेळी नुकतेच चीनने उत्तर सीमेवर आक्रमण झाले होते. भारत सरकार लष्करी सामर्थ्य वाढवू लागले होते.

लष्करात अनेक तरुणांची भरती करायची होती. भरती होणाऱ्यांची अमाप गर्दी लोटली होती. मीही मैदानात कपडे काढून लाईमध्ये उभा होतो. माझ्या पाठीमागे नेमिनाथ व सिद्धण्णा होते.

मनात विचारांचे काहूर माजले होते. काय करावे समजत नव्हते. घरी जावे की मिल्ट्रीमध्ये भरती व्हावे काहीच कळत नव्हते. माझ्यापुढे शंभर-दीडशे उमेदवार उभे होते. पाळीपाळीने एकेकाची तपासणी होत होती. प्रथमच त्यांनी माझी छाती पाहिली, वजन पाहिले. माझ्याजवळ गेल्या वर्षीचे नववीचे मार्कलिस्ट होते. त्यावरच त्यांनी मला भरती केले. मेडिकलमध्येही मी फीट ठरलो. निवड झालेल्यांना एका बंद खोलीत ठेवले होते. मी गांगरून नेमिनाथ व सिद्धण्णाचे काय होणार याचा विचार करत हातो. बाहेर आम्हाला पाहाणाऱ्यांची खूप गर्दी दिसत होती. काहींचे आई-वडील रडत, ओरडत साहेबाचे पाय धरत होते. 'आमच्या मुलाला सोडा' म्हणून विनवणी करीत होते. पण कोणालाच सोडले नाही. थोड्या वेळाने भरती बंद झाली.

नेमिनाथ व सिद्धण्णाची भरती झाली नाही.

आम्ही सव्वाशे उमेदवार होतो. त्यात मीच पुढारी. माझ्या नावाने वॉरंट काढले होते. मला घराकडील सारखी आठवण येत होती. माझ्या पार्टीमध्ये उस्मानाबादचा महिबूब मुल्ला व लातूरचा सुरेश सावंत होता. आमची लवकरच गट्टी जमली होती. रात्रीचे नऊ वाजून गेले तरी बाहेर कोणालाही जाऊ देत नव्हते. सर्व कागदपत्र तयार करायला रात्रीचे अकरा वाजले. कागदपत्रे पार्टीच्या प्रमुखांना दिले. त्यात माझाही समावेश होता. काहींना सिकंदराबाद, काहींना पुणे तर आम्हाला नासिक रोडला पाठवण्यात आले.

प्रथम आम्हाला RRDC मध्ये एका मोठ्या इमारतीमध्ये राहाण्यासाठी जागा दिली. तेथे गेल्यानंतर चहा व ब्रेकफास्ट मिळाला. किटचे सामान मिळाले आणि आमच्या फौजी जीवनाला आरंभ झाला. दुसऱ्या दिवशी आणखी काही कपडे व बूट मिळाले. नंतर मिलिटरी नंबर मिळाला. दोन-तीन दिवसानंतर दिनेश सावळेची ओळख झाली. तो टिक्निकल असिस्टंट होता. माझी पोस्टींग ट्रेनिंगसाठी सहा बॅट्रीमध्ये झाली. आमचा अठरा लोकांचा स्कॉड तयार झाला होता.

आमची ट्रेनिंग सुरू झाली. प्रथम पीटी, वॅपन ट्रेनिंग अथवा ड्रील असायाची. ग्राऊंड खूपच मोठे होते. पीटी संपली की वॅपन ट्रेनिंग असायाची. मधली सुट्टी खूपच

कमी असायाची. पळत यायचे पळत जायाचे आणि हे अंतर कमीत कमी एक मैल असायाचे, दहा मिनिटांत कपडे बदलून पिरियडसाठी तयार व्हावे लागे. त्यावेळी भूक भरपूर लागलेली असायाची. ट्रेनिंगच्या वेळी खूपच त्रास व्हायाचा. अंग दुखायाचे, पायाला गोळे येयाचे, पण सांगणार कोणाला ?

दोडे नावाचे इन्स्ट्रक्टर होते. ते खूप रागीट व कडक शिस्तीचे होते. त्यांचा चेहरा चंबूगत वाटायचा. त्यांना पाहिलं की मला धडकी भरायाची. एकदा त्यांनी माझ्या गालावर चापट मारली होती. मी खूप रडलो. त्या दिवशी आई व दादांची आठवण झाली. सारा गाव चित्रासारखा डोळ्यापुढे उभा राहिला. पळून जावं वाटलं. तरी पण गावाकडे पत्र लिहिले. मी नासिक येथे आहे. सुखी आहे. मला मिल्ट्रीमधून सोडवण्याचा प्रयत्न करू नये. तरीही दादा एकदा आले, मला भेटले. त्यांच्या डोळ्यात पाणी पाहून माझं मन कासाविस झालं होतं. मी आईबद्दल विचारलं, भाऊ आणि बहिणीबद्दल विचारलं. राणु आत्या आणि तिची मुले ठीक होती. विमलचं लग्न झालेलं दादांनीच सांगितले. त्या दिवशी मी आणि दादाने काळारामचे मंदिर पाहिले.

आम्ही हिंदू, पण हिंदूच्या देवळात जाऊ शकत नव्हतो. देवळात कुत्रे-मांजर जाऊ शकते पण दलित माणूस जाऊ शकत नाही. त्यांचा विटाळ होतो. डॉ. बाबासाहेब आंबेडकरांनी काळाराम मंदिराच्या प्रवेशाचा सत्याग्रह केला होता. त्या सत्याग्रहासाठी दादाही आले होते. त्यांनी त्या मंदिर प्रवेशाच्या सत्याग्रहाबद्दलच्या जुन्या आठवणी सांगितल्या. आज मी आणि दादा स्वाभिमानाने काळाराम मंदिराच्या पायऱ्या चढून गेलो. आम्हाला कोणीच अडविले नाही. मला बाबासाहेबांच्या कार्याचा मोठा अभिमान वाटला.

पगार दहा किंवा वीस रुपयेच मिळायाचा. तो तेल व साबणासाठी पुरायचा. जादा पैसे मिळत नसत. कारण जादा पैसे मिळाले की, रात्री रिक्रूट पळून जायाचे. एल. एम. जी. च्या ट्रेनिंगशिवाय सर्व ट्रेनिंग मिळत होते. वॅपन ट्रेनिंगच्या वेळी क्राऊलिंग शिकावे लागे. दोन्ही हातांनी रायफल वर धरून कोपऱ्याने खरडत खरडत निश्चित ठिकाणी जावे लागायचे. त्यामुळे गुडघ्यातून व हाताच्या कोपऱ्यातून रक्त निघायचे. भगभग व्हायाची आणि मजाही वाटायाची. सोळाव्या आठवड्यात बॅट्री कमांडर पासिंग आऊट व्हावे लागे आणि तेविसाव्या आठवड्यात कमांडिंग ऑफिसचे पासिंग आऊट व्हावे लागे. त्यामध्ये मी पास झालो. यानंतर मात्र मला टेक्निकल ट्रेनिंगवर जास्त भर द्यावा लागला.

मला वायरलेस ऑपरेटरची ट्रेनिंग पूर्ण करावी लागली. त्यावेळी कमांडर मेजर भानुदास गुप्ता आणि बॅट्री कॅप्टन गोरे होते. आमचे सुभेदार देशपांडे होते आणि स्कॉड कमांडर नायडू. ते खूपच चांगले होते.

एकदा आम्ही टेक्निकल ट्रेनिंगच्या वेळी वायरलेस सेट घेऊन वेगवेगळ्या ठिकाणी बसलो होतो. कॅप्टन साठे आले होते. मेसेज पास होताना त्यांनी ऑब्झरव्हेशन केले होते. माझा आवाज ऐकला होता. मी इंग्रजीचे उच्चार स्पष्ट करत होतो व अगदी व्यवस्थित मॅसेज पास करीत होतो. कॅप्टन साठे यांनी आमच्या स्टेशनजवळ येऊन माझे नाव विचारून घेतले. शाब्बासकी दिली. त्यामुळे स्कॉडमध्ये माझा भाव खूपच वाढला. आमचे सुभेदार व इन्स्ट्रक्टर खूष झाले. टेलिफोन ट्रेनिंग रात्रीपण असायची. रात्रीच्या वेळी आम्ही वायरलेस सेटवरती कधी कधी सिनेमांची गाणी लावून ऐकत असू. एकदा देवळाली रेंजवरती कोर्स शुटींग होती. त्यावेळी आम्हाला वायरलेस सेट घेऊन जाण्याची ऑर्डर मिळाली. कोर्ट शुटींग हा शब्द मी प्रथमच ऐकलेला. मला वाटले होते की आता सिनेमाचे शुटींग होणार आणि आपल्याला सिनेनट व नटी पाहायाला मिळणार. परंतु दुसऱ्या दिवशी जेव्हा आम्ही अर्टीलरी रेंज्सकडे गेलो व तेथे तोफांचे फायरिंग केले तेव्हा समजले की, कोर्स शुटींग म्हणजे काय असते.

ट्रेनिंगच्या वेळी दिवाळीचा सण खूपच चांगला साजरा केला.

बत्तीस आठवड्यानंतर आमची ट्रेनिंग संपली. आम्ही ट्रेन्ड सोल्जर बनलो होतो. एक महिन्याची सुट्टी मिळाली.

सुट्टीवर गावी आलो. आईनं गळ्याला लावून घेतलं. दादालाही खूप आनंद झाला होता. सर्वजण मला माझी खुशाली विचारत होते. नेमिनाथ काशिनाथ मामाकडे सलूनमध्ये कामाला लागला होता. सिद्धण्णा सूत गिरणीमध्ये सोलापूरला कामाला लागला होता. गुरुजींची भेट झाली. त्यांनीही माझी चौकशी केली. मला समाधान वाटले. विमल सासरी गेली होती. तिची आठवण मला बेचैन करीत होती. गावात करमत नव्हते. ट्रेनिंगच्या आठवणी येत होत्या.

रविवारी सोलापूरला नेमिनाथला येऊन भेटलो. संध्याकाळी सिद्धण्णाची गाठ घेतली. नेमिनाथचे लग्न ठरले होते. काशिनाथ मामाची मुलगी तो करून घेणार होता. आम्ही तिघांनी त्या दिवशी 'दोस्ती' हा सिनेमा पाहिला.

विमलला सोलापूरातच दिले होते. पण तिची भेट कशी घेणार ? शक्यच नव्हते. माझे मन मात्र तिला पाहाण्यासाठी खूपच अधीर झाले होते. आईने 'विमलकडे जाऊ नकोस. ती आता दुसऱ्या घरची सून आहे' म्हणून ताकीद केलेली आठवली. मन मात्र कोठेच रमत नव्हते. टाईमपास करण्यासाठी नेमिनाथला ट्रेनिंगमधल्या गमती सांगायाचा.

एक महिन्याची सुट्टी संपवून नासिक रोडला हजर झालो. थोड्याच दिवसात आमची पोस्टिंग ऑर्डर आली. महिबूब मुल्ला व सुरेश सावंत यांची एकाच युनिटला बदली झाली होती. आम्ही केव्हा जाणार त्या तारखापण कळाल्या होत्या.

आम्ही सत्तर-ऐंशी जवान नासिक रोड रेल्वे स्टेशनवर आलो. आमच्यासाठी

एक रिझर्व्ह डबाच होता. दिल्लीपर्यंत पोहचविण्यासाठी एक हवालदारही सोबत होता. इतका लांबचा प्रवास मी प्रथमच करत होतो. मी व दिनेश साळवे एकाच युनिटला जाणार होतो. ती पूर्ण महार रेजिमेंट होती, आम्ही रस्त्याने मजा करीत होतो. रस्त्यात ठिकठिकाणी बरेच जवान बिना, बबिना, मथुरेला उतरले. त्यांना निरोप देताना गहिवरून येत होते. शेवटी आम्ही दिल्लीला संध्याकाळी आठ वाजता पोहचलो. तिथून आमच्या सोबत आलेला हवालदार परत जाणार होता.

दिल्लीहून आम्ही रेल्वेने जम्मूला आलो. जम्मू खूप सुंदर शहर वाटले. तिथे ट्राँजिट कँपला मुक्काम केला. दुसऱ्या दिवशी नॉशेराला निघालो. प्रवास खूप लांबचा होता. आमचा रस्ता कॅनॉलच्या बाजूनेच जात होता. कॅनॉलमध्ये बऱ्याच स्त्रिया नागड्या अंघोळ करीत होत्या. अंगावर काहीही कपडे नव्हते. आमचे जवान त्यांना पाहून ओरडत होते. मला ते दृश्य विचित्र वाटले. माधवपूर ब्रीज ओलांडून आम्ही पुढे जात होतो. पर्वताच्या उंच उंच रांगा, हिरवीगार झाडी, दऱ्या, खोऱ्या यामुळे हा परिसर खूपच मोहक व रम्य वाटत होता.

हा रस्ता खूप अरुंद होता. आम्ही बसने प्रवास करीत होतो. येथून जवळच पाकिस्तानची बॉर्डर आहे. त्यालाच छांब सेक्टर म्हणतात. आखनूर सोडल्यानंतर काराकोरम पर्वताच्या रांगा सुरू होतात. त्या डोंगराळ भागातून खडतर रस्त्याने बस धावत होती. एका वेळेला एकच बस धावावी इतका अरुंद रस्ता. बसबाहेर पाहिले की, खोलच खोल दऱ्या दिसायाच्या. बस कोसळेल की काय या भितीने मन गारठून जायचे. वळणावळणांनी बस पुढे सरकायाची. अनेक पर्वतांची सुळके, कललेले कडे, पर्वतातून झिरपणारा झरा... दाट हिरवेगर्द गवत, दाटीवाटींनी वाढलेली झाडे... पक्ष्यांचा थवा... आल्हाददायक अशी हवा... मन हरवून जायाचं. पुढून येणाऱ्या गाड्या टी. सी. पी. (Transport Controlling Post) वरती थांबविल्या जात असत. जाणाऱ्या गाड्या तेथे पोहचल्या म्हणजेच त्या गाड्या सोडत असत.

पर्वतावर एके ठिकाणी बरीच हॉटेल्स होती. आमची बस तिथे थांबली. आम्ही थांबून नाष्टा व चहा घेतला.

आमची बस उंच साईडला निघाली. सर्वात मोठे असे चढ चौकी चौराही सुंदर बर्नीला संपले. आम्ही दुपारी दोनच्या सुमारास नौहार टीसीपीवर येऊन पोहोचलो. तिथून आमच्या नवीन युनिटला फोन केला. गाडी मागविली. गाडी यायला खूप वेळ लागला. गाडी आली पण ती खूपच लहान होती. सामान तर खूप होते. आम्ही कसे बसे आत दाटणीत बसलो. हादरे खूपच बसत होते. रस्ता कच्चा होता. गाडी जुन्या मॉडेलची होती. धूळ खूप उडत होती. अंगा-तोंडावर धुळीचे थर साचत होते. गाडी आचके घेत पळत होती. प्रवासाने शरीर थकून गेले होते. मी माझे गाव सोडून किती दूर जात होतो. येथून आईला हाक मारली तर ऐकू जाईल का ? उंच पहाड माझी हाक

आईपर्यंत पोहचू देतील ? आजपासून हे पहाड आम्हाला आईसारखे आपल्या कुशीत सांभाळणार होते.

थोड्या वेळाने आम्ही युनिट लाईनमध्ये पोहचलो. गाडीतून उतरल्यानंतर ॲडज्यूटंट नाव सुभेदार श्रीयुत हरी सिंदू यांनी पाहिलं. लेक्चर दिलं. ते ऐकून मी घाबरलोच. कारण येथून जवळ पाकिस्तान बॉर्डर आहे. तेथे नेहमी मशीनगनचे व रायफलचे फायरिंग होत असते. तरी घाबरायाचे नाही. आपल्याला त्याचा आवाज ऐकू आला तरी ते ठिकाण आपल्यापासून बरेच दूर आहे. आम्ही नवीन होतो. शत्रूची फायरिंग म्हटल्यावर भीती वाटली होती.

युनिट एकदम नवीनच होते. राहाण्यासाठी टेन्ट होते. बॅरेक थोडेच होते.

आम्हा फौजी लोकांना मुलींचे फारच आकर्षण वाटायाचे. एका गावाशेजारीच आमचे पोझिशेन होते. तिथे विहिरीवर पाणी भरण्यासाठी मुली यायच्या. आम्ही त्यांची टर उडवायाचो, मजा करायाचो. शुटींग संपलं की आम्ही फिरायला जायाचो. सिनेमाही पाहायाला मिळे.

माझी पोस्टींग आर बॅट्रीमध्ये झाली आणि दिनेश साळवी क्यू बॅट्रीमध्ये गेला. आर बॅट्री झंगड साईडला भवानीच्या पुढे एक लहानशी नदी ओलांडून पुढे एका डोंगराच्या बाजूला डिप्लॉय झालेली होती. मी एकदाचा त्या पोझिशनवर हजर झालो. तेथे असताना पोझिशनच्या चारी बाजूंनी उंच डोंगरावरती एल. एम. जी. घेऊन रात्री ड्यूटी करू लागलो. सोबत अशोक थोरात असायाचा.

भारत-पाक सीमेवर पहारा ठेवणे, पाकिस्तानी नागरिक किंवा गुप्तहेरांना घुसखुरीपासून रोखणे, सीमेवर होणारे किरकोळ हल्ले परतवून लावणे वगैरे कामे करावी लागत असत.

ऑगस्ट १९६५ मध्ये पाकिस्तानी सैन्यांनी खूपच जमवाजमवी केली. घुसखोर आत घुसून घातपाती कृत्ये करीत होते. जम्मू-काश्मिरमधील मोठे मोठे ब्रीज उडविण्याचा त्यांचा प्लॅन होता. पण बेत त्यांच्यावरच उलटला.

दररोज इन्फट्री पिक्वेटवरती मशीनगनचे फायरिंग होऊ लागले. सर्वच ठिकाणी दक्षता पाळण्यात येऊ लागली. पहारे देणारे जवान डोळ्यात तेल घालून पहारा देऊ लागले. आम्हीही रात्रभर जागू लागलो, दिवसा झोपायाचे, रात्री ड्यूटी करायाची. रजौरी भागात घुसलेल्या घुसखोरांना पकडण्यासाठी डोंगर-दऱ्या पालथे घालू लागलो.

त्या दिवशी आम्ही सकाळी पाचलाच बाहेर पडलो. चार-पाच पाकिस्तान्यांना घनदाट अशा जंगलात उंच शिखरासारख्या ठिकाणी आम्ही ताब्यात घेतले. काही लोकांच्या घरी छापा टाकून हेरगिरी करणाऱ्यांना पकडले. त्यांचा दारूगोळा, रायफल, स्टेनगन व मशिनगन जप्त केल्या. त्यांच्या मुसक्या बांधून त्यांना युनीटमध्ये आणले.

युनीटवर आणल्यानंतर त्यांची कसून तपासणी सुरू झाली. जे माहिती सांगण्यास नकार देत होते. त्यांना गोळ्या घालत होतो. आमचे कमांडर कॅप्टन 'फायर' म्हटले. ट्रायगर दाबून गोळी निघून पठाणाच्या छातीत घुसायची. तो 'या अल्लाह' म्हणून जमिनीवर कोसळायाचा. जे वाचले त्यांना डिव्ह. हेडक्वार्टरला पाठवण्यात आले, थोड्याच दिवसांनी युद्धाला तोंड फुटले.

आसपास कोठेतरी फायर होत होते. गनचा आवाज खूपच मोठा असायाचा. आगीचे लोळ उंच उडताना पाहून मजाही वाटायची. भितीने गंभीरही व्हायाचो. एके दिवशी आम्ही रात्री सर्वजण स्टँड टू झालो होतो. स्टँड टू म्हणजे काहीतरी धोका उद्भवलेला असतो अशा वेळी प्रत्येक जवानाने आपापली रायफल घेऊन मोर्च्यामध्ये सज्ज राहायाचे असते. वेळ, प्रसंग पडल्यास फायर करायाचे असते. शेवटी दोन शिट्ट्या झाल्या म्हणजे सर्व काही ठीक आहे असे समजून मोच्याहून परत जायाचे असते. आम्ही सर्वजण मोर्च्यात होतो. वेळ रात्रीची होती. अंधारात एक शेतकरी कामावरून घरी परतत होता. त्याचे घर आमच्या कँपपासून जवळच होते. आमच्या कॅप्टननी संशयावरून पकडले व मारत मारत त्याला युनीट लाईनमध्ये आणले. त्याला खूप मारले आणि त्यात त्याचा प्राण गेला. रात्री कोणाला काही माहीत न होता त्याला पुरले. पुढे काही दिवसांनी हे प्रकरण खूप रंगले, पण कोणाला काही झाले नाही. कारण तो काळ लढाईचा होता. पण त्या बिचाऱ्या शेतकऱ्याचे घर मात्र उघडे पडले असेल.

ऑगस्टच्या दुसऱ्या आठवड्यात लढाईला खूपच जोर चढला होता. धुमश्चक्री उडत होती. सकाळीच शत्रूच्या सैन्यांनी झंगडच्या सुरक्षा चौकीवर हल्ला केला. हवालदार रावू कांबळेच्या नेतृत्वाखाली एक महत्त्वपूर्ण ठिकाणावर मिडियम गनचे एक सब सेक्शन सज्ज होते. रावू कांबळेने अनेक दुश्मनांना रणावर लोळविले होते, पण जेव्हा दारूगोळा संपला तेव्हा शत्रू सैन्य त्यांच्या बंकरमध्ये घुसले, त्याचे शीर उडवले पण रावू कांबळेचा हात मात्र मशीनगनवरच स्थिरावला होता.

याच भागात बारकू कांबळे मशीनगनच्या दुसऱ्या सब-सेक्शनचे नेतृत्व करीत होता. त्यानेही जिवाची बाजी करून अनेकांना कंठ-स्नान घातले, पण शत्रू सैन्याची संख्या खूपच होती. चौकीला गंभीर धोका निर्माण झाला होता. अखेर माघार घ्यावी लागली. आजूबाजूच्या पहाडावर कब्जा केला. त्यामुळे घुसखोरीची नाकेबंदी झाली. या हल्ल्यात एक जवान कामी आला.

जोडिया पहाडावर शत्रूचे आक्रमण होणार असल्याचे कळाले होते. त्यासाठी तिथे मोर्चे बांधण्याची अत्यंत जरूरी होती. येथे आक्रमण झाले नाही पण पहाटे पाकिस्तानच्या जेट विमानांनी बाँब वर्षाव मात्र केला. शत्रूच्या हवाई हल्ल्याला तोंड देण्याचा हा आमचा पहिलाच अनुभव होता. चाळीस मिनिटांच्या बाँब वर्षावानंतरही

आमची कोणा एकाही जवानाची प्राणहानी होऊ शकली नाही.

दोन दिवस मात्र शांततेत गेले. या दिवसात बॉंब वर्षावाने नष्ट झालेले मोर्चे परत बांधले.

दोन दिवसानंतर मात्र शत्रूने हवाई हल्ले सुरू केले. तोफाही गोळीबार करू लागल्या आणि तोफांच्या आडून पायदळ सैनिक हळूहळू पुढे सरकू लागले. पण बटालियनने चहुबाजूने शत्रूला घेरले. चौफेर होणाऱ्या हल्ल्यापुढे पाक सैनिक टिकू शकले नाहीत. काहींनी पळ काढला. पण शत्रूची विमाने आमच्या तोफेच्या ठिकाणी वारंवार हल्ले करीत होती. आम्हाला आश्वासन दिलेली मदतही मिळत नव्हती. वेळ खूपच जीवघेणी होती. तरी पण आम्ही शत्रूच्या मोर्च्यांवर तुटून पडत होतो. या हल्ल्यात बटालियनला खूपच नुकसान सहन करावे लागले. पण धैर्य, निष्ठा आणि साहस यामुळे बटालियनमधले जवान शत्रूला तोंड देऊ शकले.

आक्रमण करण्यापूर्वी पूर्ण तयारी आणि शत्रूच्या शक्तीची योग्य माहिती असली पाहिजे. विश्वसनीय सिग्नल कम्युनिकेशन अत्यंत महत्त्वाचे असते. शत्रूच्या तोफा आणि विमानांना दुर्बल करण्यासाठी आपल्याकडे तोफा आणि विमानांची मदत असण्याची खूप गरज असते. राखीव फौज असल्याशिवाय कुठलाच हल्ला यशस्वी होऊ शकत नाही, याचे ज्ञान मला कृतीतून शिकायला मिळत होते.

पाकिस्तानचे मुहादीपूर ताब्यात घेण्यासाठी आम्ही योजनाबद्ध आक्रमण केले, आणि शत्रूला पिटाळून लावले. या लढाईत बारा शत्रूसैनिक पकडले. पंधरा शत्रू सैन्यांची प्रेते ताब्यात घेतली व ती आम्ही तिथेच पुरली.

बहुतेक ऑगस्टची वीस तारीख असावी. मी आणि अशोक थोरात कमांडपोस्टच्या मागे रोडच्या बाजूला ड्यूटीवरती होतो. त्या दिवशी रात्री आम्ही पाकिस्तानी सैन्यावरती फायरींग केली होती. त्यावेळी त्यांच्याकडून कसलाच प्रतिकार झाला नव्हता. आम्ही मात्र तोफांचा खूप भडीमार केला. त्याच दिवशी पहाटे दोन वाजून पन्नास मिनिटांनी पकिस्तानच्या डोंगराच्या मागील बाजूने सू-सू-सू आवाज ऐकू आला. तो आवाज आमच्या डोक्यावरून मागच्या बाजूला गेला. ते तोफांचे गोळे होते. खूप मागे जाऊन फुटले. मी आणि अशोक थोरात रायफल घेऊन मोर्चामध्ये पाय आत सोडून बसलो होतो. मी डोक्यावरील हेलमेट काढून बाजूला ठेवली होती.

पाकिस्तानने फायरिंग सुरू केली होती. मी माझे हेलमेट घेण्यासाठी हात वर केला, तोच डोंगराच्या पलीकडून तोफांचा आवाज झाला. मी ताबडतोब खाली बसलो. मी मनात म्हटले हे गोळे निश्चितच आपणावर पडणार ! परंतु ते आमच्या मागे पन्नास फूटावर जाऊन पडले. त्यांचे स्प्लींटर्स (Splinters) मात्र सूऽसूऽऽ करीत जवळपास विखुरले होते. त्यातीलच एक स्प्लींटर आमच्या मोर्चामध्ये माझ्या बूटाजवळ येऊन पडले. त्यावेळी कोणीतरी ओरडल्याचा आवाजही ऐकू आला. आता आपण काही जगू

शकत नाही असेच वाटत होते. घरच्या आठवणी येत होत्या. मी हादरून गेलो होतो.

थोड्या वेळाने आमच्यावरची फायरिंग बंद झाली आणि दुसरीकडे फायरिंग होऊ लागली. मी झटकन हेलमेट डोक्यावर घातली. यापुढे डोक्यावरची हेलमेट कधीच काढणार नाही असा मनातच निश्चय केला. तोच कानठळ्या बसावा इतका मोठा आवाज झाला. आगीचे प्रचंड लोळ दिसत होते. अशोक थोरातला खाली बस म्हणेपर्यंत आमच्यावर फायरिंगला सुरुवात झाली. माझ्या हेलमेटला स्प्लींटरचा हात लागून खाली विखरून पडले. डोक्यावर हेलमेट नसते तर मी मेलोच असतो. इतक्यात सुंदरबनी साईडकडे भारताची फायरिंग सुरू झाली आणि पाकिस्तानची फायरिंग बंद झाली. आमचे विशेष नुकसान झाले नव्हते. आमची ड्युटी संपली.

फायरिंग जेव्हा होत होती तेव्हा मात्र अशोक थोरातची खूपच दमछाक व्हायाची. जीव मुठीत घेऊनच राहावं लागायचं. फायरिंगच्या वेळची एक गंमत ऐकायला मिळाली. फायरिंग होत असता जिचकर भिंतीला धरून राम राम राम करीत उभे होते. जसजसे फायरिंग होई तसतसे ते राम राम म्हणून जागेवरच भितीने उड्या मारायचे. ते ऐकून खूपच हसलो.

दुसऱ्या दिवशी आमची पोझिशन बदलली. एका लहान ओढ्याच्या पुढे माईन्स फिल्डजवळ आमची पोझिशनची निवड झाली. आजूबाजूला खूपच झाडी आहे. तेथे आम्ही गनमोर्चे, कमांडपोस्ट वगैर खोदण्यास सुरुवात केली. संध्याकाळपर्यंत आम्ही मोर्चे पूर्ण केले. आम्हाला नवीन गाड्या मिळाल्या होत्या म्हणून पोझिशन ताबडतोब बदलता आले होते.

नंतर एक मजेशीर घटना घडली. आम्हाला बातमी मिळाली की पाकची विमाने बॉंबिंगसाठी येणार आहेत. बाहेर कोणी दिसू नये. त्यावेळी मी जवळच्या ओढ्यात स्नान करीत होतो. गडबडीने स्नान आटपून बाहेर आलो. कपडे बदलत होतो. तोच विमानाचा आवाज आला. तशी मी धाडकन् पाण्यात उडी टाकली व पाण्यात बुडलो. विमानाचा आवाज कमी झाल्यावर मी डोके वर काढले. माझ्या या वागण्याला पाहून इतर लोक खूपच हसले. ते जवळच्या डोंगराच्या आडोशाला लपले होते. थोड्याच वेळाने मोठा आवाज झाला. विमानाने रोहतक पिक्वेटच्या शेजारी बॉंबहल्ला केला होता.

दुसऱ्या दिवशी सकाळी आम्ही मेंढार येथे जाण्यासाठी निघालो. पाऊस पडत होता. गाड्या अडकत होत्या. चिखल झालेला. त्रास व्हायचा व घुसखोर रस्त्यात गाड्या आडवायचे. जवानांना ठार करायचे. तेव्हा एखाद दुसरी गाडी घेऊन फिरणे धोक्याचे होते. आमच्याबरोबर एम पार्टीची गाडी होती. आम्ही मेंढारकडे निघालो होतो. आमचे बॅट्री कमांडर बनसोडे होते. ते खूपच चांगले होते. आम्ही साधारणपणे संध्याकाळचे पाच वाजण्याच्या सुमारास मेंढारला पोहचलो. तिथे आम्हाला त्या जागेची

माहिती करून देण्यात आली. टेलिफोन लाईन व एक्सचेंज वगैरे दाखवले.

थोड्या वेळाने बनसोडेसाहेबांनी मला व अशोक थोरातला खाली रेजिमेंटल पोस्टवर जाण्यास सांगितले. तिथे आमच्या गन येणार होत्या. त्या आल्यानंतर त्यांना पोझिशनवर आणण्याची जबाबदारी आमच्यावर सोपवली होती. आम्ही गनची वाट पहात थांबलो होतो. अंधार पडू लागला तरी गन आल्या नाहीत. मी रेजिमेंटल पोस्टल विचारले. तेव्हा त्यांनी काही गाड्या व गन पुढे निघून गेल्याचे सांगितले. आमची त्रेधा उडाली, कारण पुढे जाणारा रस्ता पाकिस्तानमध्ये जात होता. ताबडतोब येऊन बनसोडेसाहेबांना सांगितले. बनसोडेसाहेब ताडकन तयार झाले. त्यांनी व ड्रायव्हरनी गाडी काढली. पाऊस पडल्यामुळे नदीला पूर आला होता. पुलावरून पाणी वाहत होते. कशाचीच पर्वा न करता बनसोडेसाहेबांनी जीप पाण्यात घातली. मोठ्या कष्टाने पूल पार केला व पुढे निघाले. अंधारही खूप पडला होता. गन ग्रूप खूप पुढे गेला होता. त्यांचा रस्ता चुकल्यामुळे ते तिथेच थांबले होते.

बनसोडेसाहेबांची जीप खाचखळगे पार करीत धावत होती. रिमझीम पाऊस पडत होता. हेडक्वार्टरवरून फोन आल्यामुळे इनफैंट्रीचे लोकही गन व गाड्यांच्या शोधात आले होते.

गन व गाड्यांना घेऊन आम्ही मेंढार कँपवर आलो. तीन चार फर्लांगावरच पाक बॉर्डर होती.

पाक सैन्याने आत घुसून मोर्चे बांधले होते व तेथेच राहात होते. त्यांना तेथून हाकलायचे होते. एका निश्चित वेळी हल्ला करायचा होता. रात्री फायरची वेळ दिलेली होती. सर्व लोक निश्चित ठिकाणी पोहचले होते. सर्व अधिकाऱ्यांना योग्य त्या ऑर्डर दिल्या होत्या. सर्वजण सज्ज होते. हल्ल्याची वेळ जवळ येत होती.

इनफैन्ट्रीने एकदम हल्ला केला. मशीनगन, २'' मोटार, ३'' मोटारचा आवाज घुमू लागला. याचवेळी वायरलेस सेटवरती जॅमिंग होऊ लागले. कोणताच मेसेज नीट पाठवता येईना. फ्रिक्वेन्सी बदलली पण जॅमिंग होतच होते. थोड्या वेळाने आमच्यावरच आमची फायरिंग होऊ लागली. प्रत्येकाची धावपळ होऊ लागली. बरेच लोक मारले गेले. बऱ्याच ऑफिर्सनी कमांडपोस्टला विचारणा केली. ऑर्डरप्रमाणे गोळीबार चालू आहे असेच उत्तर मिळाले. फायरिंग बंद झाले. पाकिस्तानचे फायरिंग सुरू झाले. बरेच लोक मारले गेले होते. त्याचे कारण आमचा ब्रिगेडियर पाकशी मिळाला होता. त्याला अटक करून डिव्हीजन हेडक्वार्टरला पाठवले. जे लोक वाचले होते त्यांना माघार घ्यायला लावली.

सकाळ झाली तरी अशोक थोरात परत आला नाही म्हणून त्याला शोधण्यासाठी सर्व जवान फिरू लागले. पण काहीच थांगपत्ता लागत नव्हता. सर्वात पुढे बनसोडे कॅप्टन होते. आम्ही अशोक थोरातचा शोध घेत फिरत होतो. जिचकरचा पाय चुकून

माईनवर पडला. तसा तो वर उडाला. त्याचे तुकडे तुकडे होऊन विखरून पडले. ते दृश्य खूपच भयानक वाटले. आम्ही थोडे पुढे गेलो तो दुसरा एक जवान माईनवर पाय पडल्यामुळे जबर जखमी झाला. शत्रूने येथे माईन्स पुरलेले होते. माईन्स फिल्डमधून फिरताना खूपच काळजीपूर्वक पावले ठेवावी लागत होती. माईन म्हणजे एक प्रकारचा स्फोटक सुरुंगच. त्याच्यावर वजन पडले की त्याचा स्फोट होतो. अशोक थोरात काही सापडला नाही. त्याचे काय झाले कोणास ठाऊक. तो अमरावतीचा होता. जिचकरचा अंत्यविधी मात्र नदीकाठी केला. सलामीही दिली.

उंच दऱ्याखोऱ्या, प्रचंड वाढलेली झाडी, युद्धाचं वातावरण, जीवाची बाजी लावणारे सैनिक, छावण्या, आमचे अधिकारी, गन, गाड्या, मोर्चे, हल्ला यामुळे माझी मनप्रवृत्तीच लढावू बनली होती. आता फायरिंगची भीती वाटत नव्हती. मृत्यूची तमा वाटत नव्हती. जीवन म्हणजे मृत्यूच्या हातातील एक रमचा प्याला ! पाऊस पडत होता. विजा कडाडत होत्या. सोसाट्याचा वाराही वाहत होता. बूट चिखलानी माखलेले होते. आम्ही ओलेचिंब झालो होतो. पृथ्वीने अंधाराचा गणवेश परिधान केला होता. आम्ही आमची ड्यूटी चोख बजावत होतो. आमचा प्राण ट्रायगरवर विसावलेला. मी गंमत म्हणून ट्रायगर दाबला. फायरचा आवाज ऐकून बनसोडेसाहेब धावतच 'भगवान कसम, गोलियाँ खतम होने के बाद हम तुमको एक गोलीभी नहीं देंगे. रात अभी बहोत बाकी है !' असे म्हणत आमच्याजवळ आले. त्यावेळी आमच्या मदतीला ड्युटीसाठी आलेले सिव्हील पोलीस व एस. आर. पी. चे लोक माझ्याकडे बघत होते.

रोहतक पिक्वेटची टेलिफोन लाईन नादुरुस्त झालेली होती. मी, टेंबेमास्तर व ड्रायव्हर जीप घेऊन निघालो.

लाईन पाहात झंगडच्या पश्चिमेकडील मैदानात आलो. समोरच पाकचे फिक्वेट होते. तेथून त्यांनी फायरिंग सुरू केले. गोळ्या जीपच्या दिशेनेच येत होत्या. ड्रायव्हरने अगदी चलाखीने गाडी स्टार्ट न करता क्लच दाबले. गाडी न्यूट्रलमध्ये घेऊन ओढ्यात तशीच खाली नेली, तो गोळा गाडीच्या जरा दूर पडला. मी पळत सुरक्षित जागा शोधू लागलो. टेंबे मास्तरनी पळाईला मनाई केली. पळाल्यामुळे स्प्लींटर अधिकच लागतील. आम्ही लाईन तपासत पुढे जात होतो. पण फॉल्ट सापडला नाही. काही वेळाने आम्हाला वापस बोलाविले आणि लाईन पार्टीला पाठविले.

मी व टेंबे मास्तर रात्री एक्सचेंज समोरच्या हॉलमध्ये झोपत असू. रात्री एकच्या दरम्यान पाकिस्तानचे फायर सुरू झाले. पहिला गोळा जवळच हॉकी ग्राऊंडवर पडला. त्याच्या आवाजाने आम्ही जागे झालो. एक्सचेंजमध्ये गेलो. रात्री बराच वेळ फायर चालू होते. एअर ब्रस्ट पण भरपूर केले होते. त्यांचे स्प्लींटर हॉलमध्ये सर्वत्र विखुरले होते. माझ्या कॉटवरही दोन-तीन स्प्लींटर पडले होते. मी एक्सचेंजमध्ये गेलो नसतो तर कायमचाच झोपलो असतो.

एकदा सकाळीच आमच्या बॅट्री कमांडरनी आम्हाला सांगितले की, आपणास पाकिस्तानवरती फायर करायचे आहे. आपापल्या बंकरवरती माती टाकायची असेल तर टाकून घ्या. आमच्या बंकरवरती भरपूर माती होती म्हणून आम्ही माती टाकली नाही. टेंबे मास्तरनी त्यांच्या बंकरवरती माती टाकून घेतली. समोरच पाकिस्तानचे पिक्वेट होते. त्यांना आमची हालचाल दिसली आणि त्यांनी ताबडतोब फायर सुरू केले. प्रथम त्यांचे गोळे बाजूच्या डोंगरावरती पडले. नंतर आमच्या आजूबाजूला त्यांचे ८१ एम. एम., १२० एम. एम., १५५ एम. एम. चे तोफांचे गोळे. ते पण फॉस्फरसांचे. पडताक्षणीच पेट घेयाचे. आमच्यापुढे धुराचा व मातीचा लोटच लोट होता.

बऱ्याच टेलिफोनच्या तारा तुटल्या होत्या. आमचा वायरलेस सेट बॅट्री कमांडरच्या बंकरमध्ये होता. त्यांनी सेट ऑन केला. त्यांना ही भीषण धुमश्चक्री पाहून घातपात झाल्याची शंका आली होती. कारण दृष्यच तसेच भयानक होते. तसा रिपोर्ट पण त्यांनी वर केला होता. मी सहजच टेलिफोन जनरेटर फिरवले आणि नेमकी तेवढी एकच लाईन चालू होती. एक्स्चेंजचेही शटर खाली पडले. बझ्झरचा आवाज येऊ लागला. धूर आणि धुळीमुळे काहीच दिसत नव्हते. जे शटर खाली पडले होते त्या जॅकमध्ये ऑप्रेटर कॉर्ड घालून ॲनसर केले, तेव्हा साहेब म्हणाले, 'अरे भीमा, तू जिंदा है ?' तेव्हा मी म्हटले, 'तो क्या साहब मैं मरू ?' साहेबांनी दुसरा प्रश्न केला, 'किसीको कुछ हुआ क्या ?' तेव्हा मी म्हणालो, 'हम तो ठीक है लेकिन ड्रायव्हरके बारे मे नहीं मालूम' तेव्हा ते म्हणाले, 'ठीक है. बाहर कोई भी मत आना.'

नंतर काही वेळाने फायरिंग बंद झाली. आम्ही बाहेर येऊन पाहतो तर सर्व ठिकाणी फॉस्फरसाच्या गोळ्याचे स्प्लींटरस विखुरले होते. काही ठिकाणी अर्धवट फुटलेल्या गोळ्याचा धूर निघत होता. सर्व ड्रायव्हर पण ठीक होते.

शीवरच्या पूर्वेकडील बाजूस एक लहान पिक्वेट आहे. आम्ही तिथे नेहमी ये-जा करीत असू. पिक्वेटच्या पुढे मैदानात एक मोठे लिंबाचे झाड आहे. हे झाडंच आमची बॉर्डर होती. त्या झाडाला पाहून मला आमच्या गावी विठ्ठल मंदिरापुढे असलेल्या लिंबाच्या झाडाची आठवण यायची.

विमलची शाळा बंद केल्यावर माझी भेट होईनाशी झाली. विमलचे घर उंच अशा हुड्यावर होते. देशपांडे गुरुजी दिवसा शाळेला जायाचे, मी दुपारी लिंबाच्या झाडावर चढलो. या झाडावरून मला विमलला पाहाण्याचा प्रयत्न करायाचा होता. मी फांद्याफांद्यांवरून झाडाच्या शेंड्याकडे शिताफीने चढत होतो. वारा सुटला होता. फांद्या हलत होत्या. पाय घसरला किंवा एखादी फांदी तुटली तर माझा खाली चेंदामेंदा झाला असता. मी झाडावर चढणार असल्याचा निरोपही तुक्याकडून दिला होता. तुक्या त्यांच्या घरी नोकर होता. विमलही तिच्या माळवदावर आली. ती तिथून हात हालवत

होती आणि मी झाडावरून आज मात्र बॉर्डरवर असलेल्या झाडाच्या फांद्याच हलताना दिसतात. झाडाने हँडस-अप केलेय असं वाटतं.

वातावरण चांगले असले तर आम्हाला येथून पाकिस्तानमधील झेलम नदीचे पात्र दिसायाचे. मीरपूर शहराचे रात्री लाईट्सही दिसायाचे व झेलम नदीवरील पुलही दिसायाचा. पुलावरील लाईट दिसायाच्या. आम्ही पहाटे उठून तयार होत असू. येथे मात्र सर्वत्र झेंडूची झाडे खूप होती. झेंडूची लाल-पिवळी फुले डोलताना पाहून मन मोहरून जायाचे. सकाळी सगळीकडे फुलेच फुले उमललेली असायाची. मी जवळच शिळेवर विमलचं नाव कोरलं होतं. आज ते त्या शिळेवर आहे की नाही कुणास ठाऊक ?

युद्धबंदी होणार असल्याचे ऐकून आनंद वाटला. युद्धबंदी जाहीर झाली तरीही फायरिंगही अधून मधून होतच असे. घुसखोर युद्धबंदी झाल्यावर तुकड्या तुकड्यांनी पाकिस्तानमध्ये जात होते. अशाच एका रात्री दहा वाजण्याच्या सुमारास एका बाजूने मशीनगनचे फायर झाले. ते लोक एका बाजूने भुलावणी देयाचे व दुसऱ्या बाजूने निघून जायाचे. फायरिंग आवाज ऐकल्यावर आम्ही मोर्चामध्ये आलो. आमच्या गन आग ओकत होत्या, पाऊसही पडत होता. विजा चमकत होत्या. सकाळी पाहिले तर डोंगरावरचे एक घर उद्ध्वस्त झाले होते.

पुढे काही दिवसांनी भारत सरकारने चाळीस दिवसांची सुट्टी जाहीर केली. जे लोक सुट्टीवर गेले नव्हते, त्यांना सुट्टीवर पाठवू लागले. मी गन पोझिशनवर जाऊन पगार घेतला आणि सुट्टीवर निघालो.

मला सुट्टीवर सोडण्यासाठी टेंबे मास्तर आले. मी सर्व चार्ज देऊन निघालो. दलोग्रा पोझिशनवर किट वगैरे सामान जमा केले. रेल्वे वॉरंट घेऊन आम्ही वीस-पंचवीस जवान सुट्टीवर निघालो.

नौशेरा सोडले. सुंदरबनीचा प्रचंड चढ चढून पुढे बस धावत होती. पर्वताच्या रांगा आकाशाचे चुंबन घेण्यासाठी एकमेकांत जणू स्पर्धाच करीत होत्या. ढगांचे पांढरे, निळे, काळे पागोटे पर्वताच्या शिखरावर शोभून दिसत होते. त्या दरी पलीकडे लांडगा पळून जाताना दिसला. आता सुट्टीवर गावी जाणार म्हणून खूपच आनंद झाला होता. कधी एकदा गावी पोहचणार असे वाटू लागले होते.

त्या दिवशी आम्ही रात्री जम्मू ट्राँजीट कँपला मुक्काम केला. दुसऱ्या दिवशी पठाणकोट ट्राँजीट कँपला मुक्काम होता. संध्याकाळी साडेनऊ वाजण्याच्या सुमारास दिल्लीला पोहचलो.

दिल्ली स्टेशनवर आल्यानंतर माझ्या डोळ्यात आनंदाश्रूंनी गर्दी केली होती. दिल्लीच्या महिला मंडळींनी फौजी लोकांसाठी खूपच सोयी होत्या. आम्ही पाकिस्तानविरुद्ध लढाई जिंकली होती. त्यांनी फौजींसाठी चहा, नास्ता, जेवण, कपडे धुलाई अशा

विविध सोयी उपलब्ध केल्या होत्या. भगिनींचे प्रेम पाहून हृदय उचंबळून आले होते.

मुंबईच्या रेल्वे स्टेशनवरही अशीच सोय होती. येथे आम्हाला मिठाई दिली. जनतेचं आपल्यावर असलेलं आईसारखं प्रेम पाहून खूप आनंद झाला होता. राष्ट्राचं अंत:करण जनता असते. ही जनता मला माझ्या आईसारखी वाटली. आम्ही लढाई जिंकल्याचा खरा आनंद मला तेथे लाभला.

माझी बस गावाकडे धावत होती. दोन वर्षांने गावाकडे निघालो होतो. अनेक आठवणी मनात गर्दी करत होत्या. कधी एकदा घरी पोहचू असे झाले होते. अजून अर्ध्या तासाचा रस्ता होता. रस्त्याचे डांबरीकरण मोठ्या प्रमाणात झाले होते. गावाकडे विजेचे खांब उभे असलेले दिसले. म्हणजे गावी वीजही आली असणार. बसमध्ये बरीच गर्दी होती. प्रत्येक गावी थोडी थोडी गर्दी कमी होत होती. पण या लोकांत माझ्याबद्दल कसलेच कौतुक नव्हते. एक-दोन शाळकरी मुलं मात्र अधूनमधून माझ्याकडे पाहायाची. सीमेवर जी जनता आहे ती आम्हाला खूप आदर देते. आम्ही त्यांचे रक्षण करतो. आमचे महत्त्व त्यांना खूप वाटते. पण ही बॉर्डरपासून दूर असणारी जनता मला एखाद्या सिव्हील पोलिसाइतकेही महत्त्व देत नव्हती. त्यांना लढाई, स्वातंत्र्य, राष्ट्र, सैन्य याबद्दल कसं कळणार ? किती केले तरी ही अशिक्षित जनता. नेमिनाथचा वडील माझ्याकडे पाहातोय, त्याने मला ओळखले असणार, पण बोलत नाही. त्याच्या लेखी मी देशाचा जवान कुठला ? महाराचा पोरगा असंच तो मला म्हणणार !

बसमधून उतरलो. गाव होते तसेच होते. शाळेकरी मुलं गणवेशात शाळेला जात होती. बरीच ओळखीची मंडळी होती. त्यांनी मला पाहिले. बसल्याजागीच थोडं हसूही आणले. मी माझे सामान घेऊन घरी निघालो. घरी मी आलेलं कळालं होतं. दादा-आई पळतच आडवे आले. त्यांनी माझे सामान घेतले. रस्त्यात अनेकजण येऊन माझी विचारपूस करीत होते. घरी अनेकांची गर्दी झाली. आईने सर्वांना चहा करून पाजला. तोपर्यंत शाळेतून श्रीकांत व इंदिरा निघून आले होते.

दुसऱ्या दिवशी माझे आमच्या हायस्कूलमध्ये भाषण ठेवले होते. मी प्रमुख पाहुणा म्हणून हायस्कूलमध्ये गेलो. युद्धातल्या अनेक आठवणी सांगितल्या. अनेकांनी माझ्या गौरवपर भाषणे दिली. देशपांडे गुरुजी बोलताना म्हणाले की, 'माझा विद्यार्थी सीमेवर लढला. याचा अर्थ मीच सीमेवर लढलो.' त्या दिवशी दादा-आईच्या अंगावर मूठभर मांस चढले होते. दादा मला खूपच अप्रूप करीत होते. एका आठवड्यानंतर नेमिनाथला भेटण्यासाठी गेलो. सोलापूर शहरात खूपच सुधारणा झाली होती. अनेक रस्त्यांचे रुंदीकरण झाले होते. नव्या इमारती अनेक ठिकाणी बांधल्या होत्या. शहर खूपच विस्तारत होते. त्या दिवशी नेमिनाथबरोबर 'काजल' हा सिनेमा पाहिला. संध्याकाळी मनोज लॉजवर मुक्कामाला राहिलो. रात्री मी रूपाला भेटण्यासाठी गेलो.

रूपा रानूआत्याची मुलगी व तिला भीमनगरमध्ये दिले होते.

रूपाचा नवरा सुधाकर हाही फौजीच होता. युद्धात त्याच्या पायात गोळी घुसली होती म्हणून त्याला रिटायर्ड केले होते. मी घरी गेलो. रूपा तिच्या लहान मुलाला पाजत होती. मला पाहून तिला खूप आनंद झाला होता. थोड्या वेळाने सुधाकर आला. त्याने खूपच हातभट्टीची दारू पिली होती. त्याच्यावर खूप कर्जही झाले होते. अंगणात आल्या आल्या तो रूपाला शिव्या हासडू लागला. रूपाने बाहेर जाऊन मी आल्याची बातमी सांगितली. तसा तो आत आला. प्रेमाने मला छातीला लावून घेतले. त्याच्या तोंडाला दारूचा उग्र वास येत होता. तो हिंदी, इंग्रजी व मराठीचे काही शब्द एकाच वाक्यात कोंबून बोलायाचा.

रूपा सांगत होती, तिला सुधाकरने काल मारलेही होते. सरकारी जमीन मिळणार होती ती पण अजून मिळाली नव्हती. बँकेत शिपायाच्या नोकरीसाठी सुधाकरने अर्ज केला होता. तेथेही अजून थांबायलाच सांगत होते. सुधाकरचे हाल पाहून माझी फौजी जीवनावरील श्रद्धा उडून गेली. मी चहा घेतला. रूपाचा निरोप घेतला. सुधाकर चौकापर्यंत मला सोडविण्यासाठी आला होता. त्याचा तोल जात होता. त्याने मला दहा रुपये मागितले, मी दिले आणि रिक्शात बसून मनोज लॉज गाठले. सिद्धण्णा मला भेटण्यासाठी येऊन खूप वेळ थांबला होता.

रात्री आम्ही लॉजवर जेवण घेतले. रात्री साडेनऊ ते बारा 'मेरा गाव मेरा देश' सिनेमा पाहिला. सिद्धण्णा रात्री माझ्याबरोबर लॉजवरच झोपला. रात्री आम्ही खूप गप्पा मारल्या.

विमलला मुलगा झाला होता. नवऱ्याचे व तिचे पटत नव्हते. परवा मंडईत सिद्धण्णाची व तिची भेट झाली होती. इतक्या दिवसानंतरही तिने माझी आठवण काढली होती.

रात्री खूप वेळ विमलचा चेहरा नजरेपुढून हटत नव्हता. विमलचे टपोरे डोळे, सुंदर नासिका, तिचे मुग्ध हसणं, तिच्या अनेक सवयी आठवू लागलो. रात्री विमल स्वप्नात तरी दिसावी म्हणून देवाची प्रार्थना केली आणि झोपी गेलो.

स्वप्नात फायरिंग झाले होते आणि मी जखमी. भेसूर स्वप्नानंतर मी जागा झालो. परत झोप काही आली नाही. मला अशोक थोरातची आठवण आली. त्याचेही लग्न झालेले होते. आता त्याच्या तरुण विधवेचे काय होणार ? रूपा आठवली आणि रूपाचा नवरा सुधाकरही.

मी हायस्कूलमध्ये केलेले भाषण आठवले. आई मटण शिजवित होती. श्रीकांत अभ्यास करीत होता. इंदिरा पाणी आणत होती. दादा बहिणीकडे गेले होते. ते आले. आमचे आजूबाजूचे पाहुणे मला भेटण्यासाठी येत म्हणून घरात सारखी पाहुण्यांची वर्दळ होती. दादांचा वेगळाच प्लॅन चालला होता. त्यांनी माझे लग्न ठरविले

होते. सुट्टी संपताना दादा आणि माझ्यात लग्नावरून वाद झाला. मी मिल्ट्रीमध्ये आणि बायको करून घरी का ठेवायाची ! मला राणू आत्यांचे शब्द आठवले, मिल्ट्रीतल्या लोकान्ला पोरगी दिवू ने. खाटकाच्या काळजाचे असत्येत ? मला रूपाचा छळवाद आठवला; रूपाचे शब्द आठवले. मी माझी पोरगी फौजीला देणार न्हाय, जवानी जाळत कोन जगनार ? मला अशोक थोरातची बायको आठवली. मी लग्नाला ठाम नकार दिला.

सुट्टी संपली.

मी युनीटवर हजर झालो.

आमच्या पिक्वेटच्या खालच्या बाजूला एक स्पोर्ट ग्राऊंड आहे, त्या मैदानावर लढाईच्या अगोदर भारत-पाक हॉलिबॉल, फूटबॉल, हॉकी असे सामने व्हायचे, लढाईमुळे ते थांबले होते. परत आमच्या इनफैंट्रीतील ऑफिसर व जवानांनी पाक सैन्याबरोबर सामने खेळायाचे ठरविले. सामने ठरविण्यासाठी निघायाचे होते. मी टेंबे मास्तर, बनसोडेसाहेब व इतर फौजी निघालो. आम्ही पायातील बूट बेल्ट व डोक्यावरील कॅप घातलेली नव्हती. अगदी सिव्हिलीयन प्रमाणेच जावे लागते.

बॉर्डरजवळच्या बंकरजवळ गेल्यानंतर पांढरा ध्वज फडकाविला. थोड्यावेळानी पाक सैन्यानीही पांढरा ध्वज फडकावून पुढे येण्याचा इशारा दिला. त्याप्रमाणे आम्ही सर्व लोक पुढे गेलो. तिथे गेल्यानंतर प्रथम चहा झाला. त्यानंतर आमचे ऑफिसर व पाक ऑफिसर गप्पा मारू लागले, मी टेंबे मास्तरला बाहेर जाऊन येतो म्हणून बाहेर निघालो. आजूबाजूला सर्व शेतीच होती. जवळच एक टेकडी होती. पलीकडे एक घर होते. मी इकडे-तिकडे पाहात फिरत होतो. इतक्यात त्या घरातून एक सुंदर तरुणी बाहेर आली. माझा हिरवा ड्रेस पाहून म्हणाली, 'क्या आप हिंदुस्थानी है ?'

मी 'जी हाँ' म्हणालो.

'आईए, आईए' तिने मला पुढेच बोलविले. मला भीती वाटत होती. आपण बॉर्डरवर शत्रूच्या प्रदेशात आहोत याची तीव्र आठवण झाली आणि ही अनोळखी तरुणी घरी बोलवतेय. माझे धाडस झाले नाही. 'ठहरिये, वहाँ पोस्टपर हमारा एक आदमी है उसको बुलाता हूँ' म्हणून वापस आलो आणि टेंबे मास्तरना बाहेर बोलवून सर्व हकीकत सांगितली. टेंबे मास्तर आणि मी परत जाण्यासाठी निघालो. घरी गेल्यानंतर त्या तरुणीने आम्हाला चारपाईवर बसण्यास सांगितले. येथून आमचे पिक्वेट दिसत होते. ते खूप उंच वाटत होते.

तिने आपले नाव 'सलमा' असे सांगितले. तिची वृद्ध आई जवळच बसली होती. तिच्यापेक्षा मोठा असलेला तिचा भाऊ पाकिस्तान मिल्ट्रीमध्ये असल्याचे तिने सांगितले. तिथे त्यांच्यावर कसे अत्याचार होतात हे सलमाने थोडक्यात सांगितले. मन सुन्न झाले. 'हमारी और तुम्हारी क्या दुश्मनी, दुश्मनी है सिर्फ दोनो सरकारके विदेशी

नीतिकी' सलमाचे हे वाक्य ऐकून तिच्याबद्दल मनात प्रेम निर्माण झाले. ती दिसायला सुंदर होती. बुद्धीमान होती. बोलण्यात खूप गोडवा 'जब लढाई शूरू थी, तब आप लोक कहाँ गये थे ?' मी सहज प्रश्न केला.

'कहाँ जायेंगे ? यहाँही रहते थे.' सलमा उत्तरली.

'जब हमारी फायरिंग होती थी तब आप कहाँ रहते थे ?' माझा परत दुसरा प्रश्न. मला त्यांच्याबद्दल खूप जाणून घ्यावे वाटले.

त्यावेळी तिने आम्हाला आतल्या खोलीमध्ये नेले. ती पुढे, आम्ही दबकतच तिच्या मागून आतल्या खोलीत शिरलो. 'यह देखीए' सलमा आम्हाला दाखवत होती आणि ते दृश्य पाहून मी आश्चर्यचकित झालो होतो. त्यांनी घरामध्ये मोर्चे बांधले होते.

मी या घरावर बराच वेळ फायरिंग केली असेन.

आम्ही बराच वेळ बोलत राहिलो.

सलमाने आमच्यासाठी लिंबू शरबत आणले. आम्ही हातात ग्लास घेतले. पण पिण्याचे धाडस होत नव्हते. कितीही झाले तरी हे लोक आमचे शत्रूच आहेत. सलमाने ते ताबडतोब ओळखले असावे. ती खूपच हुशार व चंचल होती. 'अभी तक आपका मेरे उपर विश्वास नही हुआ ? ठहरिए. मै और एक ग्लास लाती हूँ' असे म्हणत ती आत गेली. दुसरा एक ग्लास आणला, आमच्या दोन्हीही ग्लासामधून थोडे थोडे शरबत तिने आपल्या ग्लासमध्ये घेतले. तिने अगोदर शरबत आमच्यापुढेच पिले व म्हणाली, 'अभी तो आपका शक गया ना ?'

मी खजील झालो होतो.

आम्ही शरबत प्यालो. तेथून निघताना तिने मला तिचा एक पासपोर्ट साईजचा फोटो दिला. परत गेमला येताना मलाही तिच्यासाठी माझा फोटो आणायला सांगितला.

दररोज सकाळी आम्ही पी. टी. साठी बाहेर पडायचो. आर. पी. गेट सोडून रस्त्यावर आमची रनिंग व्हायाची. रनिंग करत खूप लांब जावे लागे. रस्ते कच्चे होते. धूळ शू, सॉक्स आणि पायावर जमा व्हायाची. रात्री पेट्रोलिंग करावे लागे. या दिवसात मी लस्सी खूप पिली. पेडणेकर नावाच्या एका नवीन फौजीची ओळख झाली.

एकदा बॉर्डरवर कोणीतरी आग लावली होती. दोन दिवस आग आटोक्यात येत नव्हती. आग विझवण्यासाठी आमच्या युनीटचे दोनशे जवान बॉर्डरवर निघाले. पूल ओलांडून पुढे गेल्यावर गाडी उभी केली. खाली उड्या टाकल्या, आग विझवली. आम्हाला प्रोटेक्शन म्हणून इनफैंट्रीचे काही जवान मशिनगन घेऊन आजूबाजूला बसले होते. आज प्रथमच जवळून बॉर्डर पाहिली.

आज सलमाची खूप आठवण झाली. माझ्याकडे तिला देण्यासाठी फोटो

नव्हता. गेमच्या वेळी मी जाऊ शकलो नाही. मला दुसऱ्याच पोझिशनवर पाठवले होते. पुढे सप्टेंबर-ऑक्टोबरमध्ये बॉर्डरवर एकदम शांतता दिसू लागली. अनुचित प्रकार थांबले. तेथून आम्हाला पंजाबमध्ये फरिदाकोट येथे जावयाचे होते. सर्व सामान पॅकिंगला दोन-अडीच महिने लागले. आम्ही सर्वजण पॅकिंगमध्ये गुंतलो होतो.

शेवटी निघण्याचा दिवस उजाडला. त्याच्या आदल्या दिवशी आम्ही आमचे पूर्ण सामान गाड्यामध्ये लोड करून गाड्या हॉकी ग्राऊंडवर लाईन अप केल्या होत्या. सकाळीच उठून आम्ही आमचे ठिकाण सोडले. त्यावेळी प्रत्येक क्षण मोलाचा वाटत होता. इंच इंच जागा मौल्यवान वाटायाची. सर्वत्र हिरवळ दरवळत होती. हा परिसर सोडताना फारच वाईट वाटत होते. परत आम्ही इकडे कधीच येणार नव्हतो. तेथून पाय काढू वाटत नव्हता. आमच्या युनिटने या प्रदेशासाठी खूप त्याग केला होता.

आमच्या रेजिमेंटच्या कामगिरीबद्दल खूपच मोलाचे प्रशस्तीपत्र मिळाले. आमच्या शौर्य, साहस व यशाबद्दल खुपच गौरवाचे उद्‌गार लिहिलेले होते. आमच्या गाड्या मेंढार, रजौरी, सुंदरबनी पार करीत निघाल्या होत्या. अवतीभोवती नयनमनोहर निसर्गाचे लावण्य लवून मुजरा करीत होते. सलमाच्या आठवणीमुळे हा निसर्ग निरस वाटत होता. सलमाला परत भेटता आले नाही.

चौरीचौराईचा भला मोठा चढ चढून वर आलो. वर मैदानावर थांबून चहा व नाष्टा घेतला. आखनूर, माधवपूर ब्रिज ओलांडून जम्मू शहरात आलो. जम्मू किंवा पठाणकोटला आमचा मुक्काम झाला असावा. शेवटी एकदाचे फरीदकोट गाठले. संध्याकाळचे पाच वाजले होते. गन व गाड्या फुटबॉल ग्राऊंडवर लाईन अप केल्या. रिशिप्शनचा चहा झाला. आम्ही आमच्या बरॅकमध्ये गेलो. उन्हाळा खूपच कडक जाणवत होता. जागा मात्र फारच चांगली होती.

पंजाबमध्ये एकदम कडक उन्हाळ्याचे दिवस होते. हवामानात बदल झाल्यामुळे मी आजारी पडलो. मला संध्याकाळी खूप ताप आला. त्याच दिवशी संध्याकाळी मेडिकल हॉस्पिटलमध्ये ॲडमिट केले. प्रथम एका लेडी डॉक्टरने तपासले. नंतर एअर कंडिशन रुममध्ये माझी रवानगी झाली. माझ्याबरोबर दुसरे एक गनर चौधरी होते. मला तीन इंजेक्शन व झोपेच्या गोळ्या दिल्या. त्यामुळे चांगली झोप लागली. तिथली नर्स खूप चांगली होती. तिला माझ्याबद्दल आपुलकी वाटायाची. तिथे लायब्ररीत मी दोन-तीन मराठी कादंबऱ्या वाटल्या. चौधरी हा फॅमिली मेंबर होता. त्याची पत्नी दोन-तीन वेळेला येऊन भेटून गेली.

दोन-तीन दिवसानंतर मला डिसचार्ज मिळाला. मी नर्सला थँक्स म्हणण्यासाठी गेलो, पण तिची ड्यूटी संपलेली होती.

दर शनिवारी सुट्टी असायाची. या शनिवारी 'शागीर्द' हा सिनेमा पाहिला.

रविवारी घरी पत्र लिहिले.

मंगळवारी नेमिनाथचे पत्र आले. त्याला मुलगी झाली होती.

गुरुवारी पक्की स्कीम सुरू झाली. त्याच्या आदल्या दिवशी आम्ही गन पोझिशनचे ठिकाण निवडले होते. गन पोझिशनपासून ओ. पी. पर्यंत लाईन रात्री डिगींग केले. खूप कडाक्याची थंडी. डिगींग करतेवेळी हाताची बोटे सरळ होत नव्हती. खोदताना, माती ओढताना पोटातील आतडी एक होत होती. सकाळी कँपमध्ये आलो. तोंड धुण्यासाठी हातावर पाणी घेतले तर हात झणझण करीत होता. काहीच करू नये असे वाटत होते, पण नाविलाज होता.

टेंबे मास्तरचा घरचा टेलिग्राम आल्यामुळे त्याला रजेवर पाठवण्यात आले. त्याच्या ठिकाणी मी गेलो.

आम्ही शहराच्या जवळ गुरुनानक कॉलेजच्या आवारात एका झाडावर ओ. पी. पोझिशन अ‍ॅक्यूपाय केली. त्यावेळी कॉलेजचे विद्यार्थी व प्राध्यापक मंडळी गटागटाने येऊन पाहात असत. एक्सरसाईज पूर्ण ग्रुपची असायाची.

आठ नोव्हेंबर एकोणसत्तर, शनिवारी रात्री महाराष्ट्राचे राज्यपाल डॉ. चेरियन यांचा देहांत झाला. या भागात चहाचे मळे जास्त आहेत. तेथे काम करणारे सर्व लोक आदिवासी आहेत. त्यादिवशी सौगांव एअर फिल्डवर आदिवासी लोकांचे नृत्य पाहायला मिळाले. पंधरा-वीस स्त्री-पुरुष हातात हात घालून नाचत होते. त्यांच्या अंगावर रंगीबेरंगी पोषाख होता. आमच्यापैकी काही लोकांनी त्यांचे फोटो पण घेतले. ते वेगवेगळ्या टोळ्यांनी तालावर नाचत होते.

सिलगुडी ते न्युमाल परिसरात एक पूर्ण कोर आहे. येथून जवळच बांगला देश व चीनची बॉर्डर आहे. येथे चहाचे मळे खूप असल्याने निसर्ग सौंदर्य खूपच मनोहर आहे. दार्जिलिंग येथे एक रम्य ठिकाण असे आहे की, जेथून पहाटेच कांचनगंगाच्या शिखरावर सूर्य किरणे पहायला मिळतात. रविवारी सिलीगुडी पाहिले. न्यू सिनेमा हाऊसमध्य 'हमराज' सिनेमा पाहिला व संध्याकाळी युनिटला परत आलो.

दि. ७ मार्च १९७० रोजी शनिवारी संध्याकाळी पाचशे ऐंशी रुपये सुट्टीचा पगार घेतला. त्याच वेळी समजले की, आमचे युनिट एक महिन्याने 'सलामी पोझिशन'ला जाणार होते. उद्या पहाटे तर मला सुट्टीवर निघावे लागणार होते. परत हा एरिया पाहायला मिळणार नाही म्हणून वाईट वाटले.

दि. ८ मार्च १९८७, रविवारी पहाटे दोन वाजता उठलो. कसेबसे तयार होऊन लेदर बॅग ऑफिस समोरच्या रोडवर आणली. तोपर्यंत गाडी पण आली. सुट्टीचा प्रवास सुरू झाला. गाडी आर. पी. गेटजवळ आली. गेटवर गाडी नोंदवली. न्यूमला जंक्शनकडे गाडी निघाली. आर. टी. ओ. कडे जाऊन वॉरंट चेंज केले. साडेपाच वाजता आसाम मेलने निघालो. बरौनीला गाडी बदलली. एटी फाईव्ह आसाम मेलने मोगल सराईतपर्यंत आलो, तेथून कलकत्ता-मुंबई एक्सप्रेसने मुंबई गाठली. दि. १०

मार्च १९७० मंगळवारी संध्याकाळी साडेसहा वाजता सोलापूरला पोहचलो. थोडा वेळ झाला असता तर आई मजुरीला गेली असती.

आई-दादानं लग्न ठरविलं होतं. रुपानं हे सर्व जमवून आणलं होतं. मुलगी सोलापूरची होती. चौदा एप्रिलला आंबेडकर जयंतीचे दिवशी मी विवाहबद्ध होणार होतो. माझा विवाह सोलापूरला होणार होता. वधूपक्षाला मी पसंत होतो. त्यांनी माझा फोटो पाहिलेला होता. मी नकार देईन म्हणून दादाने मला मुद्दाम कळविले नव्हते. मला मुलीचा फोटो दाखविला. मला सलमाच्या फोटोची आठवण झाली. सलमाचा फोटो टेंबे मास्तरनी आणला होता.

सुट्टी मजेत गेली.

सुट्टीत मी दोस्त, माँ, रोटी, कपडा और मकान, पिंजरा, स्वामी, अंकुर, निशांत, पांडू हवालदार इ. सिनेमा पाहिले.

सिद्धण्णाचंही लग्न याच उन्हाळ्यात होणार होते. माझ्या वयाचा नेमिनाथ बाप झाला होता. रुपा, विमल आई बनल्या होत्या. आता माझा नंबर लागला होता.

टेंबे मास्तरचे आज पत्र आले. सोलापूरचे पाहुणे बोलणी करण्यासाठी आले. लग्न ठरलं. रुपा आणि सुधाकर सोलापूरच्या पाहुण्यांबरोबर आली होती.

चौदा एप्रिल रोजी माझे बौद्ध पद्धतीने लग्न झाले. माझ्या लग्नाला नेमिनाथ, सिद्धण्णा आले होते. उस्मानाबादचा महिबूब मुल्लाही आला होता. विमल कोठेच दिसली नाही. माझी पत्नी सुमन सुंदरच होती. सुमनचे केस सलमासारखे लांबसडक काळेभोर होते. पण सुमनच्या आणि सलमाच्या चेहऱ्यात खूपच बदल आहे. विमल थोडी सुमनपेक्षा गोरी आहे.

त्यानंतर आम्ही गावी गेलो.

गावातून माझी वरात काढण्याचा महारावाड्यातील तरुणांचा प्रयत्न होता. पण गावकऱ्यांनी त्याला विरोध केला. आतापर्यंत कुठल्याच महाराची वरात गावातून गेली नाही. आम्ही वरात गावातून जाऊ देणार नाही. सोलापूरची मंडळी पेटली. काय व्हायचे असेल ते होवो आम्ही गावातून वरात नेणार. मी वरातीला विरोध केला. आपल्या बौद्ध धर्मात वरात नसते. सगळ्यांना माझे कारण पटले. गावात उगीच तेढ निर्माण होणे मला पसंत नव्हते.

सुट्टी संपत येत होती.

बावीस एप्रिल रोजी डॉ. बाबासाहेब आंबेडकरांच्या प्रतिमेची भव्य मिरवणूक निघणार होती. आम्ही मिरवणूक पाहाण्यासाठी सोलापूरला गेलो.

रणरणतं ऊन. प्रचंड मोठी मिरवणूक. सवाद्य निघालेली. 'जय भीम'च्या जयघोषानं वातावरण दुमदुमत होतं. तरुण मुले नाचत होती. बायका-मुली नटून थटून मिरवणुकीत सहभागी झाल्या होत्या. मिरवणूक उत्साहाने उधाणलेली. चौकाचौकातून

पुढे सरकत होती. मिरवणूक शहराच्या मध्यभागी आल्यानंतर मिरवणुकीवर दगडफेक झाली आणि क्षणात सारे वातावरणच दंगलमय होऊन गेले.

आगी लावणे, दगडफेक करणे, भोसका-भोसकी यामुळे दंगल आटोक्यात आणण्यासाठी पोलिसांनी शहरात कर्फ्यु लागू केलेला होता.

माझ्या सासऱ्याच्या घरावर दोन-तीन दगड पडले. सर्वजण किती घाबरले होते. सुमन भितीने थरथरत होती. मला सलमाची आठवण झाली. तिच्या घरातील मोर्च्याची आठवण झाली आणि मला घर मोर्च्यासारखे वाटू लागले.

थोड्या वेळाने सुधाकर आला. त्याला बराच मार लागला होता. तो पिलाही होता व नशेत बडबडत होता. 'अरे यार, क्यूं डरता है ? गांडू की अवलाद है क्या ? अरे, लढाई खेळली, मी गोळी झेलली. ही दंगल काय त्याच्यापुढे ? भीमा, भारत-पाकिस्तानच्या फाळणीच्या वेळी कसले दंगे झाले. कसला रक्तपात झाला. कैसा वातावरण था. अरे, त्यावेळी हजारो मुसलमानांना आम्ही सुरक्षित पाकिस्तानमध्ये पोहचविले आणि पाकिस्तानमधून हजारो हिंदूंना आपल्या देशात आणले. मुझे तीन मेडल मिले है. हम गोलीको डरता है ?' सुधाकर बडबडत होता. त्याची वेदना, त्याची भाषा मला समजत होती. इतरांना ते दारूड्याचे बडबडणे वाटत असावे. आम्हाला आमच्याच वस्तीवर किती असुरक्षित वाटत होते. आम्ही बॉर्डरवर तर राहात नाही ना ?

दोन दिवसानंतर दंगल शमली. सुट्टी संपली.

रेल्वे स्टेशनवर निरोप देण्यासाठी बरेचजण आले होते. आई, दादा, श्रीकांत, इंदिरा, सासू-सासरे, सुमन, सुधाकर, रुपा, राणुआत्या. मी युनिटला हजर होण्यासाठी निघालो होतो. आज रेल्वे स्टेशन खूपच सुने सुने वाटत होते. मी लढाई जिंकून जेव्हा सुट्टीवर निघालो तेव्हाची गोष्ट. दिल्ली, मुंबईच्या रेल्वे स्टेशनवर माझे कसे स्वागत झाले होते. माझ्या देशातील जनतने माझा किती गौरव केला होता.

आज मी माझे सगे सोयरे दंगलग्रस्त शहरात सोडून जाताना हादरलो होतो. इतकी फायरिंग झाली, पण इतका खचलो नव्हतो. मी माझी आई, बहीण, पत्नी कुठल्या शत्रूच्या प्रदेशात ठेवून चाललोय ? हे कसले माईन्स फिल्ड ? मला सलमाने सांगितलेल्या अन्यायाच्या कहाण्या आठवल्या. मला धीर आला.

आम्ही राष्ट्राच्या सीमेवर लढतोय.

दंगलखोर जातीधर्माच्या सीमेवर लढताहेत.

सुमन, सलमा, विमल याही सीमाच आहेत.

सुमन सुरक्षित राहिली पाहिजे. सलमा सुरक्षित राहिली पाहिजे. विमल सुरक्षित राहिली पाहिजे. मग आपल्याला सीमा बदलाव्या लागतील.

मी मुंबई रेल्वे स्टेशनवर उतरलो. आता पुढची गाडी धरावी लागणार होती.

❖❖

www.ingramcontent.com/pod-product-compliance
Ingram Content Group UK Ltd.
Pitfield, Milton Keynes, MK11 3LW, UK
UKHW042103021026
15589UKWH00001B/153

9 788172 941444